Đời Tôi Và Niềm Tin 1

Đời Tôi Và Niềm Tin I

Tiến Sĩ Jaerock Lee

 URIM BOOKS

Đời Tôi Và Niềm Tin (I): Tác giả Tiến sĩ Jaerock Lee
Xuất bản bởi Nhà Xuất Bản Urim (Đại diện: Seongnam Vin)
73, Yeouidaebang-ro 22-gil, Dongjak-gu, Seoul, Korea
www.urimbooks.com

Trừ khi được để cập đến, tất cả những phần trích dẫn Kinh Thánh đều được trích từ Kinh Thánh, bản dịch The Holy Bible in Vietnamese Old Version (Re-typeset) *, Copyright© VNM -2009-25M VNOV 42 –ISBN 978-1-921445-58-3 bởi United Bible Societies, 1998. Được dùng dưới sự cho phép.

Xuất bản lần trước 2006 trong ngôn ngữ Hàn Quốc bởi Nhà Xuất Bản The Christian Press, Seoul, Hàn Quốc

Xuất bản lần thứ nhất
In lần thứ nhất: tháng 3, 2011
In lần thứ hai: tháng 9, 2012

Hiệu đính bởi Eunmi Lee
Biên dịch bởi: Paul Vo Van Vy
Được thiết kế bởi Cục Biên Tập của Nhà xuất bản Urim Books
Được In ở Công ty In Ấn Yewon
Muốn biết thêm chi tiết xin liên hệ: urimbook@hotmail.com

Mùi Hương Thiêng Liêng Sâu Thẳm

Người ta nói rằng mùi hương hoa hồng tuyệt hảo nhất có thể tìm thấy ở núi Balkan. Tuy nhiên, không phải bất kỳ hoa hồng nào ở núi Balkan cũng có hương thơm như nhau. Để có được mùi hương tuyệt hảo, chúng ta phải chiết xuất tinh chất của hoa hồng được thu nhặt lúc hai giờ sáng, là thời điểm tối tăm và lạnh lẽo nhất.

"Đời Tôi và Niềm Tin", tự truyện của Tiến sĩ Jaerock Lee, tỏa hương thiêng liêng tuyệt vời đến độc giả. Cuộc đời ông thấm đượm tình yêu Đức Chúa Trời qua những làn sóng thời cuộc đen tối, gông xiềng làm nản chí, cùng những thất vọng khó lường, qua đó, ông đã kinh nghiệm được tình yêu của Ngài.

Tại sao Tiến sĩ Jaerock Lee không thể mơ đến một cơ hội tỏa sáng trong cuộc đời như bao thanh niên khác? Ông đã từng chịu khổ để mong ngày nào đó có được tấm bằng từ một trường đại học nổi tiếng, du học hải ngoại, để trở nên người thành đạt và quyền thế. Nhưng cuộc đời không như ý muốn, ông bị sa xuống vực thẳm thất vọng. Thân thể đầy những vết tích bệnh hoạn. Thay vì được nổi tiếng, ông bị lãng quên và khi dễ, ngay cả những người thân cũng lãng tránh ông. Ông thấm thía nhận ra rằng tình yêu của thế gian thật vô nghĩa. Ông hiểu được ý nghĩa của sự nghèo khổ và nỗi đau lòng của người bất lực. Ông đã hai lần định tự sát.

Giữa vực thẳm thất vọng đầy ngột ngạt, ông gặp Đức Chúa Trời. Giữa lúc đang vùng vẫy trong mệt mỏi và cô đơn. Đức Chúa Trời Toàn Năng, Đấng giàu lòng yêu thương đã tìm đến với ông, từ đó ông bắt đầu bước đi cùng Ngài. Chúa đã giải thoát ông khỏi thất vọng và ban cho ông niềm hy vọng nước thiên đàng! "Làm sao tôi có thể đến đáp được ân điển lớn lao nầy của Chúa?" Điều nầy đã trở nên nỗi niềm canh cánh cả đời ông; "Thực thi" mệnh lệnh của Chúa. Những gì Chúa cấm thì ông không phạm đến. Ông chỉ làm theo mệnh lệnh của Ngài, Chúa gọi, thì ông sẽ vâng. Đấng tối cao, giàu lòng yêu thương đã bắt phục ông, mục tiêu tối thượng của ông là làm đẹp lòng Đức Chúa Trời - người Cha thiên thượng.

Sự xưng nhận tự đáy lòng của sứ đồ Phao-lô cũng là của Tiến sĩ Lee. *"Ai có thể phân rẽ tình yêu giữa chúng ta với Đấng Christ? Hoạn nạn, thất vọng, bắt bớ, đói kém, sự trần truồng, hoặc nguy nan hay gươm giáo chăng?" Như có lời chép rằng, 'Vì cớ Ngài mà chúng tôi suốt ngày phải chịu án chết, chúng tôi như chiên bị đưa vào lò mổ.' Nhưng tất cả sự đó đều bị khuất phục bởi Đấng yêu thương chúng ta. Vì tôi tin chắc rằng bất cứ sự gì hoặc chết hay sống, các thiên sứ hay bậc cầm quyền, các vật hiện có hay hầu đến, hay quyền thế, hoặc độ cao hay chiều sâu, hay bất kỳ một tạo vật nào đều không thể phân rẽ chúng ta khỏi tình yêu Đức Chúa Trời, là những kẻ ở trong Đấng Christ Chúa chúng ta."*

Châm ngôn 8:17 có chép, *"Ta yêu những người yêu mến ta, hễ ai tìm kiếm ta hết lòng sẽ gặp ta,"* Dẫu bất kỳ hoàn cảnh nào, nếu là ý Chúa, Tiến sĩ Lee sẽ hết lòng vâng phục. Đức Chúa Trời ban cho ông quyền năng Ngài, và đặt ông lên hàng đầu giữa thế gian. Manmin (All Creation) (trung tâm) Joong-ang là Hội thánh do ông quản nhiệm, hội thánh cầu nguyện cho tất cả mọi dân tộc, mọi quốc gia như ý nghĩa tên gọi Manmin (Toàn cầu). Nhiệm vụ của hội thánh là hoàn thành những khải tượng Chúa ban, dần dần đã trở nên trung tâm những công việc nóng cháy của Đức Thánh Linh.

Chính Mục sư Tiến sĩ Lee đã chịu đau đớn với rất nhiều căn bệnh, nên ông thấu hiểu nỗi khổ của người bệnh. Vì chính ông đã bị khinh chê, nhạo báng, ông thấu hiểu được những người có lòng đau đớn. Chính ông đã nếm trải cái khắc nghiệt của cảnh bần cùng, và hiểu được nỗi lòng của những ai đang chịu gánh nặng nghèo khó. Đó là lý do ông trở nên gần gũi với mọi người, hàng ngàn người từ các hội thánh thành viên luôn mong được gặp gỡ ông.

Cuộc đời Mục sư Tiến sĩ Lee là một trong những trường hợp gây chấn động nhất, cuộc sống của một con người hầu như hoàn thay đổi sau khi gặp Chúa. Cuộc đời ông, cho chúng ta thấy một cuộc sống vâng phục và tận hiến hoàn toàn cho Chúa có thể mang lại rất nhiều kết quả về thuộc linh cũng như nhu cầu thiết yếu.

Qua ông, chúng ta thấy rằng, bí quyết của những ơn phước nầy là sự nên thánh và tấm lòng trong sạch. Đức Chúa Trời- Cha của chúng ta là thánh, khi như sư tử gào thét, khi nâng niu như đôi tay mềm mại của người mẹ dịu hiền.

Như mùi hương thâm trầm từ cuộc đời Tiến sĩ Lee, tôi hy vọng độc giả sách nầy cũng sẽ tỏa hương thơm, hơn cả hoa hồng Núi Balkan.

Chấp sự trưởng, Tiến sĩ Esther K. Chung

(Chủ Tịch tiền nhiệm Trường Đại Học Nữ Giới, Seoul, Hàn Quốc
Giáo sư danh dự Đại Học Quốc Gia San Antonio Abad del Cusco, Peru)

Tôi Luyện Qua Lửa và Quyền Năng

"Đời Tôi và Niềm Tin" làm sáng tỏ câu hỏi, "Là Cơ đốc nhân, chúng ta nên sống thế nào?" Đây là một cuốn sách dành cho tất cả những ai xưng nhận Chúa Jêsus là Cứu Chúa và tin vào quyền huyết Ngài nơi thập tự.

Tôi chẳng biết nhiều về Tiến sĩ Jaerock Lee, mục sư quản nhiệm Hội Thánh Trung Tâm Manmin. Một ngày kia có người bạn đồng nghiệp tặng tôi quyển sách *'Đời Tôi và Niềm Tin'*, khi đọc rồi, tôi không sao cầm được nước mắt. Đêm đến, khi mở sách tôi không thể ngủ được, tôi như bị hút vào từng trang kí thuật.

Nước mắt tôi tuôn tràn khi đọc đến những nỗi thống khổ mà ông phải chịu bởi đủ thứ bệnh hoạn, nghèo khó, cùng với những rắc rối gia đình, nó giống nỗi đau đớn mà Gióp đã phải gánh chịu. Đó là nỗi đau mang tính đặc trưng của người Hàn Quốc. Bệnh hoạn của ông nghiêm trọng đến mức ông phải uống đến nước thải của con người, ông đã hai lần tự sát không thành. Tôi cũng từng chịu khổ rất nhiều, nhưng đây là nỗi đau quá thể khiến tôi không sao cầm được nước mắt.

Hầu hết người dân Hàn Quốc đều trải qua thời kỳ khắc khổ của những thập niên 50 – 60, họ phải gánh chịu vô vàn khổ cực. Thậm chí đến ngày nay, nhiều người vẫn không đủ khả năng để có được lò sưởi vào mùa đông hoặc có được ba bữa ăn trong ngày. Cũng có nhiều người không có tiền để trị bệnh. Có nhiều người phải khổ sở trong những nơi ở tạm sau những trận lũ lụt hoặc thảm họa khác. Người dân Hàn Quốc chúng tôi cũng chưa hoàn toàn thoát khỏi cảnh đói nghèo và bần hàn.

Cuộc đời Mục sư Tiến sĩ Jaerock Lee thay đổi hoàn toàn sau khi vượt qua tất cả nỗi đau khổ nầy, đây là cuốn sách mô tả cách sinh động những bước biến chuyển ngoạn mục của ông. Điều nầy không phải nhờ vào cách hành văn hoa mỹ với ngôn từ trau chuốt. Nhưng chính những câu văn mộc mạc, chân thành đã làm tôi cảm động sâu sắc.

Phải chăng, "Mùi hương từ tấm lòng chân thật?" Sự xưng nhận của ông chứa đựng lẽ thật cứu rỗi của Đức Chúa Trời và dâng sự vinh hiển lên duy Chúa Cứu Thế Jêsus, có thể khiến cho độc giả có chung cảm nhận với ông về nguồn ơn phước Ngài.

Có thể tôi chưa đọc cuốn sách nào "thật sự hay," tuy nhiên những gì khiến tôi cảm động sâu sắc là sự ăn năn tội lỗi của ông sau khi gặp Chúa Jêsus, vâng phục sự kêu gọi của Chúa, ông vào trường thần học để chuẩn bị chức vụ mục sư, ông đã cố gắng vận dụng mọi cơ hội. Đây là hình ảnh cuộc sống của tôi cùng những người xung quanh, con cái có vị trí quan trọng hàng đầu trong gia đình, những người đang chiến đấu với những bất lực của thân thể. Khi đọc xong sách nầy, đời sống Cơ đốc nhân của tôi đã thay đổi sâu sắc.

Theo tôi, cuộc đời Mục sư Tiến sĩ Jaerock Lee có thể là một khuôn mẫu cho đời sống Cơ đốc nhân chúng ta. Chúng ta được thánh hóa khi nghe những bài giảng ở nhà thờ, nhưng khi trở về với cuộc sống đời thường, chúng ta thỏa hiệp và trở lại phạm tội. Đây là một chu trình nghiệt ngã của đời sống đức tin chúng ta.

"Đời Tôi và Niềm Tin", giúp chúng ta làm sáng tỏ câu hỏi, "Là Cơ đốc nhân, chúng ta nên sống thế nào?" Qua sách nầy, Mục sư Tiến sĩ Jaerock Lee thúc giục chúng ta tha thiết trong lời cầu nguyện. "Cầu nguyện để được nên thánh và hữu ích cho công việc của Chúa," "Cầu nguyện để nhận lãnh quyền phép của Đức Chúa Trời," "Cầu nguyện để nhận lãnh các ân tứ của Thánh Linh," "Cầu nguyện cho hội thánh, cho mục sư, và những người hầu việc Chúa," "Cầu nguyện cho vương quốc và sự công chính của Đức Chúa Trời," và "Cầu nguyện cho tình yêu thiên thượng." Sự xưng nhận đức tin của ông bắt nguồn từ những trải nghiệm riêng, khiến chúng ta rất cảm động.

Nhiều phép lạ xảy ra ngay sau khi ông thành lập hội thánh, kể cả những phép lạ chữa lành, sự sống lại của những kẻ đang chết và cả những kẻ đã chết, khiến cho nhiều mục sư đem lòng ganh tỵ. Ông đã học và được thụ phong từ một trường thần học chính thống, nhưng tại sao họ đã dứt phép thông công với ông? Sự bất công mà hệ phái đó đã làm cũng được giải tỏ tận tường.

Chúng ta có thể nhìn trái biết cây. Ngày nay, lửa Thánh Linh đang bùng cháy ở Hội Thánh Trung Tâm Manmin, hàng tuần, nhiều người bệnh kể cả những căn bệnh bất trị được chữa lành.

Nhiều chiến dịch lớn được tổ chức tại Hoa Kỳ, Nga, Châu Phi, Trung Đông, Âu Châu và Mỹ La Tinh. Khắp nơi, người ta nhìn thấy những dấu kỳ phép lạ đang xảy ra. Hàn Quốc đang trở nên "Trung Tâm Truyền Giáo" của thế giới!

Ngay cả khi ông đã đưa Hội Thánh Trung Tâm Manmin trở nên một trong những hội thánh lớn nhất thế giới, ông vẫn dành phần lớn thời giờ cho việc kiêng ăn và cầu nguyện tại núi cầu nguyện. Cả khi mạng sống con gái ông đang trong tình trạng nguy nan, và thậm chí khi ông phải đối diện với thần chết do bị ra máu và kiệt sức sau nhiều ngày cố gắng, nhưng bởi đức tin ông đã chiến thắng tất cả những thử thách đó. Ông chưa bao giờ khoe mình về những điều nầy. Đức tin của ông khiến chúng ta ngưỡng mộ và noi theo!

Việc hóa nước thành rượu tại một tiệc cưới, chữa lành bệnh rong huyết và những người phong hủi, gọi Lazarus từ kẻ chết sống lại, đều ẩn chứa sự mầu nhiệm. Vậy, cớ sao có một số người cố tình chỉ trích những công việc chữa lành và quyền phép mà Đức Chúa Trời đã bày tỏ qua Mục sư Tiến sĩ Jaerock Lee? Chúng ta có thể nào nói đến trăm năm Cơ đốc giáo Hàn Quốc mà không đề cập đến những việc chữa lành chăng?

Hội thánh Cơ Đốc Giáo mọc khắp nơi trên đất nước Hàn Quốc. Đây là quốc gia mà chúng ta có thể thấy người ta cùng nhau lớn tiếng cầu nguyện, họ run rẩy, nhảy múa trong khi ngợi khen và thờ phượng; nhiều bệnh ung thư được chữa lành tại núi cầu nguyện, trong những buổi cầu nguyện, nhiều người đang hấp hối được sống lại. Ngày nay, con số giáo sĩ truyền giáo hải ngoại của Hàn Quốc đã tăng lên đáng kể. Đọc sách của Mục sư Tiến sĩ

Jaerock Lee, một lần nữa tôi cảm nhận được rằng Hàn Quốc là một quốc gia được phước.

Ngày nay, khi nghe Mục sư Tiến sĩ Jaerock Lee rao giảng về nước "Thiên đàng", chúng ta không biết sứ điệp nầy sẽ kết thúc khi nào. Thông thường, người ta chia sẻ về sứ điệp nầy sau một vài tuần, họ sẽ không còn gì để nói. Nhưng Mục sư Tiến sĩ Jaerock Lee vẫn rao giảng một cách sống động và ngày càng mạch lạc chi tiết hơn. Vì ông đã nhận lãnh ân tứ tiên tri cũng như nhiều ân tứ khác, do vậy mà những bài giảng của ông cứ liên tục bày ra như tơ tằm ra từ những chiếc kén.

Như vua Solomon nói ẩn dụ trong Châm ngôn, sứ điệp của Mục sư Tiến sỹ Jaerock Lee được rao ra một cách êm dịu và dễ hiểu, lời tiên tri của Chúa được nói ra như tằm chín vàng đang nhả tơ (Châm ngôn 25:11).

Tháng hai, 2007
Yoorim Han
(người viết lời cho chương trình truyền hình)

Nội Dung

Chương 3
Sự Kêu Gọi Của Tôi

Chương 4
Sự Kêu Gọi Của Đức Chúa Trời

Nội Dung

Chương 5
Sự Khởi Đầu Của Hội Thánh

Chương 6
Sự Phát Triển Hội Thánh Và Những Thử Thách

Chương 7
Đức Chúa Trời Mở Rộng Bờ Cõi Chức Vụ

Chương 1

Tưởng Rằng
Đứa Bé Sơ Sinh
Bị Câm

Bố Mẹ Tôi Dạy Dỗ Tôi Về Nhân Đức và Công Chính

"Ối chà.... có lẽ đứa bé mới sinh nẩy bị câm. Tại sao nó không biết khóc nhỉ?" Khi sinh ra tôi không khóc, khiến bố mẹ tôi rất lo lắng, họ đã phát vào mông, nhưng tôi vẫn không khóc, tôi chỉ mỉm cười. Nghĩ rằng tôi bị câm nên cả gia đình đều rất buồn.

Sau khi dầm thấm trong ơn phước Chúa, có lần tôi tự hỏi tại sao khi mới sinh ra tôi không biết khóc. Có lẽ linh tính tôi biết rằng tôi sẽ có một cuộc đời đầy ơn phước của người hầu việc Đức Chúa Trời, đem sự cứu rỗi đến cho rất nhiều linh hồn. Tôi sinh ngày 20 tháng tư, 1943 (âm lịch). Tôi có 3 anh em trai và ba chị em gái, bố mẹ tôi là Chabeom Lee, và Gamjang Cho. Nơi tôi sinh ra là một làng quê nhỏ bé ở Haeje Myeon, Muan Goon, tỉnh Jeollanam-do. Bố tôi là một học giả Tung Hoa cổ điển, ông yêu thích âm nhạc và sự tao nhã. Trong thời kỳ Nhật cai trị Đại Hàn, bố tôi thường lui tới Nhật Bản để buôn bán, nhưng sau khi Hàn Quốc độc lập, ông đã thu xếp công việc làm ăn, đến cư ngụ tại một nơi yên tĩnh. Khi tôi lên ba, gia đình chuyển đến

Changsung, một ngôi làng tại Boon-hyang Ri, Nam Myeon, Changsung Goon. Đây là một ngôi làng biệt lập. Người ta nói rằng chỉ có nhà ông Chun mới ở đó được, nhưng gia đình tôi đã định cư tại đây khá dễ dàng.

Nhớ về bố khi tôi còn thơ ấu, ông tự cô lập với thế giới bên ngoài, chỉ biết ở nhà đọc sách. Thuở ấy, rất hiếm khi có khách ghé thăm. Khách đến, bố tôi thường ngâm vịnh những bài cổ thi, hoặc đối đáp nhau bằng nhạc Hoa cổ điển.

Bố mong muốn tôi trở nên người quyền thế

Ông thường bảo, "Nầy Jaerock, là đàn ông, con phải có lòng trung thực. Một ngày kia con sẽ trở thành người cao trọng trong thiên hạ." Tất cả các bậc cha mẹ đều mong muốn con cái mình trưởng thành, chính trực và thành công trong mọi việc. Tôi còn nhớ khi lớn lên, bố tôi cố gắng hun đúc trong tôi lương tri về những nguyên tắc đạo đức, còn mẹ tôi, luôn hy sinh cho gia đình.

Khi lên năm, bố tôi đã bắt đầu dạy tôi về "Những Đặc Điểm Ngàn năm Trung Hoa". Ông kể tôi nghe rất nhiều câu chuyện về những anh hùng xuất chúng. Khi nghe những chuyện kể từ "Ba Vương Triều" nói về Guan Yu, Zhang Fei, and Zhao Yun là những anh hùng đã liều mình cứu chúa Liu Bei, hay câu chuyện Zhu Ge Lian khiến gió thổi, tôi phấn khích đến vã mồ hôi. Bố tôi thường nói về những lời dạy dỗ của các bậc thông thái như Confucius và Mencius, và lòng trung thành của những bậc vĩ nhân. Câu chuyện về Mongju Jung người đã phụng sự vương triều Koryo (Mặc dầu định mệnh khiến nó phải bị diệt vong) văn biết rằng kết cuộc ông sẽ hy sinh tính mạng, và chuyện kể về Admiral Soonshin Lee người đã cứu tổ quốc khỏi bờ vực lâm nguy, đây là câu chuyện luôn khiến tôi cảm động mỗi lần được nghe đến. Chuyện kể về những bậc vĩ nhân đã quên mình để bảo vệ vương triều và ngai vị, chúng đã khắc sâu vào lòng tôi. Sau khi nghe những câu chuyện nầy, Tôi ấp ủ trong tâm trí rằng phải tôn kính bố mẹ, sống trung thực, báo đáp tất cả những ơn huệ đã nhận được trong quãng đời còn lại không vong ơn bội nghĩa, đổi lòng thay dạ giữa vời.

Giấc Mơ Trở Thành Đại Biểu Quốc Hội

Bước vào trường tiểu học, tôi nuôi mộng trở thành đại biểu quốc hội, bố tôi thường đưa tôi đi xem nhiều chiến dịch vận động tranh cử. Hai bố con đã từng đi bộ từ 10 đến 15 km để đến địa điểm chiến dịch. Ông đưa tôi đến xem những cuộc bầu cử ở hội đồng địa phương, những cuộc tổng tuyển cử, và những cuộc bầu cử tổng thống. Ông mong muốn nuôi dạy tôi trở thành nhà chính khách để làm việc lớn cho tổ quốc.

Lúc đó, Đảng Tự Do đang nắm quyền, rất nhiều người tham dự những cuộc diễn thuyết của nó. Tôi rất thán phục những xướng ngôn viên, họ giống những bậc vĩ nhân. Tôi từng nghĩ, "Khi lớn lên, tôi sẽ trở thành một trong những người đó..." Lắng nghe những bài diễn thuyết của những ứng cử viên, hàng ngày tôi ước mơ trở thành một thành viên trong quốc hội. Tôi tiếp tục ôm ấp giấc mơ nầy cho đến khi tôi bước vào trung học cơ sở và trung học phổ thông. Khi đó tôi tự đi đến nơi vận động để nghe những ứng cử viên diễn thuyết.

Trước khi vào trường tiểu học, các anh chị tôi đã dạy tôi học thuộc bảng cửu chương và bản chữ cái tiếng Hàn (Hangul), do đó việc đi học chẳng có gì thú vị đối với tôi. Tôi chỉ thích chơi đùa cùng bạn bè mỗi khi tan trường. Tôi thường tham gia những trò chơi có tính bạo lực, như đánh giặc, vật lộn, đá nhau. Lúc đó tôi rất khỏe, khá ngang nghạnh và kiêu ngạo. Tôi luôn chơi cho đến khi thắng cuộc. Tôi được mẹ cho dùng những loại thuốc bổ có nguồn gốc thảo dược đắt tiền, những thứ mà người dân quê lúc đó khó có được. Tôi được mẹ đặt biệt ưu ái, mỗi khi tôi theo bà ra đường, mấy người dân quê đứng tuổi thường nhìn diện mạo, rồi trầm trồ những câu đại loại như, "Cậu bé nầy có vẻ rất thông minh... Chắc sẽ có tương lai sáng lạng... Nhìn mặt cậu bé tôi đoan chắc nó sẽ trở nên người cao trọng trong tương lai..... Hãy nuôi dưỡng nó thật chu đáo!" Mẹ tôi rất hạnh phúc khi nghe những lời nhận xét như vậy. Thuở ấy mẹ tôi thường đến chùa dâng hiến gạo tiền và cầu nguyện chúc phúc cho gia đình.

Mẹ Tôi Hết Lòng Cầu Khẩn

Thường khi nửa đêm, mẹ tôi tắm rửa, thay bộ đồ Hanbok trắng (trang phục truyền thống của Hàn Quốc), bước ra sân, đặt một chén nước trong lên giá, rồi cầu khẩn với các vì sao. Tôi thường cố thức chờ đến khi bà trở lại. Nhiều đêm mẹ tôi cầu nguyện lâu hơn thường lệ, tôi nhìn bà qua khe cửa sổ cho đến khi ngủ thiếp.

Có khi tôi hỏi, "Tại sao mẹ cầu khẩn nhiều như vậy?" Mẹ tôi trả lời, " Nhờ sự cầu khẩn của mẹ với ông Sao Gấu mà anh con được bình an trở về từ Cuộc Chiến Triều Tiên, và cũng chính nhờ sự cầu khẩn hết lòng của mẹ mà con được khôn lớn khỏe mạnh." Nhưng về sau, khi tôi lâm bệnh và kéo dài nhiều năm, mẹ tôi đã dâng lời cầu khẩn lên các vì sao hầu cho tôi được khỏe mạnh, nhưng lời cầu cầu khẩn của mẹ không có kết quả nữa. Khi bà nghe tôi được chữa lành hoàn toàn ngay tức thời bởi quyền phép Đức Chúa Trời, mẹ tôi bắt đầu đi lễ nhà thờ. "Từ lâu, tôi đã dâng lời cầu khẩn lên các vì sao và Buddha, nhưng các vị ấy không chữa lành được con tôi. Vì con tôi được chữa lành tại hội thánh, tôi sẽ đến hội thánh." Sau khi nói ra điều đó, mẹ tôi vứt bỏ hết thần tượng, và trở thành tín đồ trung tín, chỉ hầu việc duy Đức Chúa Trời.

Sự Giáo Dục Nghiêm Khắc Của Bố Mẹ Tôi

Là con út, tôi có thiên hướng vâng phục, do vậy tôi được bố mẹ rất mực yêu quý. Ông bà rất nghiêm khắc với việc dạy dỗ và kỉ luật đối với mọi khía cạnh của cuộc sống. Anh chị em tôi được bố mẹ dạy dỗ không chỉ những điều cơ bản về những quan hệ giữa con người mà còn dạy về những nghi thức lịch thiệp thông thường, đi đứng, ăn nói, trang phục đúng cách, việc ăn uống, cách cầm thìa, cách ngủ dậy đều có phép tắc. Bố mẹ tôi dạy rằng, khi nói không nên cao giọng, không được ngắt lời người khác, không được nhìn vào mắt người lớn khi họ đang nói chuyện với mình, không ồn ào khi có người hàng xóm ghé thăm, khi có hành khất đến nhà thì phải bố thí bằng mọi giá . . . Bố mẹ cũng dạy chúng tôi làm việc thiện và nhẫn nại. Nhờ cách dạy dỗ nầy mà cả khi chưa biết Chúa, tôi cũng đã sống đúng lương tri, người ta thường nói đến tôi như 'một con người không cần luật pháp.' Sau khi tin nhận Chúa, tôi nghĩ rằng chính nhờ cách dạy dỗ nghiêm khắc của bố mẹ mà tôi dễ dàng nói "Amen" và phục tùng theo mạng lệnh của Đức Chúa Trời.

Là một học giả của trường phái cổ điển Trung Hoa, bố tôi uyên thâm về diện mạo con người, cách phán đoán tính cách qua những nét đặc trưng tự nhiên của họ, và xem chỉ tay. Ông đã từng nói tiên tri một cách chính xác những sự kiện sẽ xảy đến cho đất nước cũng như nhiều sự việc sẽ đến với làng mình. Ông từng nói với tôi rằng, "Con sẽ trở thành một người cao trọng. Mọi thứ có vẻ tốt, nhưng đường số mệnh con hơi ngắn và xấu ở giữa, con bị đoản mệnh. Nhưng có một đường nhỏ rất đẹp nối với đường số mệnh của con, nếu con sống qua tuổi 30, con sẽ trở thành nguồn ơn phước cho nhiều người."

Bố rất vui khi xem diện mạo và chỉ tay của tôi. Ông nói rằng tôi có thể yếu mạng, nhưng nếu qua khỏi tuổi 30, tôi sẽ đi khắp nơi trên thế giới và được nhiều người mến mộ. Năm 30 tuổi, tôi bị lâm trọng bệnh. Nhiều lần thấy mình đứng trước cửa tử thần và không biết ngày mai có còn sống không. Trong tình cảnh đó, tôi không còn lòng dạ nào mơ đến việc trở thành người quyền thế nữa. Bố tôi nghĩ rằng tôi sẽ chết sớm, ông cố gắng dạy dỗ và chu cấp cho tôi những thứ thiết yếu nhất. Mẹ tôi cũng hết mình vì tôi và cả nhà.

Tai Nạn Tại Trường Tiểu Học

Thuở nhỏ, tôi rất khỏe mạnh. Vì là con út, tôi rất được mẹ yêu, bà nuôi dưỡng tôi bằng đủ loại chất bổ dưỡng có nguồn gốc từ thảo dược. Nên tôi thường khỏe hơn bọn trẻ cùng tuổi. Hồi đó, tôi đã đoạt nhiều huân chương đô vật của Hàn Quốc, người ta thường gọi tôi là "Người hùng." Bọn trẻ vây quanh tôi và xem tôi như thủ lĩnh chúng. Vì ảnh hưởng bởi tinh thần cuộc chiến Triều Tiên, tôi cùng đồng bạn thường chơi những trò chơi bạo lực. Chúng tôi thích đánh trận, đấu kiếm, đá nhau, vật lộn, và chơi trò "Sabi" – giam giữ đối phương, bắt phải phục tùng. Trong trò chơi vật lộn, bọn trẻ tranh chiến nhau, mỗi khi bị bắt, chúng phải đưa tay lên xin hàng. Có lần tôi bị ngất xỉu vì không chịu đầu hàng. Bất kỳ cuộc tranh chiến nào, tôi cũng quyết đấu cho đến thắng cuộc để làm thỏa mãn tính ngang ngạnh và kiêu ngạo của mình. Một ngày nọ trong năm lớp 4, tôi chơi cùng một anh bạn trung học, tôi bị thương nơi xương hông. Lúc đó vì không đủ tiền nhập viện, bố mẹ điều trị cho tôi bằng thuốc nam và chờ được lành. Nhưng cứ đến mùa hè, tôi lại nghe đau nhói bên hông nơi bị thương, tôi bị khó thở, và không thể chạy nhảy được. Vì chẳng có một liệu pháp đặc trị nào, bố tôi phải dùng hai con rắn độc ngâm rượu và cho tôi uống hàng ngày vào buổi sáng và tối. Đó là cách mà tôi đã biết uống rượu từ khi còn trẻ.

Một lần khác trong năm học lớp 4, trường tôi có một thầy giáo với biệt danh; "Thầy Điên." Tôi cùng bạn bè đang chơi trò vật lộn "Sabi" trên sân trường, người thầy đó tưởng chúng tôi đánh nhau. Ông gọi chúng tôi lên phòng giáo viên để la mắng và đánh đập. Sau đó ông bắt chúng tôi phải tát nhau mỗi đứa 20 lần. Vừa bị thầy đánh, vừa bị bạn đánh. Mặt tôi sưng vù, một màng nhĩ bị vỡ. Tôi bị chảy mũ tai và sinh ra loạn thính giác. Về sau, người thầy đó bị nhà trường sa thải, nhưng tôi vẫn tiếp tục chịu đau đớn với hậu quả của sự việc đó.

Thời Niên Thiếu Của Tôi

Tôi rất nhút nhát và rụt rè. Năm 1959, tôi tốt nghiệp trung học cơ sở tại thành phố Kwanguji và sang Seoul để học trung học phổ thông. Tôi ở nhà chị tại Shindang Dong, Seongdong Gu, Seoul Hàn Quốc. Một lần trong năm cuối cấp, tôi vắng học hơn 40 ngày vì bị bệnh. Lúc đang trên giường bệnh, có một người lạ mặt đến chia sẻ phúc âm cứu rỗi và bảo tôi tin nhận Chúa Cứu thế. Tôi nghĩ, "Người nầy mới ngốc làm sao! Chúa Trời mà ông ta nói đến đang ở đâu? Dẫu sao tôi cũng sẽ không tin Chúa Jêsus, nhưng nếu có tin chăng nữa, tôi cũng không thể đi chia sẻ về phúc âm như vậy được? Tôi rất ngại việc đó."

Tôi thấy hổ thẹn cho mấy người cứ đi nói với người khác về Chúa Jêsus. Là người ngoại đạo, bản tính nhút nhát rụt rè, tôi nghĩ, "Một lý do khác khiến tôi không thể tin Chúa được, vì tôi không muốn phải đi truyền bá phúc âm như vậy." Bố tôi, người am hiểu về diện mạo theo trường phái Trung Hoa cổ, từng bảo rằng, "Bản tính của con nhút nhát đến mức không thể hỏi mượn

Trung học cơ sở

Trung học phổ thông

ai dù chỉ là một đấu muối." Dù người dân quê lúc đó nghèo thật, nhưng muối chẳng phải là thứ hiếm. Ông nói vậy, có nghĩa rằng tôi là loại người có cá tính không muốn dựa dẫm, hoặc làm phiền người khác.

Hồi còn ở tiểu học, tôi luôn chậm trễ tiền học phí. Vì mỗi khi nhận giấy báo, tôi thấy rất ngại khi phải mang nó đến trước bố mẹ. Cho đến khi bị thầy giáo gọi lên khiển trách và yêu cầu mời phụ huynh – khi đó tôi mới cho mẹ xem giấy, vừa xem giấy là bà cho tiền ngay. Tôi vẫn biết điều nầy, nhưng việc xin tiền bố mẹ đối với tôi thật là một việc làm khó khăn. Tính tôi nhút nhát là vậy. Về sau, bản tính nầy cũng đã ảnh hưởng đến chức vụ của tôi.

Mưu Đồ Tự Sát Sau Khi Bị Mất Trí Nhớ

Việc học hành của tôi trong những năm trung học phổ thông gặp nhiều khó khăn vì phải nghỉ học nhiều do sức khỏe kém. Tôi lấy việc thi đỗ vào trường Đại Học kỹ thuật Quốc Gia Seoul làm mục tiêu. Hàng ngày tôi dùng thuốc kích thích để tỉnh táo và học cho thật nhiều. Nhưng sau một thời gian, tôi bị quen thuốc và phải uống tăng liều. Sau đó tôi mắc phải triệu chứng nghiện thuốc, và phải sử dụng thường xuyên. Phai thuốc, tôi rơi vào trạng thái lơ mơ, không thể tập trung được. Mỗi ngày tôi chỉ ngủ bốn tiếng, tôi thường xuyên đến Thư viện Quốc Gia để nghiên cứu, nơi mà bây giờ là cửa hàng bách hóa Lotte. Sau một năm học hành như vậy, tôi đủ tự tin có khả năng thi đỗ vào trường Đại Học Kỹ Thuật Quốc Gia Seoul.

Tháng 11 năm 1962, khi kỳ thi đang đến gần, tôi nhận ra rằng mình đã bị mất trí nhớ. Trong giờ giải lao, lúc đang đọc báo, bất ngờ tôi không thể nhớ nổi tên của tổng thống Hàn Quốc bấy giờ, Tiến Sĩ Synman Rhee. Nghiêm trọng hơn, tôi không thể nhớ nổi một từ tiếng Anh hay một công thức toán học nào, những thứ mà tôi đã cố gắng cật lực để học. Tôi đã quên bẵng. Đây không phải là nan đề tạm thời. Tôi cố nhớ lại những gì đã vất vả học được, nhưng chẳng nhớ được gì dẫu chỉ là điều tối thiểu. Trong chốc lát, tôi thấy mình rơi vào vực thẳm không đáy. Tương lai bế tắc, tôi đứng trên vực thẳm thất vọng. Với bản tính rụt rè nhút nhát, tôi phải dành thêm một năm cho việc học thi đầu vào, và bấy giờ đã bị bỏ rơi với trí nhớ trống không.

Làm sao tôi có thể nhìn mặt bố mẹ sau tất cả sự chu cấp và những khó khăn mà họ đã hi sinh vì tôi? Tôi quá xấu hổ và không muốn sống nữa. Tôi quyết định tự sát và bắt đầu tìm mua những viên thuốc ngủ của Mỹ từ nhiều quầy thuốc. Tôi nghe nói đây là loại thuốc mạnh nhất và có tác dụng nhanh nhất. Hồi đó, tôi thuê nhà ở gần nhà chị và ăn uống cùng gia đình.

Đêm hôm ấy tôi nói với chị, "Tối nay em sang nhà bạn để cùng học, chị ăn trước, đừng chờ em nhé."

Chị tôi gật đầu và chẳng hề hay biết gì đến mưu đồ của tôi. Thu dọn đồ đạc xong, tôi ngồi xuống viết lá thư cuối cùng để lại cho bố mẹ và các anh chị, khóa chặt cửa, nhốt mình bên trong, lấy thuốc uống và trùm mền nằm. Sau một lúc tôi trở nên bất tỉnh. Nhưng tôi nghe bên tai có giọng nói, "Kết thúc đời nầy là khởi đầu của đời sau."

Anh rể và anh trai tôi có một sạp vải tại chợ Dongdaemoon. Thường ngày đóng cửa tiệm lúc 10 giờ tối, kiểm tra lại một số công việc, họ về đến nhà khoảng nửa đêm. Nhưng hôm ấy thật lạ, cả hai anh đều muốn về sớm.

Anh trai tôi nói với anh rể, "Tối nay em muốn về sớm."

"Vậy sao? Anh cũng muốn về sớm," anh rể tôi trả lời.

Thường ngày, anh tôi về thẳng nhà chị, vì không muốn làm phiền việc học hành tôi, nên anh hiếm khi ghé sang, hôm ấy thật đặc biệt, vì một lý do gì đó anh muốn gặp tôi.

Anh hỏi "Jaerock đi đâu rồi nhỉ?" "Nó bảo sang nhà bạn để học," chị tôi trả lời. Anh lặng lẽ đến phòng tôi. Nhìn cửa khóa, anh có cảm giác về một điều tồi tệ đang xảy ra. Phá cửa bước vào phòng thấy tôi như một xác chết lạnh cứng. Anh trai tôi nói, "Hãy đưa đi súc ruột, nó có thể còn sống." Hai anh vội vã đưa tôi đến bệnh viện, nhưng bác sĩ cho biết khả năng sống sót là rất thấp, vì đã uống quá nhiều thuốc. Sau đó mấy ngày, tôi tỉnh lại. Khả năng trí nhớ nhỏ nhoi còn lại của tôi cũng đã mất do ảnh hưởng của hậu quả này. Đến một năm sau, trí nhớ của tôi vẫn chưa hồi phục. Nhưng sau một lần cố sức học hành nữa, tháng ba năm 1964, tôi đã thi đỗ vào trường Đại Học Kĩ Thuật Hanyang.

Hôn Nhân Và Thiên Mệnh Tôi

Đang học đại học, tôi trúng quân dịch, nhập ngũ ngày 29 tháng 10, 1964. Khi gần mãn hạn, có người thân giới thiệu cho tôi một người bạn tâm thư, người mà sẽ là vợ tôi sau nầy.

Tôi Bị Mất Toàn Bộ Tiền Thừa Kế

Tháng 5, 1967 tôi hoàn thành nghĩa vụ quân sự và được xuất ngũ. Nhưng có chuyện khó lường đang chờ tôi. Trước ngày nhập ngũ, bố mẹ gởi trước cho tôi tiền học phí học kỳ hai. Tôi đem khoảng tiền đó cho một người thân vay, anh ta hứa sẽ hoàn trả cả gốc lẫn lãi khi tôi mãn hạn quân dịch. Thế rồi gia đình anh ấy gặp rắc rối, nên tôi chẳng lấy lại được đồng nào. Khi biết được sự việc nầy, các anh đã cho lại tôi khoản tiền đã mất. Hoàn thành nghĩa vụ quân sự, tôi tìm gặp người bạn tâm thư, là vợ tôi bây giờ, Chúng tôi yêu nhau và hứa hôn.

Cô ấy là một thiếu nữ có cặp mắt to và sáng. Biết tôi có tiền, cô bèn đến hỏi mượn tạm một lúc. Nhưng cô ta không thể hoàn trả đúng hẹn. Nên tôi không sao đăng ký nhập học cho kỳ hai được, mà phải chờ đợi hàng nhiều tháng. Cuối cùng tôi quyết định về quê để thưa việc cùng bố mẹ. Tôi nói, "Con sẽ kết hôn sớm, vậy, xin bố mẹ cho trước con số tiền thừa kế để con lo việc cưới hỏi. Vợ hứa hôn của con là thợ làm tóc, chúng con sẽ mở một dịch vụ thẩm mỹ để sinh sống. Phần còn lại, con sẽ gởi ngân hàng và để dành lãi suất. Con tiếp tục công việc học hành với tiền học bổng. Sau khi tốt nghiệp, con sang Hoa Kỳ để học bằng tiến sĩ." Tôi nói về tương lai mình như đang trình bày một bản phát thảo chi tiết để thuyết phục bố mẹ. Ông bà chẳng biết nói gì hơn ngoài việc lắng nghe con trai mình, với một chút miễn cưỡng, họ đưa cho tôi số tiền thừa kế đó. Mang số tiền khá lớn nầy, tôi trở lại Seoul với giấc mơ tươi đẹp về tương lai. Nhưng rồi những việc sai trái bắt đầu xảy đến. Tôi và hôn thê hẹn gặp nhau tại Ga Seoul. Nhưng nàng không đến. Suốt một tuần chẳng có tin tức về nàng.

Chị tôi gọi đến và hỏi, "Nghe em nhận tiền thừa kế rồi! Em gởi ngân hàng lãi suất bao nhiêu? Chị có một người bạn thân đang làm chủ một công ty thương mại, nếu em đầu tư vào đó thì sẽ có lãi lớn. Chị sẽ bảo đảm cho em, em chẳng phải lo lắng gì." Tôi ngây thơ lắng nghe chị khuyên bảo. Và do không có tin tức gì về hôn thê của tôi, nên tôi thuê một căn nhà và khoảng tiền còn lại tôi đưa hết cho chị.

Sau đó vài ngày, vị hôn thê tôi xuất hiện. Gia đình nàng không đồng ý cho kết hôn với tôi, suốt thời gian đó nàng cố gắng thuyết phục họ. Cuối cùng, nàng cũng tự sát bằng thuốc ngủ. Nhờ kịp thời đưa đi bệnh viện nên nàng được cứu sống, và vừa mới được xuất viện.

Một thời gian sau, chị tôi gởi cho tôi hai tháng lãi suất từ số tiền chị nhận của tôi, và sau đó mất liên lạc. Tôi gọi đến nói với chị, "Em phải nộp tiền học phí cho học kỳ đến, chị làm ơn lấy lại tiền cho em." Chị không trả lời. Sau ngày đầu năm, tôi sang chị hỏi tiền để tiếp tục công việc học hành. Tôi thấy chị đang gặp nan đề. Chị bảo, "Tưởng rằng bạn của chị, kẻ mà chị cho vay tiền, là người đang điều hành một công ty thương mại, nhưng hóa ra cô ta là người buôn lậu. Nó đã bị bắt, hiện nay đang ngồi trong nhà giam. Chị không biết làm sao để lấy lại tiền." Tôi nghe rất thất vọng. Tôi tự hỏi, "Thật kinh khủng làm sao! Ngay cả việc tốt nghiệp đại học tôi cũng chưa xong! Bây giờ thì tai họa gì nữa đây?" Như vậy, chỉ trong khoảnh khắc tôi đã mất hết tiền thừa kế, chị tôi không thể hoàn trả tôi số tiền đó. Tôi quyết định tìm việc làm để kiếm tiền tham gia lớp học đêm. Tôi làm ký giả cho một tờ báo, tháng giêng năm 1968, tôi cùng vị hôn thê tổ chức đám cưới.

Tôi Đã Uống Một Cách Bạt Mạng

Sau đám cưới, tháng 3 năm 1968, vào một ngày Chủ Nhật, chúng tôi tổ chức tiệc mừng tân gia. Chúng tôi mua 40 chai whisky từ Dongdaemoon cùng nhiều thức uống khác do bạn bè mang đến để chuẩn bị cho bữa tiệc. Buổi sáng, tôi tiếp bạn đồng nghiệp, buổi chiều tiếp bạn Seoul, buổi tối, tôi dành cho bạn bè ở quê. Tôi chè chén đến nửa đêm. Biết được tửu lượng của mình rất cao, nên tôi chẳng từ chối một ly nào từ phía các bạn mời. Riêng tôi đã uống ít nhất 7 chai wisky. Do uống quá nhiều rượu mạnh, dạ dày tôi bị ảnh hưởng nghiêm trọng. Sau khi tiễn hết khách về, đêm rất khuya, tôi đi nằm với cảm giác dễ chịu về một bữa tiệc thành công.

Trong lúc đóng vai trò của một phóng viên nhà báo

Bất chợt, trần nhà bắt đầu đổ nhào và quay tròn. Các bóng điện và mọi thứ cũng bắt đầu nghiêng ngã và chao đảo. Kế đến, tôi nôn mửa. Tôi mửa tưởng chừng như lộn ruột ra ngoài. Vợ tôi vội chạy đi mua thuốc, nhưng chưa nuốt đến nơi tôi đã mửa sạch. Thậm chí tôi không thể uống được nước trong. Tôi bị đau đớn dữ dội. Từ hôm ấy, tôi không thể ăn uống bình thường. Tôi bị rối loạn dạ dày và không tiêu hóa được. Tôi đã sử dụng rất nhiều thuốc, kể cả các loại thuốc nam. Nhưng mọi thứ đều vô hiệu. Hai vợ chồng tôi nghĩ rằng có lẽ sau một thời gian rồi mọi việc sẽ ổn. Càng về sau, tình hình càng tồi tệ hơn. Thân thể tôi bắt đầu trở nên rối loạn.

Cố Gắng Để Được Khỏi Bệnh

Tôi phải nghỉ việc. Đi khắp các bệnh viện để chẩn đoán, sử dụng hầu như không thiếu loại thuốc nào. Nhưng ngoài bệnh loét dạ dày, các bác sĩ cũng không tìm ra được bệnh nào đặc biệt hơn. Thế rồi tôi liên tục sút cân, và mắc phải nhiều biến chứng. Ba, bốn năm sau, tất cả các bộ phận trên cơ thể tôi trở nên yếu ớt. Tôi như một "Cửa hàng bệnh hoạn tổng hợp di động." Hễ nghe ai nói thuốc gì tốt là tôi đều dùng thử. Tôi đau đớn và ngứa ngáy khắp mình, mùa hè thì bị mụn nước, mùa đông thì bị phát cước. Phong chàm nổi lên khắp người; mỗi buổi sáng, mấy chỗ sưng đều mưng mủ và chảy ra đóng thành lớp vảy cứng. Bệnh ozena làm cho đầu tôi lúc nào cũng thấy nặng nề. Mũi tôi nghẹt cứng, khả năng trí nhớ của tôi ngày càng tệ thêm.

Tôi còn mắc phải chứng bạch cầu. Lúc đầu như viên bi nhỏ ở cổ, sau lớn dần như quả nho. Nó khiến tôi không thể ngoáy cổ dễ dàng được. Bác sĩ đông y bảo rằng ông không thể cho tôi một loại thuốc đặc trị được, vì tôi đã sử dụng quá nhiều dược phẩm. Không chỉ đau đớn vì bệnh viêm bạch cầu, mà tôi còn phải chịu rất nhiều chứng khác, như: Suy nhược thần kinh, mất ngủ, chàm bội nhiễm, thiếu máu, nhiễm trùng trung nhĩ và nhiều cơ quan nội tạng, kể cả dạ dày, ruột non, ruột già, tất cả đều rối loạn chức năng.

Tôi Thử Cả Đến Việc Đổi Tên Mình

Vợ tôi chạy chữa cho tôi với đủ thứ thuốc men kể cả những phương thuốc cổ truyền. Sau nhiều năm nỗ lực chạy chữa, nhưng cả thảy đều không tác dụng, nhà tôi quay sang với mê tín dị đoan, vì nghe rằng, "Chị nên mời phù thủy đến để đuổi tà. Anh ấy có thể được lành." Có người nói, "Chị nên mời thầy tu đến để đuổi quỷ." Nhà tôi tìm đến những thầy tu có tiếng và cũng thử vài chước trừ tà theo sự mách bảo của họ. Cuối cùng, chúng tôi thử đến cả việc đổi tên mình. Một vài người bảo rằng nếu chúng tôi đổi tên, thì định mệnh cũng có thể thay đổi. Chúng tôi nghe có lý. Lúc ấy, kế bên trung tâm liên hiệp nội các chính phủ, có rất nhiều văn phòng chuyên đặt tên. Sáng sớm, chúng tôi tìm đến "Văn Phòng Bongsoo Kim Naming." Chúng tôi phải chờ từ sáng đến trưa mới gặp được ông ta. "Tên của ông xấu lắm. Tại sao ông không đổi tên?" Từ đó chúng tôi sử dụng mấy danh xưng họ trao cho chúng tôi, nhưng chẳng ích gì.

Nỗi Thống Khổ Của Một Kẻ Bệnh Hoạn

Với bản tính rất nhút nhát, tôi cố che dấu sự bệnh hoạn của thân thể - ngay cả đối với vợ mình. Khi gia đình tôi cứ mỗi ngày lún sâu trong tình cảnh nợ nần, tôi không thể khoanh tay ngồi nhìn. Tôi đi hết nơi nầy đến nơi khác để tìm việc làm. Nhưng do nặng tai, tôi rất khó tìm việc. không thể nghe được điện thoại khiến tôi gặp rất nhiều khó khăn trong công việc. Tôi phải tìm một công việc rất tự do. Thế là tôi đi bán những chiếc bàn mini. Tôi bán dạo dọc đường, do nhút nhát, tôi không thể rao to, "Mua bàn không!" Sau nhiều ngày bán hàng ế ẩm, dần dần tôi lấy lại tự tin và tiếp tục công việc.

Một ngày nọ trong năm 1972, khi đang trên đường bán hàng dạo, bất chợt tôi cảm thấy đôi chân tê buốt và nhức thấu xương. Tôi gởi hàng ở một nơi gần đó để đón xe buýt về nhà. Từ đó, tôi nằm liệt giường. Tôi đã mắc bệnh thấp khớp. Mỗi bước tôi đi là mỗi cơn đau buốt xương, và chẳng bao lâu, tôi phải chống gậy. Tuy nhiên, nỗi đau thể xác không thể sánh với nỗi đau tinh thần. Thính giác kém khiến tôi rất buồn tủi. Một màng nhĩ của tôi đã bị vỡ, do tai nạn hồi còn ở tiểu học, như tôi đã nói trước đây. Và do ảnh hưởng của những liều thuốc nặng đô, mà tôi đã sử dụng suốt 5, 6 năm, tai còn lại cũng không nghe rõ. Nếu gặp lúc ồn ào, thì bất luận tôi cố gắng hết sức để nhìn môi họ, tôi cũng không sao hiểu nổi người ta đang nói gì. Tôi không muốn gia đình biết mình đang bị điếc. Tôi rất sợ bị gọi là 'tàn tật.' Khi người ta nói chuyện với tôi, những lời đáp lại của tôi thường không ăn nhằm vào đâu, hoặc tôi chẳng đáp lại, vì cớ tôi chẳng nghe được gì, mặt tôi đỏ bừng vì xấu hổ và cảm giác về sự kém cỏi.

Nhà tôi phải vất vả chăm sóc tôi và cố sức trả lãi cho khoảng nợ chúng tôi vay. Do thuê những nơi ở rẻ tiền nhất, chúng tôi phải liên tục chuyển nhà. Chúng tôi chuyển từ Ah-hyeong Dong đến Kimpo, đến Sangdo Dong, đến Chongno, đến Dooksum, và nhiều nơi khác. Nhiều khi thấy thất vọng vô cùng, chúng tôi đã ở nhờ nhà mẹ vợ, hoặc nhà chị vợ. Cuối cùng, sau khi đi lòng vòng, chúng tôi định cư tại một làng quê miền núi ở Keumho Dong. Nhà chúng tôi trông giống một đống gạch. Ra khỏi cửa trước, chúng ta có thể nhìn thấy sông Han từ xa.

Nhạc mẫu tôi nay đã qua đời, bà đã từng khóc rất nhiều vì tôi. Bà đưa tôi đi bệnh viện, đến thầy thuốc đông y để châm cứu hoặc điều trị bằng thuốc nam. Vì không tự đi được, mỗi lần đi khám bệnh, bạn bè tôi phải cõng tôi xuống núi, rồi cùng nhạc mẫu đón xe đi. Trên đường khám bệnh về, bà thường mua rượu cho tôi – có lẽ bà thấy thật đáng thương cho tôi. "Nầy con, mẹ biết con đang đau đớn, hãy uống tí rượu cho vui . . ."

Nhà Tôi Trong Tình Trạng Tuyệt Vọng

Nhà tôi chạy đôn đáo mượn tiền lo thuốc men cho tôi. Trong khi nợ nần chúng tôi chồng chất như tuyết phủ. Khi gặp cảnh nghẹt nghèo túng quẫn, nhà tôi chạy đến bất cứ người thân nào trong gia đình để mượn tiền. Sau đó lo trả lãi suất quá hạn từ chỗ nợ vay, còn đồng nào thì lo thuốc men cho tôi. Chẳng bao lâu, tôi trở thành một con người tệ hại dưới cái nhìn của gia đình phía vợ, vì tôi chẳng đảm trách nổi vai trò của một người chồng – chu cấp đầy đủ cho gia đình. Nhưng tôi đã đặt con gái út, được yêu quý nhất nhà của họ vào cảnh cơ cực. Tôi lâm bệnh ngay sau khi kết hôn, thậm chí những năm mới cưới của chúng tôi cũng chẳng có gì vui vẻ như những cặp vợ chồng mới cưới khác. Nhà tôi bị đẩy vào vị trí phải đảm trách hai vai trò; vừa kiếm sống vừa chăm sóc gia đình. Nàng phải tần tảo kiếm sống và nuôi hai con gái nhỏ. Nàng như kiệt sức, cái bản tính một thời dịu dàng, tử tế của nàng giờ đã trở nên cộc cằn thô lỗ, nó như bị khô cứng bởi trách nhiệm gia đình đè nặng lên nàng.

Nàng chăm sóc tôi suốt 5, 6 năm trời, với hy vọng canh cánh bên lòng rằng tôi sẽ sớm khởi bệnh, nhưng bệnh trạng tôi mỗi ngày trở nên tệ hơn, khiến nàng không sao cưỡng nổi thất vọng. Là người hơi nóng nảy, mỗi lần có chuyện buồn lòng, nàng thu dọn đồ đạc rồi bỏ về nhà bố mẹ . . .

"Tôi không cần tình. Tôi cần tiền ngay bây giờ. Hãy đi kiếm tiền!" Nàng phải trả nợ cho những kẻ cho vay nặng lãi. Mỗi lần bị nợ nần dồn ép, không chịu nổi, nàng thường bỏ nhà đi và thốt lên rằng tôi không thể cáng đáng nổi công việc gia đình nầy nữa. Nhưng rồi cứ sau mấy ngày, thì nàng lại trở về.

Một hôm, nhờ sự giúp đỡ của chị mình, nhà tôi mở một quán rượu nhỏ bên chợ Keumho Dong. Nhờ giỏi việc nấu nướng, nên khách rất đông. Nàng đi sớm về khuya, thường về đến nhà lúc nửa đêm với thể trạng mệt mỏi và kiệt sức. Nàng cố gắng làm lụng hầu cho có thể trả được bao nhiêu nợ tốt bấy nhiêu. Mỗi khi về đến nhà thấy tôi nằm trên giường bệnh, nàng mất hết hy vọng, rồi trở nên cáu ghét ngay cả với những việc nhỏ nhặt. Hai con gái nhỏ của tôi bị mọi người lãng quên. Từ khi nhà tôi mở tiệm chăm sóc sắc đẹp, tôi đã vất chăm nom bé gái đầu Miyoung, và bé thứ hai Mikyoung, lúc đó chúng tôi ở với mẹ tại nhà tại nhà anh trai.

"Con bé này giống bố làm sao ấy?"

Phải chăng con bé giống hệt ông bố bệnh hoạn nầy? Vì gia cảnh, Mikyoung cũng chẳng nhận được mấy chút tình yêu từ bố mẹ. Thỉnh thoảng, sang nhà anh trai, tôi thấy con bé đang chơi với một miếng giẻ trong miệng, tôi rất đau lòng. Nhưng đành vậy, tôi không thể mang con bé về để chăm sóc được. Sự đau đớn xâm chiếm lòng tôi. Hồi đó, tôi bị chứng loạn thần kinh, nên rất nhạy cảm với những việc cỏn con. Nếu nhà tôi có lời nào chạm đến lòng tự ái, tranh cãi sẽ nổ ra, nhà tôi đòi li dị, rồi lại thu xếp đồ đạt chạy về nhà bố mẹ.

"Vậy em còn chần chờ làm gì? Anh nghĩ em nên li dị vì cả hai mục đích."

Gia đình phía vợ đến chỉ trích và buộc tội tôi vì đã lớn tiếng, làm cho cả xóm đều nghe. Tôi đỏ mặt vì giận và bối rối. Nhà tôi trở về, nói rằng, "Tôi về để thăm con gái, chứ không phải thăm anh. Nếu anh khỏe mạnh, tôi đã li dị anh rồi. Tôi muốn li dị ngay bây giờ, nhưng e rằng người ta sẽ chê trách tôi đã ruồng bỏ chồng trong lúc ốm đau. Vậy, không phải bây giờ!"

Tình Cốt Nhục Tiêu Tan

Năm 1972, nhìn lại chính mình, tôi thấy khắp người phủ đầy những bệnh hoạn bất trị. Vì đã sử dụng quá nhiều dược phẩm có nồng cao, từ thuốc tiêm cho đến thuốc viên đều không còn tác dụng đối với cơ thể tôi nữa. Bố mẹ, anh chị, và người thân bắt đầu xa lánh tôi. Nhà tôi cũng tìm cách tránh né. Ngay cả người mẹ 70 tuổi cũng từ bỏ tôi. Sang thăm, bà thấy đứa con trai bà nằm liệt giường, bà đã khóc trong đắng cay chua xót, nghĩ rằng tôi đã vô phương cứu chữa.

"Oh! Oh! Con chết mau đi cho khỏe. Thà con chết mẹ thấy vinh dự hơn"

Hoàn cảnh của tôi thật bi đát và kinh khủng làm sao! Đến nỗi người mẹ yêu quí nhất cũng muốn tôi chết để bà cảm thấy vinh dự hơn. Tôi từng nghĩ; cho dù mọi người có ngoảnh mặt, nhưng mẹ chẳng bao giờ lìa bỏ tôi. Lúc bấy giờ tôi nhận ra rằng tình yêu của loài người chỉ là phù du. Nếu gặp hoàn cảnh không như ý muốn, tình yêu sẽ đổi thay.

Nỗi đau đớn của tôi đến chính người sinh ra mình cũng không hiểu thấu, thì làm sao anh em tôi có thể hiểu được? Một hôm anh tôi ghé thăm đương lúc say rượu, nói rằng muốn an ủi tôi. Nhưng thay vì làm tôi dễ chịu, lời lẽ của anh khiến tôi càng đau đớn hơn.

Mưu Đồ Tự Sát Lần Thứ Hai Thất Bại

Tôi như con chim non vùng vẫy một cách tuyệt vọng trên đôi cánh bé nhỏ gắng sức để được sống sót, nhưng mọi thứ trở nên vô vọng. Lúc đầu, khi nhà tôi gói ghém đồ đạt bỏ về nhà bố mẹ nàng, tôi sang bên ấy để đưa nàng trở về. Nhưng khi sự việc tái diễn, nghĩ đến sự khinh chê của nhà vợ, tôi không còn đủ can đảm sang bên ấy nữa. Mỗi lần nghĩ đến tương lai của hai con gái mình, ý chí được sống sót trào dâng như nước nguồn, nhưng khi đối diện với bức tường nghiệt ngã của thực tế, tôi cảm thấy bất lực. Nghĩ rằng mình không sao thoát khỏi bóng thần chết, một lần nữa tôi gom góp thuốc ngủ, mưu đồ kết liễu cuộc đời cùng khốn nầy càng sớm càng tốt. Những đau đớn của bệnh trạng thật quá đủ cho tôi, nhưng còn tệ hại hơn như thế, đó là người vợ của tôi. Nàng không còn tử tế nữa, mà chỉ biết làm tôi tổn thương. Tôi mất hết ý chí và không muốn sống nữa. Tôi nghĩ, nếu chết có lẽ tốt hơn là việc sang bên ấy để đưa vợ về. Nghĩ vậy, tôi sử dụng 20 viên thuốc ngủ đã tích góp được. Hôm ấy, vợ tôi ở nhà bố mẹ nàng. Nhà tôi cảm thấy rất bồn chồn và không sao ngủ được. Tâm trí nàng cứ hiện ra những suy nghĩ về một điều sai quấy đang xảy ra tại nhà mình. Nỗi lo lắng cứ tăng lên, nàng đón taxi chạy thẳng về nhà thì thấy tôi đang chết. Nàng vội vã đưa tôi đến bệnh viện để cấp cứu. "Tôi không thể tự kết liễu đời mình theo cách tôi muốn. Tôi không nên cố ý phạm tội tự sát nữa." Khi tỉnh lại trong bệnh viện, nghĩ đến hai lần cố ý tự sát không thành, tôi cảm nhận một quyền năng cao siêu đang ở giữa đời sống tôi. Tôi quyết định sẽ không bao phạm tội tự sát nữa.

Thịt Mèo Được Cho Là Có Thể Trị Bệnh Thấp Khớp

Thỉnh thoảng, thể trạng tôi khá hơn chút ít, tôi đi lại với chiếc gậy. Nhưng nhiều khi đau quá, tôi nằm bất động. Phải có người đổ nước tiểu cho tôi. Nhà tôi nghe nói mèo có thể trị được bệnh thấp khớp, nên đã đi mua khắp các chợ, từ Sungdong Ku đến Dongdaemoon và chợ Joongbu. Nhà tôi đem về nấu cho tôi ăn. Đôi khi, nếu làm không kĩ, mùi của nó nghe phát ớn đến mức tôi thà chết còn hơn ăn nó.

Nghe bất kỳ món gì có thể dùng được cho tôi, mẹ và vợ tôi đều mang về. Họ nấu rếp, hèm rượu, và vỏ cây sơn cho tôi. Họ còn cho tôi uống cả mật gấu, mật chó. Thậm chí đến cả nọc rắn. Cuộc tranh chiến chống lại bệnh hoạn của tôi cứ vẫn tiếp tục. Nghe nói loại thuốc trị bệnh hủi của Đức là một loại thuốc độc. Vì khắp người tôi đầy ghẻ và bệnh ngoài da, đau đớn quá, tôi dùng luôn cả loại thuốc nầy, hy vọng sẽ trị được bệnh, nhưng kết quả thật bi đát.

Mười Lăm Ngày Uống Nước Phẩn

Tôi đã sử dụng đủ thứ thuốc men, điều trị y học, liệu pháp

dân gian, thuốc nam, thậm chí cả yêu thuật, nhưng sức khỏe tôi ngày càng giảm sút trầm trọng như đang sa xuống vực thẳm không đáy.

Có người bảo tôi, "Nầy, Jaerock, có một bác sĩ rất tên tuổi đã đến phố. Hãy đến chỗ ông ấy để chẩn đoán xem."

Tôi nghe lời bạn bè và đã đến gặp bác sĩ đó. Sau khi bắt mạch và khám bệnh, ông ta nói rằng, "Thật kỳ lạ rằng anh vẫn còn sống. Các động mạch của anh có vẻ như đang đập nhưng thực ra chúng không hoạt động. Anh còn sống quả là một điều kỳ lạ. Bệnh của anh vô phương cứu chữa. Hồi còn trẻ, anh chơi nhiều môn thể thao khắc nghiệt lắm phải không? Và trong những hoạt động đó anh đã bị tổn thương rất nhiều? Người anh đầy những vết tích và máu bầm, nhiều tế bào làm nghẽn mạch, hoặc bị thoát mạch, khắp cả người anh. Đó là nguyên nhân bệnh hoạn của anh."

"Thật vậy sao? Có phương thuốc nào không?"

"Trong nhà ga tàu hỏa ở miền quê, có nhiều cầu tiêu công cộng. Cứt phân ở đáy những cầu tiêu đó đã được phân hủy hơn mười năm. Xúc ra, đem về uống với một cốc bia mỗi lần, ngày ba lần, trong mười lăm ngày. Sau đó tất cả những vết bầm do sự thoát mạch gây ra sẽ biến hết, sức khỏe anh sẽ được phục hồi."

Sau đó, ông chỉ dẫn tôi cách lấy nước phẩn. Tôi phải dùng lá thông bện vào vào miệng một chiếc bình để làm phễu lọc, rồi buộc một hòn đá vào, thòng xuống toilet. Nước cứt chui vào bình qua phễu lọc. Tôi hứa rằng nếu uống loại thuốc nầy mà khỏi bệnh, tôi sẽ trả cho ông ta một số tiền xứng đáng. Hai vợ chồng tôi vô cùng phấn khởi nghĩ rằng đây là phương thuốc tuyệt chiêu, chúng tôi vội vàng đi đến nhà ga ở miền quê, vừa đi vừa nhảy múa vui mừng. Mẹ tôi nghe nói về cách thức lấy loại thuốc nầy, bà đã thức suốt đêm để chắt lọc nó vào chiếc tô đẹp, rồi ân cần mang đến cho tôi.

Suốt 15 ngày, tôi đã uống nước phẩn theo đúng chỉ dẫn, không bỏ sót một lượt nào. Dẫu chỉ nuốt một ngụm cũng đã cực kỳ khó khăn với cái mùi kinh khủng của nó, nhưng sự thôi thúc bởi khao khát được khỏi bệnh, tôi đã dùng cọng rơm để uống, tranh thủ đánh răng, rồi mẹ đưa cho tôi một miếng kẹo. Nhưng cái mùi đó cứ lưu lại trong cổ họng. Sau 15 ngày, tôi nhận thấy thuốc nầy chẳng có tác dụng gì.

"Thưa mẹ, nếu con chết, con muốn trở về Seoul để an nghỉ ở đó."

Chương 2

Quả Thật Đức Chúa Trời Là Đấng Hiện Hữu!

Khi Cánh Hoa Cuối Cùng Rơi, Đời Tôi Cũng Hết

Chị Gái Tôi Dụng Cách Nói Phúc Âm Cho Tôi

Phương thuốc cuối cùng, niềm hy vọng sau cuối của chúng tôi chấm dứt trong vô vọng, vợ chồng tôi trở lại Seoul với nỗi đau tuyệt vọng. Hy vọng duy nhất còn lại cho tôi là được chết thật nhanh, tôi nằm dài trông ngày tháng dần qua. Hàng ngày tôi đọc tiểu thuyết và uống rượu bên bếp than. Trong căn nhà đơn, nhỏ bé, với bầu rượu, những chén thuốc, và những cuốn sách mượn về vung vãi khắp nơi.

Chị thứ hai tôi là người tin Chúa duy nhất trong gia đình. Hồi nhỏ, sau một cơn sốt nặng, một mắt của chị bị mất thị lực. Chị lập gia đình với một thanh niên làng bên, và đã sinh được ba trai hai gái. Một ngày nọ, chị được nghe nói về Phúc-âm, và chị đã tin nhận Chúa, trở nên người có đời sống tin kính. Mẹ và các anh tôi cho rằng chị là người cuồng tín, và chẳng muốn chị đi nhà thờ. "Con khổ nhọc với công việc đồng áng, thứ gì cũng dành cho hội thánh. Ngay cả Chủ Nhật cũng nghỉ làm để đi nhà thờ. Con sẽ không bao giờ thoát khỏi cảnh nghèo. Chừng nào thì con có thể giàu được?" Ngay cả khi mẹ tôi có vẻ xem thường như vậy, chị vẫn mỉm cười và nói, "Thưa mẹ, tin Chúa Jêsus thật là một niềm vui lớn. Tại sao mẹ không đi nhà thờ với con luôn nhỉ?"

Vào những ngày Chủ Nhật, chị dậy sớm lo công việc nội trợ, rồi đi nhà thờ. Chị lau chùi bục giảng và phục vụ trong hội thánh. Mỗi khi có hoa trái đầu mùa, hoặc của ngon, chị đều kín đáo mang đến nhà mục sư, chị chẳng khoe khoang với ai. Chị thích được phục vụ những người hầu việc Chúa theo cách như vậy.

Chị siêng năng tham dự những buổi truyền giảng phục hưng và hết lòng tìm kiếm Chúa. Ngay cả chiếc nhẫn vàng, được xem là của quý thời đó, chị cũng đem làm của dâng hiến.

"Đức Chúa Trời đã ban cho chị niềm tin quý như vàng ròng. Cho dù thời gian có qua đi, nhưng niềm tin đó sẽ không bao giờ phai."

Từ thuở nhỏ, chị là người tôi yêu quí nhất. Hồi còn học ở Seoul, mỗi khi có cơ hội, tôi đều sang nhà chị. Và hễ có cơ hội là chị tranh thủ chia sẻ phúc âm cho tôi. Ngay sau khi tôi bị ngã bệnh, chị cảm thấy rất hối tiếc. Chị luôn thúc giục tôi đi nhà thờ, chị bảo, "Em trai, nếu em đến nhà thờ, Đức Chúa Trời sẽ chữa lành em, em sẽ khỏe mạnh trở lại."

"Ôi chị ơi, đừng nói vớ vẩn nữa. Chúng ta đang sống trong thời đại mà người ta lái phi thuyền lên mặt trăng. Đức Chúa Trời ở đâu trong thế giới nầy? Nếu Ngài hiện đang sống, thì Ngài ở đâu." Nhiều lần chị hối thúc tôi tin nhận Chúa, nhưng tôi rất bướng bỉnh, khăng khăng đòi chị phải chứng minh về sự tồn tại của Ngài.

Khi Cánh Hoa Cuối cùng rơi, Đời Tôi Cũng Hết

Tôi thấy mình giống nhân vật nữ trong một tiểu thuyết nổi tiếng. Nàng nằm chờ đợi trong thất vọng miên man, tương lai bế tắc. Nàng tin rằng một ngày kia khi chiếc lá cuối cùng trên một cành cây nhà bên bị cuốn đi theo gió, thì đời nàng sẽ chấm dứt. Tôi cũng đang sống trong nỗi thất vọng triền miên, không có hy vọng gì cho ngày mai.

Vào tháng 4, năm 1974 đỗ quyên hồng và hoa chuông vàng nhuộm kín cả các sườn đồi và cánh đồng miền quê. Chúng tỏa hương ngào ngạt khắp nơi. Nhưng sự sống của tôi đang lụi tàn, mỗi hơi thở như đang kéo tôi đến gần với tử thần hơn.

"Vào thời điểm nầy trong năm, cảnh vật đang tràn đầy sức sống. Nhưng đời tôi như chiếc lá cuối cùng treo lơ lửng, đang chờ ngày lìa cành?"

Chẳng ai còn muốn nhìn thấy tôi nữa. Tôi chẳng ăn được gì, lúc nầy, chỉ còn rượu là người bạn duy nhất để cùng nhau nấn ná qua ngày. Bố mẹ, các anh, các chị vắng bóng dần. Tôi chẳng còn trông mong được ai viếng thăm nữa. Một hôm, tôi nghe có tiếng gõ cửa. Đó là chị tôi, người tôi yêu quý nhất.

"Ôi chị, ngọn gió nào đưa chị đến Seoul nầy? Vào đây chị!"

"Chị có việc ở Seoul."

Lúc nầy là thời điểm bận rộn nhất của công việc đồng áng, nên tôi rất ngạc nhiên và vui sướng được gặp chị.

Chị Nhờ Tôi Dẫn Đường

"Nầy em, làm ơn giúp chị một việc nhé. Có một nơi, từ lâu lắm rồi, chị muốn đến thăm. Hãy đưa chị đến đó."

"Chị muốn nhờ em thật sao? Chị biết em không thể bước đi được mà." "Chị biết. Nhưng chị rất muốn đến nơi đó, nên chị phải nhờ đến em."

Lúc đầu, tôi lấy cớ đau yếu để từ chối. Nhưng chị cứ tha thiết nài nỉ đến nỗi tôi cảm thấy khó chịu, cuối cùng tôi phải nhận lời đi cùng chị.

Nơi chị muốn đến là một chiến dịch chữa lành do Mục sư quản nhiệm Shin-ae Hyun chỉ đạo. Bà có tiếng về ân tứ chữa lành siêu nhiên. Chị tôi luôn cầu nguyện và tìm cách đưa tôi đến hội thánh, nơi mà sau nầy tôi và Mục sư Shin-ae Hyun quen biết nhau. Chị biết rằng nếu thúc giục tôi đến hội thánh để được chữa lành, chắc tôi sẽ từ chối. Trong lúc cầu nguyện, Chúa hướng dẫn chị đưa tôi đến hội thánh bằng cách nhờ tôi chỉ đường, thật khôn khéo.

Trước Khi Tin Nhận Chúa

Vì được dạy dỗ bởi học thuyết Đắc-uyn ở trường, tôi trở nên người theo chủ nghĩa vô thần. Tôi mạnh dạn nói rằng chẳng có thần linh, ma quỷ gì hết. Nhưng thực ra, trong thâm tâm, tôi không thể chối bỏ sự tồn tại của Đức Chúa Trời. Cân nhắc nhiều lẽ, tôi không thể nghĩ rằng chết là hết. Tự lòng mình, tôi nhận biết về sự tồn tại của Đức Chúa Trời, là Đấng Tạo Hóa. Tôi nghĩ, "Nếu quả thật có Chúa Trời, thì có lẽ có địa ngục, giống như cái mà tôi đã có lần thấy trong phim. Vậy, sau khi chết tôi sẽ ra sao?"

Vì lòng tôi biết có Đức Chúa Trời, nên tôi phải nghĩ đến cuộc sống đời sau. Từ sâu kín trong lòng, tôi thấy sợ hãi địa ngục. Nên trước khi tin nhận Chúa, tôi đã cố sống nhân đức và công chính.

Vì Chị tôi đã chẳng bảo tôi đi đến hội thánh để được cầu nguyện chữa lành, nhưng chỉ nhờ tôi dẫn đường đến một điểm nhóm của những người tin Chúa, nên tôi nhận lời chị. Ngày 17, tháng tư năm 1974, chị dậy thật sớm để chuẩn bị mọi việc sẵn sàng, bảo rằng phải đi sớm để được ngồi phía trước. Đây là lần đầu, sau một thời gian khá lâu, tôi được ra khỏi nhà. Hồi còn ở Keumho Dong, nơi phố núi, việc leo dốc đối với tôi thật là khó khăn, nên cũng khá lâu rồi. Chúng tôi đón xe buýt đi Seodaemoon, đến hội thánh bà Mục sư Seodaemoon.

Phải Chăng Mọi Người Ở Đây Bị Khùng?

Mặc dù lúc bấy giờ cả hai tai đều không nghe rõ. Chúng tôi phải lên tầng ba vì tầng hai đã đông người. Cầu thang được làm hơi nghiêng để thuận tiện cho những người tàn tật, nhưng phải đi gậy nên khó khăn lắm tôi mới theo kịp chị.

Có lẽ đã đến lúc nhóm cầu nguyện. Mọi người quanh tôi đưa tay lên và kêu la rất lớn. Tôi chưa bao giờ nhìn thấy cảnh thế nầy, nên chẳng biết phải làm gì, tôi cứ nhìn quanh. Sau đó thấy chị mình đang quỳ gối cầu nguyện, hai tay đưa cao và run rẩy.

Mọi người có vẻ như khùng, kể cả bà chị tôi. Tôi thấy hơi ngượng, mặt tôi đỏ lên. Tôi chỉ muốn chuồn khỏi nơi nầy. Nhưng mỗi lúc một đông người đến ngồi xuống phía sau, nên rất khó để tôi ra khỏi. Tôi muốn ra ngoài ngay, nhưng không thể. Tôi không thể bỏ chị về một mình! Tôi chưa từng thấy ai cầu nguyện như vậy – huống chi là nguyên cả một nhóm – tôi thấy rất bối rối khi nhìn mọi người đưa tay lên vừa run rẩy vừa la lớn trong lúc cầu nguyện. Nhưng không thể về một mình được, tôi đành phải ở lại.

Tôi nghĩ mình cũng có thể quỳ xuống. Tôi quỳ gối và nhắm mắt. Thình lình, tôi nghe lưng mình đẫm mồ hôi, và bắt đầu rơi xuống. Đó là một ngày mùa xuân, trời không nóng. Người tôi gầy nhom – hầu như chỉ có nắm da bọc xương – nên việc đổ mồ hôi thể nẩy đối với tôi là điều khó xảy ra. Thật lạ lùng, tôi nghĩ, "Chắc tôi quá bối rối và ngượng ngùng, nên đổ nhiều mồ hôi như vậy!"

Sau đó không lâu, tôi nhận biết rằng vào cái ngày tôi quỳ xuống, Đức Chúa Trời đã dùng lửa Thánh Linh thiêu đốt mọi bệnh hoạn trong tôi. Từ xa, chỗ bục giảng, bà Mục sư Shin-ae Hyun, trong trang phục trắng, đang giảng một cách say sưa. Người ta nói rất lớn tiếng, nhưng tôi chẳng nghe rõ điều gì. Đôi khi có thể nghe một vài từ. "Thật là thú vị biết dường nào nếu tôi có thể nghe rõ những gì quý bà kia đang nói!" Tôi nghĩ vậy.

Sau khi mồ hôi ướt đẫm (thật ra, tôi đã được Đức Thánh Linh đụng chạm) lòng tôi cũng được thay đổi. Tôi khao khát nghe được sứ điệp mà bà mục sư Shin-ae Hyun đang rao giảng. Chị tôi bảo, "Tại sao em không lên để được cầu nguyện như mọi người?"

Sau bài thuyết giảng, mặt chị tôi sáng ngời, chị giục tôi bước lên để được cầu nguyện. Nghe lời chị, tôi bước lên – chen vào giữa hai dãy người – đến chỗ bà mục sư đang ngồi.

Những chiếc loa phóng thanh từ phía những lời chứng được chữa lành qua cầu nguyện vẫn tiếp tục. Tôi có thể nghe tiếng được tiếng mất, có người nói, tôi nhận được "Lửa Thánh Linh" và được chữa lành khi được bà Mục sư Shin-ae Hyun đặt tay cầu nguyện.

"Ắt hẳn họ đã được chữa lành qua sự cầu nguyện.Thật khó tin."

Bà Mục sư Shin-ae Hyun dùng tay vỗ lên đầu và lưng từng người, một vỗ trên đầu và một trên lưng, rồi đẩy sang một bên. Chỉ có vậy. Bà vỗ lên đầu và trên lưng tôi và đẩy qua như những người khác. Tôi nghĩ, "Bà làm như mọi người là trẻ con! Có lẽ bà đang lừa họ." Chắc do đông người quá, bà không thể cầu nguyện cho từng người được, nên làm vậy cho qua chuyện, tôi thấy bị xúc phạm.

Lúc đó tôi nhớ lại thời còn ở tiểu học, có người phụ nữ ở Jung-eup được người ta cho là có ơn chữa lành. Vì công việc của bà ta được đăng trên tờ nhật báo, nên có rất nhiều người kéo đến Jung-eup. Cháu trai tôi có bệnh chảy mủ tai, cũng đã tham dự một trong những buổi chữa lành của bà. Khoảng 15 ngày sau, bà ta bị bắt về tội lừa đảo. Một số tờ nhật báo đã đăng tin châm biếm về chuyện nầy. Tôi nghi rằng người nầy cũng đang lừa gạt người ta, giống như người nữ ở ở Jung –eup đã từng làm. Như thể trong mơ, tôi thấy mình đang ở dưới cầu thang.

"Thật là một điều kỳ lạ! Tôi đã xuống khỏi cầu thang mà chẳng thấy đau đớn hay khó khăn gì."

Tôi Nghe Được! Tôi Có Thể Nghe Được!

Chị gái tôi vô cùng vui sướng như thể đã đạt được điều chị khao khát. Chúng tôi lên xe buýt. Thình lình tôi nghe những tiếng lớn như tiếng sấm. Tôi nghĩ, "Lạ thật! Sao tai mình có thể nghe được những tiếng động như vậy nhỉ?

Khi đến chợ Keumho, tôi xuống xe và những tiếng sấm đó không còn nữa. Chào tạm biệt chị, tôi ghé vào quán bar, nơi nhà tôi đang bán. Ở đây có nhiều thức ăn, kể cả các món thịt. Trong quán, tôi có thể nghe tiếng trò chuyện của những người đang ăn uống. Tôi vui sướng đến mức đã đấm tay xuống bàn.

"Tôi có thể nghe! Tôi có thể nghe được!"

Nhà tôi ngạc nhiên hỏi, "Chuyện gì vậy, anh có thể nghe được? Anh nghe được gì, mà làm sao anh nghe được?"
"Anh có thể nghe rất rõ những gì quý khách nầy đang nói với

nhau. Mình ơi, anh đói. Em mang cho anh một ít thức ăn nhé?

"Anh bảo em làm gì? Bụng anh sẽ không tiêu được rồi phát ban khắp người!"

"Anh không sao. Anh thấy ổn và sẵn sàng cho việc tiêu hóa thức ăn. Đừng lo, cứ mang thức ăn cho anh."

Nhà tôi mang thức ăn đến, thoáng cái, tôi đã ăn xong. Thường ngày, tôi chỉ ăn được ít cơm, thật là một sự thay đổi lạ lùng. Tôi cảm nhận rằng sự tiêu hóa của mình rất tốt. Thì ra tôi đã ổn.

Một Phép Lạ Hiển Nhiên!

Sáng hôm sau, vừa thức dậy tôi bước ngay vào nhà tắm như thường ngày để làm công việc đầu tiên của buổi sáng. Tôi dùng que cuốn bông hấp làm sạch mủ tai. Tôi không muốn nhà tôi phải nhìn thấy và lo lắng. Tôi cố gắng lau sạch mủ như mọi hôm, nhưng chẳng có gì. Tai tôi đã sạch. Lạ lùng hơn nữa, do bệnh thiếu máu, nên mỗi lần thức dậy tôi phải vươn vai hít thở một lúc trước khi vào phòng tắm. Nhưng hôm ấy, vừa thức dậy, tôi bước ngay vào nhà tắm. không những thế, do bệnh viêm khớp nên mủ thường rỉ ra trên mu bàn tay, khủy tay, đầu gối, mắc cá và các chỗ xương khớp khác. Nhưng hôm đó, mủ trắng đã biến thành những lớp vảy đen.

"Tôi Không Sao Hiểu Nổi. Thật Lạ Lùng!"

Bất ngờ, tim tôi đập thình thịch. Tôi sung sướng chạy vào phòng. Cởi quần áo, tôi thận trọng xem xét lại thân thể mình. Tôi bị viêm bạch hầu, khi ngủ, phải nằm nghiêng. Nhưng cái bứu nhỏ như hạt nho nằm ở tuyến bạch huyết đã biến mất. Thú vị hơn, khi nhớ lại sự việc đã xảy ra hồi còn bệnh. Vào mùa đông tôi luôn có sẵn nước nóng trên bếp. Sáng sớm, tôi thường vào đó cúi xuống để lấy một ít. Bình nước lúc ấy chỉ có một nửa, lỗ thông gió bếp lò để trống, một luồng gió đưa một ôxy lớn vào bánh than. Nước sôi mạnh.

Khi cúi xuống để múc ít nước, hơi nóng phủ lên mặt. Tôi lách sang bên để tránh, nước sôi đổ lên người tôi. Hai cánh tay và ngực tôi bị bỏng. Về sau đã để lại trên thân thể tôi những vết thẹo xấu xí đáng sợ, nên tôi thường không muốn cởi áo. Thật là một phép lạ khó tin, những vết sẹo nầy đã biến mất. Thân thể tôi đã lành lặn hoàn toàn.

Lúc đó, tôi nhớ lại những gì xảy ra ngày hôm trước. Tôi có thể lên xuống cầu thang dễ dàng. Trên đường về, tôi nghe tiếng sấm. Tôi có thể nghe được khách hàng trong quán nhà tôi trò chuyện. Từ buổi sáng hôm đó tôi không còn chứng bệnh thiếu máu nữa. Không còn chảy mủ, những cơn đau nhức đầu gối cũng biến mất.

"Quả Thật Chúa Đã Chữa Lành Tôi Chăng?"

Đối diện với sự thật mà chính bản thân tôi cũng không thể tin nổi, thật quá ngạc nhiên. Không thuốc men, không phẫu thuật, không gì cả! Hơn mười chứng bệnh mà tôi đã điều trị một cách vô vọng với đủ thứ thuốc men và trị liệu y học đã được chữa lành ngay tức khắc!

"Quả Thật Đức Chúa Trời Là Đấng Hiện Hữu!"

Tôi thật là một kẻ ngốc, nhưng làm sao tôi có thể nghi ngờ được? Tôi quỳ xuống và đưa tay hướng về phía bầu trời.

"Lạy Chúa! Quả thật Ngài là Đấng hiện hữu! Làm sao Chúa đã chữa lành con ngay tắc khắc như vậy? Xin Chúa thứ tội cho con. Con đã bỏ ngoài tai những gì các nhà truyền đạo nói cho con biết khi họ thúc giục con tin nhận Ngài. Lạy Chúa, Ngài là Đấng hiện hữu, chính Ngài đã chữa lành con hoàn toàn!"

Tôi cố nghi ngờ bằng ý tưởng rằng đây chỉ là sự ngẫu nhiên, nhưng không thể được. Tôi thấy mình như đang bay bổng. Tôi vẫn không thể tin nổi sự thật nầy. Nghe tôi cầu nguyện, nhà tôi lúc đó đang ở ngoài bước vào và hết sức ngạc nhiên.

"Em ơi, lại đây xem nè. Chúa đã chữa lành anh rồi!"

Rất đỗi ngạc nhiên, nàng xem xét kĩ lưỡng khắp người tôi, rồi nàng cũng phải tin rằng tôi đã được Chúa chữa lành. Ôm chầm tôi trong niềm vui sướng tột độ, nhà tôi òa lên khóc. Chúng tôi khóc thật lâu. Tất cả những nỗi khổ đau tan biến hết, chúng tôi chìm ngập trong niềm vui và cảm tạ.

Đấng Chữa Lành Tôi

Ngay giây phút tôi quỳ gối tại nhà thờ, Đức Chúa Trời dùng lửa Thánh Linh chữa lành hoàn toàn mọi bệnh hoạn tôi. Trước khi bà Mục sư Shin-ae Hyun cầu nguyện cho tôi, Ngài đã chữa lành tôi bằng lửa Thánh Linh. Tôi là kẻ vô thần, chẳng tin vào Đức Chúa Trời. Tôi chẳng cầu xin sự chữa lành của Ngài, vậy mà tại sao Ngài đã chữa lành tôi? Tôi nghĩ rằng Chúa đã nhậm lời cầu nguyện của chị tôi. Chị đã kiên ăn và cầu nguyện rất nhiều cho tôi được cứu. Chúa cũng biết rằng một khi tôi biết Ngài là Đấng hiện hữu, tôi sẽ không thỏa hiệp với thế gian hay phản bội Ngài, mà chỉ biết vâng phục lời Ngài và yêu mến Ngài cho đến cuối cùng.

Ly Hôn Và Trở Về Của Nhà Tôi

Niềm Vui Trong Ba Tháng

Giống câu chuyện, "Chim Xanh May Mắn," Tôi thấy chim xanh may mắn đã đến với gia đình mình. Chúng tôi đến hội thánh gần nhà vào những ngày Chủ Nhật để thờ phượng, đó là thay đổi quan trọng nhất của gia đình tôi. Chúng tôi làm vậy như để đền đáp lại ơn huệ mà Đức Chúa Trời hằng sống đã chữa lành mình.

Nhưng món tiền nợ lớn vẫn còn đó, bao nhiêu khó khăn khác vẫn còn đó. Chúng tôi vẫn sung sướng và vui mừng. Lòng tôi tràn đầy sự cảm tạ vì đã được giải thoát khỏi đau đớn của bệnh hoạn. Tôi vui mừng vì hy vọng và nghĩ rằng tôi sẽ cố gắng làm việc, kiếm sống bằng chính khả năng mình.

Tôi cùng nhà tôi tính chuyện tương lai. Chỉ vài tháng nữa là tôi có thể đi làm trở lại vì tôi không đau bệnh gì nữa. Chúng tôi sẽ trả nợ và mở rộng cửa hàng. Sẽ cùng nhau làm việc chăm chỉ để kiếm thật nhiều tiền, rồi sẽ làm chủ một nhà hàng lớn. Vào thời điểm đó, tôi làm phụ tá cho một người thợ làm đồ lặn rất thạo nghề, nghĩ rằng tôi sẽ sớm bình phục sức khỏe. Lúc đầu, vừa mới làm một tí là tôi cảm thấy mệt lả người, nhưng cũng sớm khỏe lại. Tôi kiếm được ít tiền và tính chuyện tương lai. Chín mươi ngày sau khi được chữa lành, chúng tôi tổ chức sinh nhật của bố.

Tại Con Mà Con Trai Của Mẹ Bị Bệnh Sao?

Ngày 10 tháng 7, 1974, ngày sinh nhật bố tôi, tất cả các anh chị tôi tề tựu tại quê nhà. Tôi về trước vài hôm, nhà tôi vì công việc quán sá nên chỉ kịp về ngay đêm trước ngày sinh nhật bố.

Mặc dù không phải là chuyến trở về trong huy hoàng, nhưng tôi vui sướng vô cùng. Hồi về quê trong lúc bị bệnh, tôi tự nhốt mình trong phòng để tránh mắt mọi người. Tôi chỉ mua ít thuốc men rồi trở lại Seoul. Tôi không muốn những người xóm giềng nghĩ đến tôi như một kẻ tàn tật. Thật vui sướng làm sao, giờ đây tôi là người hoàn toàn khỏe mạnh!

Tôi làm chứng về Chúa và nói rằng, "Tôi đang chờ chết bởi quá nhiều căn bệnh bất trị. Nghe lời chị, tôi đến hội thánh bà Shin-ae Hyun và được chữa lành như thế nầy."

Tôi làm chứng rằng Đức Chúa Trời là Đấng chữa lành, Ngài đã đến và chữa lành tôi. Tôi chỉ biết chút ít về lời Chúa Trong Kinh Thánh, nhưng tôi làm chứng rằng quả thật, Đức Chúa Trời là Đấng hiện hữu, rồi chia sẻ niềm vui cùng bố mẹ và các anh chị.

Sau bữa trưa ngày sinh nhật bố, nhà tôi thu xếp để trở lại Seoul. Đang uống chia tay cùng các anh, tôi nghe có tiếng ồn ào bên ngoài. Một tiếng cửa đóng rất mạnh. Tôi nhìn ra, thấy nhà tôi với hành lý trên tay vừa chạy vừa nói: "Tôi sẽ ly dị." Chị tôi và chị dâu chạy theo giữ nhà tôi lại. Sự việc xảy ra là như thế nầy;

"Con gái của mẹ, vừa cưới nhau là chồng con ngã bệnh và phải khổ sở trăm điều. Nay là những ngày đẹp trời đang đến nếu các con cùng nhau làm việc chăm chỉ." Mẹ tôi vô cùng hạnh phúc về đứa con trai út, bà nghĩ rằng tôi có thể chết bất kỳ lúc nào, nay đã hoàn toàn khỏe mạnh. Nên bà đã tâm tình với con dâu mình như thế. Nhưng nhà tôi lại nghĩ rằng; nói vậy có nghĩa là tôi đã bị đau đớn, khổ sở là do nàng, mặt nàng trở nên tái ngắt.

"Có phải mẹ nói rằng con của mẹ ngã bệnh là do con không? Được rồi! Con sẽ đi khỏi nhà nầy. Con sẽ ly dị. Nhất định con sẽ ly dị!"

"Em gái à, có sự hiểu lầm ở đây. Em biết là mẹ không có ý như vậy mà!"

Nhà tôi vội vã bỏ chạy về Seoul. Tình hình trở nên căng thẳng, bữa tiệc đột nhiên trở nên nặng nề như đám tang. Mẹ tôi điên tiết. Bà bảo, "Tại con cưới nhằm một người vợ như vậy nên bệnh con không thể sớm khỏi nổi, hãy quên đi tất cả. Chúng ta đang có một bữa tối vui vẻ. Hãy ăn uống vui vẻ!"

"Quên được sao?" Tôi hỏi, "Làm thế nào mẹ có thể nói như vậy được. Sao con có thể quên dễ dàng như vậy được?"

Các anh chị cố an ủi tôi, nhưng những gì họ nói chỉ làm cho tình hình tệ hơn. Tôi giận đến mức đã chạy thẳng vào bếp, chộp lấy chai Soju uống hết chỉ một hơi.

Sự âm ỉ đó khiến bố tôi bị sốc. Mặc dù đã ngoài 70, nhưng ông vẫn khỏe mạnh và thị lực tốt. Ông vẫn còn có thể đọc sách Tàu và báo chí hàng ngày. Thế rồi sau vụ lộn xộn đó, bố tôi mất hẳn thị lực. Ông chẳng nhìn thấy được gì cho đến ngày qua đời. Cách xử sự trái lẽ mà tôi đã phạm phải trong lúc đó, dường như đối với bố là điều bất kính. Hành vi nầy khiến tôi phải đau đớn vô cùng, trọn đời tôi không sao quên được.

Theo cách nghĩ của nhà tôi, trong bảy năm trường nàng phải chịu thương khó với biết nhiêu khó khăn để chăm sóc người chồng bệnh hoạn và kiếm sống cho cả nhà. Nàng nghĩ rằng, mẹ chồng nói vậy là do nàng mà mọi việc đã xảy ra. Ắt hẳn là nàng đã thất vọng lắm. Nỗi đau mà nàng cảm nhận nhắc nhớ những chuỗi ngày kiệt sức và thất vọng trong bảy năm trường, nàng đã một mình chống chọi với vô vàn khắc nghiệt, không ai thấu hiểu để nàng tâm sự cùng, tâm trạng đó cứ bám giữ lấy nàng, khiến nàng khó lòng kiềm chế.

Sau Bốn Tháng Đau Lòng

Sáng hôm sau tôi cùng con gái lớn, Miyoung trở về Seoul. Tôi về nhà, rồi đến cửa hàng để tìm nhà tôi, nhưng không gặp. Hôm sau, nàng về nhưng đã trở thành một con người xa lạ.

Nàng bảo tôi, "Nầy, tôi sẽ ly dị anh. Chúng ta đã đề cập đến vấn đề nầy ở quê rồi. Hãy đi với tôi và ký đơn." Tôi cố thuyết phục để nàng thay đổi ý định, nhưng vô ích. Tôi phải về quê để làm theo yêu cầu của nàng.

Vì quê tôi là một thị trấn nhỏ, tin đồn lan ra khá nhanh. Tôi thấy rất xấu hổ và hối hận với bố mẹ, rất ngượng ngùng trước cái nhìn của xóm giềng. Tôi tranh thủ trở lại Seoul như thể chạy trốn. Tôi không nghĩ rằng nhà tôi có thể ly dị. Tôi vẫn chờ nàng trở về, sau nhiều ngày, nàng mang theo người nhà mình cùng về. Họ nói, "Nay vợ chồng các người đã bỏ nhau, chúng tôi đến lấy lại quà cưới. Chúng tôi cũng lấy lại tiền cổ phần cửa hàng ở chợ."

Vì trong khi đau bệnh, chúng tôi đã chuyển nhà 17 lần, nên những đồ gia dụng thông thường cũng chẳng có. Nhưng nhà tôi cùng anh em nàng vẫn thu gom mọi thứ do chính nàng mua sắm. Tôi thấy họ là những người thật đáng khinh. Chờ khi họ thu gom đồ đạt xong, tôi đến chợ Keumho Dong để lấy tiền cổ phần cửa hàng.

Chợ đông nghẹt người, lúc đó bé Miyoung lên năm tuổi dường như đã hiểu những gì đang xảy ra. Con bé nắm lấy vạt áo mẹ.

"Mẹ ở lại với con! Đừng bỏ con! Mẹ bỏ đi con sẽ chết mất!" Bé Miyoung khóc lóc và bám theo mẹ. Dép nó tuột khỏi chân. Nhưng nhà tôi lạnh lùng vuột khỏi tay nó.

"Bố, bà đó không còn là mẹ của con nữa. Con sẽ không gọi bà đó là mẹ nữa đâu. Bố đừng cho bà đó về nhà nữa." Từ nỗi sợ hãi trong lòng, miệng bé đã thốt ra những lời buốt giá như kim châm.

Lúc bấy giờ, tôi theo bạn bè học nghề xây dựng. Mặc dù không có nhà tôi ở cùng, tôi vẫn tham dự đầy đủ các buổi nhóm thờ phượng vào ngày Chủ nhật. Chuẩn bị cho việc đi nhà thờ vào Chủ nhật, từ tối thứ bảy, tôi bắt đầu kiêng rượu và thuốc lá, hầu cho ngày Chủ nhật đến nhà thờ tôi không gây khó chịu cho người khác bởi mùi rượu và thuốc lá từ miệng mình. Tôi cố gắng kiêng trọn một ngày, sau lễ buổi sáng và buổi tối, tôi trở về nhà và rượu thuốc bình thường.

Thậm chí lúc đó tôi chẳng biết cầu nguyện như thế nào, quỳ xuống, tôi lớn tiếng cầu nguyện rằng, "Lạy Chúa, Ngài biết mọi sự phải không? Con đã khỏe mạnh, bây giờ con có thể kiếm sống được rồi, sao mọi việc lại hóa ra thế nầy! Xin hãy khiến nhà con quay trở về. Con sẽ không để nhà con phải đau khổ nữa, con sẽ mang lại hạnh phúc cho nàng. Cầu xin Ngài khiến nhà con mau trở về và cho chúng con có một tổ ấm gia đình hạnh phúc."

Tôi tranh thủ ăn sáng thật sớm, mang bé Miyoung gởi bên nhà anh, rồi đi làm. Ngày nào cũng vậy, trên đường đi làm về tôi ghé qua nhà anh đón bé. Sau đó ít lâu, tôi phải đưa bé về quê gởi cho nội. Chẳng bao lâu sau, mẹ tôi gọi và nói cho tôi biết rằng bé Miyoung bị ung nhọt lở loét từ đầu đến chân, đến mức thuốc men không còn tác dụng nữa. Bé bị ung nhọt chảy nước khắp người, và có giòi trên da đầu. Bố mẹ tôi đưa bé đi bệnh viện, nhưng hầu như bé khó bề qua khỏi.

Ngay trong cơn mê, con bé cứ gọi tên và tìm mẹ nó. Người ta bảo tôi cho bé được gặp lại mẹ nó một lần trước khi lìa trần. Tôi quên băng việc đã chính thức ly hôn với nhà tôi, tôi đến nhà anh vợ ở Keumho Dong. May thay, mẹ vợ tôi cũng đang ở đó, tôi đem sự việc của bé kể với bà để xin phép được gặp nhà tôi. Nhưng họ trả lời hết sức lạnh lùng, "Cứ mặc nó. Nếu nó chết, thì sẽ tốt hơn cho anh để anh lấy vợ khác." Kết quả, bé Miyoung chẳng gặp được mẹ, tuy nhiên bé đã được sống sót.

Một cuộc Hôn Nhân Đang Sẵn Sàng

Tôi vùi mình trong khói thuốc và men rượu để quên đi sự đời tăm tối của mình. Bởi một lời của mẹ thôi mà nhà tôi đã bỏ đi. Tôi thất vọng quá! Tôi căm ghét người nhà phía vợ, vì họ đã thúc giục nàng ly dị tôi. Tôi phải uống để quên họ. Tôi đã từng cùng chị mình đầu tư một số tiền khá lớn vào một công việc làm ăn, nhưng do sai sót từ phía chị, chúng tôi đã bị mất trắng, tôi đến gặp chị hỏi mượn một ít tiền để khởi sự công việc mua bán. Nhưng rồi cả ngày tôi cứ nấn ná nơi quán rượu cho đến đồng tiền cuối cùng. Tôi không còn ý chí hay sức lực để tiếp tục sống nữa.

Gia đình tôi đã cố gắng sắp đặt một kế hoạch để cứu vớt tôi. Chị tôi thưa cùng mẹ, "Chúng ta nên sắp đặt để nó cưới vợ khác. Nếu cứ để vậy, thì nó lại như trước, sống mà như chết." Cuối cùng, mẹ tôi gọi điện bảo rằng; có một thiếu nữ rất hợp với tôi, bà yêu cầu tôi về quê để gặp người ấy. Tôi tin rằng, "Nhà tôi sẽ trở về. Tôi sẽ chẳng bao giờ sống với một người phụ nữ khác!" Tôi nghĩ, tình yêu tôi dành cho nhà tôi sẽ không bao giờ thay đổi, và tôi không nghĩ rằng mình có thể sống được với một người phụ nữ khác.

"Con trai, chỉ một lần thôi. Đây là hy vọng cuối cùng của mẹ," giọng mẹ tôi như van nài, tôi không thể từ chối được, chỉ một lần gặp người ấy thôi. Tôi quyết định khi đến gặp sẽ trao đổi một vài câu chào trịnh trọng là xong. Nhưng sự sắm sẵn của Chúa thật là thâm thúy!

Khi đến gặp người thiếu nữ ấy, tôi ngắm xem dung mạo của nàng, một thiếu nữ xinh đẹp mà lòng tôi đã từng khao khát.

Tôi thích màu áo trắng nàng đang mặc. Tóc nàng xỏa qua bờ vai xuống ngang lưng. Hình dung nàng ngồi đẹp tựa bức tranh. Tôi không thể tin vào mắt mình. Vì mẹ nàng là người rất mê tín, bà tin vào lời một người thầy bói đã nói rằng, để con bà được hạnh phúc, cô ta phải kết hôn với một người đàn ông đã từng lập gia đình. Đó là lý do bà đã sắp đặt cuộc gặp gỡ nầy. Chúng tôi thích nhau và cả hai gia đình nhanh chóng chuẩn bị tiến hành đám cưới.

Cho đến khi tôi gặp người thiếu nữ ấy, tôi đã từng chờ đợi nhà tôi trở về, và không bao giờ dòm ngó một người phụ nữ nào khác. Nhưng tôi đã đổi ý, không chung thủy nữa. Sự thay đổi đó cũng làm cho chính tôi bị bất ngờ. Ngày cưới đã được ấn định, chúng tôi trao đổi quà cho nhau. Sau đó, đột nhiên, nhà tôi đến. Nàng đã nghe chuyện tôi chuẩn bị đi bước nữa, nên muốn xem lại quan điểm và tấm lòng của tôi đối với nàng. Nhưng khi nhận ra rằng lòng tôi không còn ở bên nàng nữa và đã quyết định cưới một người phụ nữ khác, khiến nàng rất đỗi ngạc nhiên.

Tha Thứ Cho Nhà Tôi

Cho đến tận lúc đó, Nhà tôi vẫn kiên quyết tin rằng tình cảm của tôi với nàng sẽ chẳng bao giờ thay đổi, vì rằng tôi chẳng giống như người ta. Dường như nàng đã bị sốc khi hay tin tôi chuẩn bị cưới một thiếu nữ xinh đẹp. Nàng nhận ra rằng lòng tôi đã lìa khỏi nàng. Thế mà sáng sớm hôm sau, nàng lại đến với cả đồ đạt. Tôi đang ngủ trong nhà, bất ngờ nghe tiếng "uỵch" lên sàn. Nhà tôi mang đồ đạt trở về. Nhưng đã quá muộn rồi chăng? Tôi đã hứa hôn với người khác, tôi mang hành lý của nàng ném ra ngoài. Một cuộc lộn xộn nổi lên trong khi chúng tôi giằng co nhau, kẻ mang đổ vào người ném ra.

Tôi bảo nàng, "Tôi vô cùng căm ghét người nhà cô, tôi cảm thấy xấu hổ với gia đình mình về họ. Hơn nữa, chúng tôi đã sắp đặt ngày cưới và mọi việc đang sẵn sàng, rồi tôi biết ăn nói sao với gia đình cô ấy?"

"Em sẽ đến xin lỗi từng người cả hai phía gia đình bên anh và bên em. Từ nay về sau em sẽ vâng theo bất kỳ điều gì anh nói."

"Thậm chí nếu tôi tha thứ cho cô, thì bố mẹ và anh chị tôi cũng sẽ không đồng ý!"
Nhà tôi không chịu bỏ cuộc.

"Rồi mọi người sẽ tha thứ cho em. Em sẽ sống chết trong gia đình nầy."

Nhà tôi đã thay đổi một cách đáng ngạc nhiên, ngoan ngoãn như chiên con. Mặc dù tình cảm tôi dành cho nàng đã biến mất, nhưng nghĩ đến hai con gái tôi, nếu được chính mẹ đẻ chúng nuôi dưỡng chắc sẽ tốt hơn. Nghĩ vậy, tôi bằng lòng tha thứ cho nàng với một vài điều kiện. Nàng phải vâng lời tôi một cách vô điều kiện, nàng phải đến xin lỗi tất cả bà con và mọi người trong gia đình tôi. Tôi cũng yêu cầu người nhà nàng phải đến xin lỗi tôi. Cuối cùng, tôi đã chấp nhận người vợ cũ, sau 120 ngày nàng bỏ nhà ra đi, nay chúng tôi đoàn tụ trở lại.

Tôi thành thực đem chuyện nầy kể lại với mẹ của người thiếu nữ vừa mới hứa hôn ấy, và xin bà thấu hiểu cho. Không như mong đợi, bà đã hiểu rõ hoàn cảnh của tôi. Nhưng chỉ sau nầy tôi mới nhận ra rằng tất cả điều nầy là sự sắm sẵn của Chúa.

Tại Sao Nhà Tôi Phải Ly Dị?

Trong khi nhà tôi vừa kiếm sống vừa chăm sóc người chồng bệnh hoạn, nàng đã mất hết hy vọng. Trong thời gian đó, sự hiện thực và trái tim trong sáng của nàng đã không còn nữa, nàng trở nên con người rất thô thiển.

"Sống chết ở nơi quyền của lưỡi; kẻ ái mộ nó sẽ ăn bông trái của nó." (Châm Ngôn 18:21)

"Nhờ bông trái của miệng mình, người hưởng lấy sự lành; còn linh hồn kẻ gian ác sẽ ăn điều cường bạo. Kẻ canh giữ miệng mình, giữ được mạng sống mình; nhưng kẻ nào hở môi quá, bèn bị bại hoại." (Châm ngôn 13:2-3)

Nhà tôi biết rằng tôi yêu nàng với tấm lòng chân thật, mặc dù đã đôi lần bỏ nhà đi, rồi nàng cũng trở về. Chúng tôi rất hiểu tấm lòng thành thật của nhau. Trong khi người chồng bệnh hoạn của nàng mất hết hy vọng sống, nàng cũng chẳng nghĩ đến việc bỏ rơi. Tuy nhiên, do nàng cứ nói đi nói lại rằng; khi nào tôi khỏi bệnh nàng sẽ ly dị. Những lời tiêu cực đó đã trở thành cạm bẫy của Satan, nó hóa ra sự thật vào sinh nhật của bố tôi. Nếu chúng ta nói lời tiêu cực, kẻ thù chúng ta là ma quỷ sẽ buộc tội chúng ta tùy vào những gì chính miệng chúng ta nói ra, hầu cho Chúa của sự công bình cho phép điều đó xảy đến theo đúng luật lệ của lĩnh vực thiêng liêng. Nhà tôi đã không kiểm soát được tư tưởng và cách nghĩ của mình và đã dẫn đến ly dị tôi. Nhưng Đức Chúa Trời đã dẫn dắt chúng tôi đoàn tụ trở lại và điều nầy làm ích lợi cho mọi sự.

Chương 3

Sự Kêu Gọi
Của Tôi

Khởi Đầu Một Đời Sống Cơ Đố Nhân Đứng Đắn

Vào Mùa Phục Sinh Tôi Nhận Biết Mình Là Một Tội Nhân

Đức Chúa Trời thay đổi tính tình nhà tôi trở nên như một con chiên hiền lành. Trải qua một thời gian khá lâu sau cuộc hàn gắn hôn nhân, lần đầu tiên chúng tôi có một cuộc sống gia đình ấm êm hạnh phúc. Sau khi nhà tôi trở về, nàng đã hết mình phục vụ mọi người, với tấm lòng hối lỗi, nàng hết lòng tận tụy với gia đình. Nhưng Miyoung, con gái lớn tôi dứt khoát không chịu gọi nhà tôi bằng "Mẹ", con bé tỏ ra rất lạnh lùng. Nhà tôi đã khóc rất nhiều và cố gắng dỗ dành con bé để tâm trí nó trở lại như ban đầu. Ngày 25 tháng 11, năm 1974, theo lời đề nghị của chủ nhà tôi lúc đó, chúng tôi đến tham dự một buổi lễ phục sinh được tổ chức tại hội thánh Sungdong ở Oksu Dong. Vợ chồng tôi sốt sắng tham dự tất cả các lễ, từ lễ sớm, đến các lễ ban ngày, rồi đến các lễ tối. Mục sư Byeong-ho Park, thuộc Hội Thánh Phúc Âm

Thiêng Liêng Hàn Quốc làm diễn giả. Ông đã rao giảng sứ điệp có tựa đề, "Hãy Cho Tất Cả và Trở Thành Hành Khất." Ông làm chứng rằng hễ khi nào ông ban cho tất cả những gì ông có thể, Đức Chúa Trời ban lại cho ông những ân huệ lớn lao. Khi ông dâng hiến hết tài sản để xây dựng hội thánh, Đức Chúa Trời là Đấng biết mọi sự đã ban phước lại cho ông cách dư dật. Vợ chồng tôi ngồi ở ghế trước và nhận được rất nhiều ơn huệ. Qua sứ điệp, tôi học được rằng chúng tôi phải đọc Kinh Thánh, Jêsus Christ là Đấng Cứu Thế, tôi phải bỏ thuốc lá và bỏ rượu. Tôi cũng học biết được cách cầu nguyện, dâng hiến phần mười đúng cách, và những điều thiết yếu của một Cơ Đốc Nhân.

Tôi đã từng tự hào về bản thân vì mình luôn luôn cố gắng sống thiện lành. Nhiều người từng nói về tôi như một người "Không cần luật pháp." Tuy nhiên, lần đầu tiên dưới ánh sáng của Lời Đức Chúa Trời, tôi nhận biết mình là một tội nhân, tôi ăn năn và khóc rất nhiều. Tôi là người rất nhút nhát. Thật là điều không thể tưởng tượng được rằng sẽ xảy đến với tôi, đổ nước mắt, nước mũi trước mặt mọi người. Nhưng nó đã xảy ra bởi Chúa đụng chạm lòng tôi cách mạnh mẽ và Ngài đã ban ơn cho tôi.

Khởi Đầu Một Cuộc Sống Cơ Đốc Nhân Đúng Đắn

Vào ngày cuối của kỳ lễ Phục Sinh, tôi có lời hứa nguyện dâng hiến để xây dựng nhà thờ. Hồi đó tôi ở nhà thuê, tiền phải đặt cọc là 100,000 won (tương đương 100 US$). Lòng tôi tràn ngập sự cảm tạ ơn Chúa đến nỗi tôi muốn dâng cho Ngài tất cả những gì tôi có, nhưng tôi chẳng có gì để dâng. Lòng tôi khó chịu về điều nầy, cuối cùng tôi hứa dâng 300,000 won. Khi bàn với nhau, nhà tôi cũng ao ước trong lòng như vậy. Chúng tôi quyết định dâng hiến khoản tiền đó trong vòng 3 tháng.

Khi ngày hứa nguyện đến gần, nhưng chúng tôi vẫn chưa có tiền. Chúng tôi phải vay với lãi suất cao để dâng số tiền 300,000 won cho việc xây dựng nhà thờ theo đúng lời đã hứa. Mặc dù phải vay tiền với lãi suất cao, nhưng giữ đúng lời hứa với Chúa là điều rất quan trọng. Từ ngày vợ chồng tôi dự lễ Phục Sinh, chúng tôi bắt đầu một cuộc sống mẫu mực của Cơ Đốc Nhân. Lời Chúa đã dạy tôi dâng hiến phần mười cùng những của dâng cảm tạ khác. Tôi bỏ rượu, bỏ thuốc, và bắt đầu tham gia những buổi nhóm cầu nguyện lúc rạng đông. Vì làm nghề xây dựng, vào những ngày rảnh việc, sáng sớm, tôi lên núi để cầu nguyện. Lúc đó tôi chưa hiểu nhiều về lời Chúa để biết rằng việc kiêng ăn, kêu khóc trong lời cầu nguyện là làm theo ý Chúa. Tôi chỉ biết làm theo những gì đang thúc giục trong lòng.

Hãy Kêu Cầu Ta, Ta Sẽ Trả Lời Cho!

Vào một buổi sớm năm 1975, tôi lên núi chilbo ở Suwon. Trải mền lên một hòn đá, ở đó tôi cầu nguyện. Thình lình, có tiếng từ trời, tôi nghe rất rõ và đầy uy quyền; "Hãy xem Lu-ca 22:44!" Tôi nhanh chóng mở Kinh Thánh ra đọc.

"Trong cơn rất đau thương, Ngài cầu nguyện càng tha thiết, mồ hôi trở nên như giọt máu lớn rơi xuống đất."

Cầu nguyện tha thiết, hết lòng là cách cầu nguyện đẹp ý Chúa. Tôi đã cầu xin Chúa cho tôi hiểu câu Kinh Thánh mà

Ngài đã chỉ. Trong linh cảm, tôi nhận ra một sự thông giải rất rõ ràng.

Israel nằm trong miền hoang mạc, ban đêm nhiệt độ xuống rất thấp. Hơn nữa, thời điểm Chúa Jêsus bị đóng đinh, là vào tháng tư. Hầu như việc đổ mồ hôi ban đêm vào thời điểm nầy là điều không thể xảy ra. Vậy mà Chúa Jêsus đã cầu nguyện khẩn thiết đến mức mồ hôi Ngài ra như máu rơi xuống đất! Ngài đã cầu nguyện trong nỗi thống thiết thương đau, mạnh mẽ đến nỗi sự nỗ lực của Ngài đã khiến cho máu theo đường thấm thấu ứa ra da thành những những giọt nhỏ rơi xuống đất. Nếu Ngài cầu nguyện trong yên lặng, thì điều nầy chẳng thể xảy ra.

Sự Mầu Nhiệm Trong Lời Cầu Nguyện Khẩn Thiết

Từ thời điểm đó, trong khi đọc Kinh Thánh, tôi nhận thấy rằng trong cả Tân lẫn Cựu Ước đều có rất nhiều câu Kinh Thánh khuyên chúng ta cầu khẩn thiết. Và tôi nhận biết rằng lời cầu xin của những ông tổ đức tin cũng được nhậm qua lời cầu nguyện khẩn thiết. Vì đây là ý muốn của Đức Chúa Trời. *"Hãy kêu cầu ta, ta sẽ trả lời cho; ta sẽ tỏ cho người những việc lớn và khó, là những việc người chưa từng biết."* (Giê-rê-mi 33:3). Giô-na bất tuân Chúa, đã bị nuốt vào bụng cá kình, nhưng trong sách Giô-na 2:2, có chép rằng ông được cứu vì đã kêu cầu khẩn thiết đến Chúa. Trong sách Giăng 11:43-44, có ghi lại rằng khi Chúa Jêsus lớn tiếng truyền lịnh, xác chết của La-xa-rơ cũng phải bước ra. La-xa-rơ đã chết bốn ngày, nhưng sống lại và bước ra trong khi những sợi dây và vải liệm vẫn còn buộc chặt quanh người. Khi La-xa-rơ đã chết, thì dù lớn tiếng hay dịu êm cũng chẳng có thể làm được gì. Nhưng bởi ý muốn của Đức Chúa trời, Chúa Jêsus đã khẩn thiết cầu nguyện. Sáng Thế 3:17 nói rằng:

"Vì ngươi nghe theo lời vợ mà ăn trái cây ta đã dặn không nên ăn, vậy, đất sẽ bị rủa sả vì ngươi; trọn đời ngươi phải chịu khó nhọc mới có vật đất sinh ra mà ăn."

Trước khi con người ăn trái của cây biết điều thiện và điều ác, họ đã sống dư dật trong vườn Ê-đen, với những sản vật mà Đức Chúa Trời đã sắm sẵn. Nhưng từ khi họ bất tuân và ăn trái cấm, tội lỗi đã thâm nhập vào họ. Dẫn đến mối thông công với Đức Chúa Trời bị đổ vỡ nghiêm trọng, và bấy giờ họ phải ăn trái của sự lao khổ. Bởi sự khó nhọc mà chúng ta có thể có được những gì chúng ta khao khát. Vậy thì huống chi trong lời cầu nguyện, chúng ta phải quặn thét là thể nào, hầu cho có thể nhận lãnh được những gì mà khả năng con người không thể làm được?

Ý Nghĩa Thiêng Liêng Của Sự Cầu Nguyện Nơi 'Kín Nhiệm'

Chúng ta có thể tự hỏi rằng, "Chúa Jêsus bảo chúng ta vào nơi phòng riêng để cầu nguyện trong sự kín nhiệm, vậy thì tại sao chúng ta phải cầu nguyện lớn tiếng? Chẳng phải Đức Chúa Trời toàn năng có thể nghe khi chúng ta thầm nguyện hay sao?" Trong Ma-thi-ơ 6:6, Chúa Jêsus bảo chúng ta rằng; *"Còn các ngươi, khi cầu nguyện, hãy vào phòng riêng, đóng cửa lại, rồi cầu nguyện Cha ngươi, ở nơi kín nhiệm đó; và Cha ngươi, là Đấng thấy trong chỗ kín nhiệm, sẽ thưởng cho ngươi."* Nhưng không có nơi nào trong Kinh Thánh cho chúng ta thấy rằng Chúa Jêsus đã cầu nguyện trong phòng riêng. Theo sách Mác

1:35, Chúa Jesus đã không vào phòng riêng, nhưng sáng sớm Ngài đã đi vào nơi vắng vẻ để cầu nguyện. Lu-ca 6:12 có ghi lại rằng, Ngài đã cầu nguyện trên núi.

Đa-ni-ên đã mở cửa sổ phòng mình hướng mặt về phía Jerusalem mà cầu nguyện (Đa-ni-ên 6:10), Phi-e-rơ đã cầu nguyện trên mái nhà (Công-vụ 10:9), và sứ đồ Phao-lô đã cầu nguyện 'trong nơi cầu nguyện.' Lý do mà họ đã có những nơi đặc biệt để cầu nguyện là vì họ phải cầu nguyện hết lòng, hết linh hồn và khẩn thiết dốc lòng trong sự cầu nguyện. Cầu nguyện nơi kín nhiệm ngụ ý rằng chúng ta phải cầu nguyện với trọn cả tấm lòng và từ nơi sâu thẳm của tâm hồn. Một căn phòng thuộc linh, nghĩa là tấm lòng của con người. Nếu chúng ta vào phòng riêng và đóng cửa lại, chúng ta sẽ cắt đứt liên lạc với thế giới bên ngoài. Cùng một thể ấy, khi chúng ta cầu nguyện, trước hết chúng ta phải loại bỏ ra khỏi tâm trí tất cả những ý tưởng, những lo lắng và toan tính của đời nầy, để cầu cầu nguyện với trọn cả tấm lòng, hoàn toàn hướng về Chúa.

Đức Chúa Trời Biết Sự Yếu Đuối Của Loài Người

Lúc đầu, ai cũng thấy khó khăn trước việc cầu nguyện lớn tiếng. Nhưng khi chúng ta cứ tiếp tục cầu nguyện mỗi ngày, chúng ta sẽ sớm nhận được năng quyền từ nơi cao để cầu nguyện cách dễ dàng và chúng ta sẽ cầu nguyện ngọt ngào. Đồng thời, chúng ta cũng nhận lãnh được sự đầy trọn của cảm xúc chân thành từ nơi Đức Thánh Linh, và có được ân tứ cầu nguyện bằng tiếng lạ nữa. Nhưng nếu chúng ta thầm nguyện, thì dễ lắm những ý tưởng lười nhát sẽ cầm giữ suy nghĩ của chúng ta, rồi đến những lo lắng về chuyện vợ chồng, con cái, chuyện riêng tư cùng những vấn đề tiền bạc chen vào. Chúng ta mau chóng mệt mỏi và buồn ngủ. Nhưng nếu chúng ta cầu nguyện lớn tiếng với trọn cả tấm lòng, sẽ không còn chỗ cho những ý tưởng lười nhát. Mệt mỏi và buồn ngủ phải thoái lui. Chúng ta sẽ dành chiến thắng trong đời sống cầu nguyện.

Vì Chúa biết sự yếu đuối của loài người, Ngài đã phán dạy chúng ta cầu nguyện lớn tiếng hầu cho chúng ta có thể chiến thắng. Từ khi tôi nhận bết được ý chỉ nầy của Chúa, tôi bắt đầu lớn tiếng quặn thét trong lời cầu nguyện. Khi tôi tham dự buổi cầu nguyện thâu đêm tại hội thánh, tôi đã kêu khóc lớn tiếng rất nhiều, mục sư của tôi không muốn tôi cầu nguyện như vậy, vì sợ làm phiền đến những người bên cạnh. Mỗi lần có mặt ông trong hội thánh, tôi không thể cầu nguyện được như tôi muốn. Vì vậy, khi có thời gian, tôi đến những nơi gọi là "Núi Cầu Nguyện". Từ nơi sâu kín trong lòng, tôi cảm thấy hối tiếc, vì nếu ông mục sư để tôi cầu nguyện lớn tiếng tại hội thánh, thì ma quỷ là kẻ thù của chúng ta phải thoái lui, qua lời cầu nguyện, lửa linh sẽ lan truyền đến những thành viên khác trong hội thánh, khiến cho hội thánh tăng trưởng rất nhanh. Vì tính tôi nhút nhát, tôi phải lên đỉnh đồi để tiếp tục kêu gào, quặn thét trong sự cầu nguyện từ sáng sớm đến chiều tối.

Chúa Đưa Tôi Vào Địa Vị Thấp Kém

Tôi Chọn Công Việc Xây Dựng Để Giữ Ngày Thánh Của Chúa

Trong những tháng ngày nhà tôi bỏ đi, lãi suất nợ vay cứ tăng dần, tôi ngày càng gặp nhiều khó khăn về tài chánh. Tôi đã bắt tay vào công việc xây dựng theo lời đề nghị một đốc công một đơn vị thi công xây dựng. Ông ta bảo rằng làm ở chỗ ông không vất vả lắm, nên sức khỏe tôi sẽ được phục hồi. Tôi khao khát mau chóng bình phục lại sức khỏe sau 7 năm trường đau bệnh. Chọn công việc nầy, cũng vì tôi có thể giữ ngày thánh của Chúa dễ dàng. Vì tôi không phải làm việc thường xuyên, mỗi khi có thời gian, tôi kiêng ăn và cầu nguyện, chỉ đi làm khi nào có công việc.

Tiền lãi nợ vay cứ tăng lên, nhưng tôi tin chắc rằng Đức Chúa Trời sẽ ban phước cho tôi khi tôi làm đẹp ý Ngài. Các anh chị tôi muốn giúp tôi một ít tiền vốn để khởi sự công việc mua bán, nhưng tôi đã từ chối. Tôi muốn làm lại từ đầu, bước đi theo lẽ thật. Vì là con út, được lớn lên nơi miền quê, tôi chưa từng làm những công việc nặng nhọc bao giờ. Khi tôi bắt tay làm công việc xây dựng, đòi hỏi tôi phải có sức chịu đựng lớn, đôi khi tôi phải rơi nước mắt. Mang nặng, leo cao, nhiều lúc chân tôi run rẩy, và té ngã. Nhưng tôi vẫn đứng dậy và tiếp tục công việc. Trong thời gian đó, tôi được rèn luyện để trở thành người đa năng và sức khỏe tôi cũng đã được bình phục.

Tôi xếp gạch, xúc hồ, kéo xe tay. Vào mùa đông, rỗi việc, tôi vừa làm đại lý phân phối than bánh, vừa làm việc cho một văn phòng cung cấp nước. Tôi trải nghiệm rất nhiều việc. Nhà tôi lúc đó bán sò muối và rau câu, cũng giúp tôi nhặt đá cuội nơi công trường. Đây là một sự dẫn dắt của Đức Thánh Linh để tôi được làm công việc nặng nhọc của người lao động chân tay, nhưng lúc đó tôi chưa nhận biết được điều nầy. Đây là một công việc lao lực khổ nhọc, nó giúp tôi hiểu được hoàn cảnh khó khăn của những con người phải làm việc trong môi trường khắc nghiệt trong công việc xây dựng. Tôi hiểu được tấm lòng của họ. Mỗi khi có thời gian, tôi nói những trải nghiệm của mình về Đức Chúa Trời và giảng luận phúc âm cho họ.

Mùa hè 1975, nhà tôi sinh bé gái thứ ba, Soojin. Nhà tôi có mang vào mùa phục sinh trong khi chúng tôi dự các buổi lễ và nếm trải ơn huệ của Chúa. Khi chào đời, bé Soojin cũng không khóc, giống như bố nó lúc chào đời. Gương mặt nó lúc nào cũng mỉm cười. Từ lúc mới chào đời đến khi lên sáu, bé chưa một lần khóc. Sau đó chẳng bao lâu, vợ chồng tôi đi thu dọn đá cuội trên một sườn núi để chuẩn bị cho việc xây dựng tại đó. Bé Soojin lúc ấy vừa tròn hai tháng tuổi, vì không có người chăm sóc, nên chúng tôi che một chiếc dù tại một góc công trường xây dựng, rối để bé ở đó. Một chiếc dù mong manh không đủ ngăn hết những tia nắng mặt trời. nhưng bé vẫn không khóc. Cho đến khi nghe chỗ ở chúng tôi có lệnh giải tỏa vì một ự án phát triển, chúng tôi phải nghỉ công việc đang làm.

Chúng tôi sinh sống trong một ngôi làng ven đồi nơi giáp giới giữa Keumho Dong và Oksu Dong. Người chủ nhà cho chúng tôi biết rằng ông đã chính thức nhận thông báo từ phía chính phủ về lệnh giải tỏa, và yêu cầu chúng tôi phải chuyển đi. Thời điểm đó, tiền thuê nhà hàng tháng là 100,000 won (khoảng 100 US$), ông cho biết rằng ông nhận được 150,000 won tiền đền bù. Đồng thời ông cũng có quyền đảm bảo sẽ có được một căn hộ tại nơi đang qui hoạch, và nếu bán thì sẽ kiếm được 400,000 won.

Ông bảo rằng vì nhà của ông sắp bị giải tỏa, nên ông sẽ không trả lại cho chúng tôi một đồng nào cả. Vì không muốn phải tranh chiến với ông ta, nên chúng tôi cũng không còn ý định đòi tiền lại. Chúng tôi chẳng biết đi đâu. Dường như nếu cùng lắm, chúng tôi phải dựng một túp lều bên đường. Nhưng rồi nhà tôi cũng đã xoay xở vay được 50,000 won. Với số tiền đó chúng tôi đã thuê một căn phòng nhỏ cạnh nhà thờ. Đó là một căn phòng tối tàn, ảm đạm, thiếu ánh sáng.

Kiêng Ăn Và Hết Lòng Ăn Năn Sau Khi Than Phiền, Oán Trách Chúa

Một tháng sau khi chuyển nhà, lại một thông báo giải tỏa chỗ ở nữa đến với chúng tôi. Chủ nhà trả lại tiền cọc và bảo chúng tôi chuyển đi, nhưng chẳng dễ gì kiếm ra một căn phòng rẻ như vậy.

Vợ chồng tôi lên Boolkwang Dong cố tìm một nơi có giá thuê rẻ, nhưng mọi nỗ lực đều vô vọng. Chúng tôi đã nhịn ăn trưa, và quên cả ăn tối. Cho đến lúc chạng vạng chúng tôi mới về đến nhà.

"Lạy Chúa, Ngài chẳng nghe con khẩn cầu sao? Ngài không sắm sẵn cho con một căn phòng đơn sơ sao?"

Một lúc sau khi than phiền với Chúa, tôi ghé qua văn phòng chuyên gia địa ốc để xem qua một lần nữa.

"Có người vừa mới đặt cho thuê một căn phòng. Anh có thể chuyển đến ngay vào ngày mai."

"Giá thuê bao nhiêu?'

"Anh có thể thuê với giá 50,000 won."

Chúng tôi đến xem phòng. Một căn phòng xinh xắn, kèm theo một căn phòng nhỏ chúng tôi có thể sử dụng làm shop để mua bán. Một phòng đã được chuẩn bị sẵn cho chúng tôi chuyển đến vào ngày hôm sau! Khi về đến nhà, tôi cầu nguyện, nước mắt tuôn ra không dứt.

"Lạy Chúa, sao lòng con quá dao động như vậy! Sao lòng con xấu xa như vậy? Ngài đã không khiến con phải đau ốm hay nghèo khổ, nhưng con lại cứ oán trách Ngài. Ôi Chúa! Nếu không tìm ra phòng, con có thể ngủ ngoài đường. Con phải biết ơn chữa lành của Ngài, vậy mà tại sao con đã oán trách Ngài?" Tôi đã xé lòng mình mà ăn năn trước Chúa vì đã than oán Ngài. Tôi kiêng ăn ba ngày, và quyết định rằng cho dù gặp cảnh ngộ nào, tôi cũng sẽ không bao giờ oán trách Chúa.

Không Thỏa Hiệp Để Giữ Ngày Thánh

Để giữ ngày thánh và tự do cầu nguyện, cũng như rèn luyện cho thân thể khỏe mạnh trở lại, tôi chọn việc làm ở một đơn vị thi công xây dựng. Khi chúng tôi đang sống trong một căn phòng tối tàn chập hẹp, một người chị của tôi gọi đến. Chị làm chủ một nhà hàng loại sang và một tòa nhà lớn. Chị muốn tôi đến quản lý nhà hàng cho chị, và cũng muốn nhờ nhà tôi đến giúp việc cho chị nữa. Do vậy, việc kiếm sống không còn mấy khó khăn đối với chúng tôi, mà còn có thể khá giả về tài chánh.

"Em trai, chị sẽ cho em một chỗ ở và trả lương cao. Em đến quản lý nhà hàng cho chị nhé? Nhưng mỗi tháng em phải làm việc luôn cả hai ngày Chủ Nhật."

"Thưa chị, em rất tiếc. Em phải đi nhà thờ vào Chủ Nhật bằng mọi giá. Em không thể giúp chị được."

Sau khi từ chối cơ hội giúp việc cho chị, với lý do tôi phải đi nhà thờ vào Chủ Nhật, tin nầy đã đến mẹ và các anh chị tôi. Chỉ vì mỗi tháng phải làm việc hai ngày Chủ Nhật mà tôi đã từ chối cơ hội việc làm chỗ chị, khiến mẹ tôi rất thất vọng. Ngay cả các anh chị tôi cũng lắc đầu, không hiểu tại sao tôi đã từ chối một cơ hội để trả hết nợ và có thể trở nên khá giả.

Làm Sao Tôi Có Thể Sống Theo Lời Chúa?

Làm Sao Tôi Có Thể Loại Bỏ Bản Năng Tội Lỗi?

Sau ngày lễ phục sinh, tôi bắt đầu đọc Kinh Thánh hết sức thận trọng. Trước khi đọc, tôi tắm rửa, thay đồ sạch sẽ. Tôi đọc với một thái độ tôn kính. Tôi bắt đầu từ sách phúc âm của Ma-thi-ơ, trong khi đọc, tôi bắt gặp rất nhiều câu, 'hãy từ bỏ tất cả những việc ác,' 'từ bỏ giận dữ,' 'chớ nói dối,' 'chớ căm giận,' 'Hãy yêu thương ngay cả kẻ thù mình,' và những việc tương tự. . .

Sau khi đưa mình vào nếp sống một Cơ Đốc Nhân, thỉnh thoảng tôi tự kiểm điểm lại bản thân về việc đã làm theo lời Chúa như thế nào. Tôi ghi ra giấy những gì tôi chưa làm được. Tôi cầu xin Chúa giúp đỡ, và thêm sức để tôi thực hành những điều đó.

Vì tôi đã cố gắng sống theo lời Chúa với trọn cả tấm lòng,

Đức Chúa Trời đã ban phước, nên tôi nhanh chóng lột bỏ được những gì mà tôi cần phải làm. *"Ta yêu mến những người yêu mến ta, phàm ai tìm kiếm ta sẽ gặp ta."* (Châm-ngôn 8:17). *"Nếu các ngươi yêu mến ta, thì sẽ gìn giữ các điều răn ta."* (Giăng 14:15).

"Vì nầy là sự yêu mến Đức Chúa Trời, tức là chúng ta vâng giữ điều răn Ngài. Điều răn của Ngài chẳng phải là nặng nề" *(1Giăng 5:3).*

Sau nầy, khi đã trở thành mục sư, tôi nhận biết rằng tội lỗi nói chung có thể được chia làm hai loại. Loại thứ nhất, 'những công việc của xác thịt' chúng phạm tội qua hành động, loại còn lại, 'những thứ thuộc về xác thịt' loại nầy khiến chúng ta phạm tội qua tư tưởng. Nếu những thứ thuộc về xác thịt ngày càng tăng lên, nó sẽ trở nên 'những công việc của xác thịt' bằng hành động.

Cố Gắng Loại Bỏ Mọi Điều Ác

Trong khi còn đang nằm trên giường bệnh, đôi khi tôi cùng những người xóm giềng chơi bài Hàn Quốc cho thời gian qua mau. Ngay cả sau khi tôi đã tin nhận Chúa, do thiếu hiểu biết lời Chúa, nên không biết rằng cờ bạc là tội lỗi. Trước kia, khi chưa tin Chúa, hầu như cuộc chơi nào tôi cũng thắng cuộc, nhưng sau khi tin nhận Chúa, tôi bắt đầu thua cuộc, từ thua đến thua, cho dù có cố gắng hết sức. Tôi nhận biết rằng, cờ bạc là một điều xấu đối với Chúa, và tính đến việc từ bỏ nó. Nhưng một ngày nọ, không cưỡng lại được trước sự cám dỗ, tôi đã lại nhúng tay vào cờ bạc với số tiền của 15 ngày công. Cờ bạc thâu đêm, tôi đã thua đến đồng xu cuối cùng. Đến tận sáng hôm sau, những kẻ thua bạc vẫn còn nán lại cố gắng gỡ lại vốn. Lúc đó, tôi nghe có tiếng ai như rất quen ở bên ngoài. Mục Sư đến thăm gia đình chủ nhà.

Tôi nghe, nhưng cứ lẳng lặng tiếp tục cuộc chơi. Cuối cùng, tôi không còn một xu dính túi. Âm thanh từ lời những bài thánh ca như đâm thấu tim tôi. Sau khi giảng xong sứ điệp, ông mục sư cáo từ. "Vì có mục sư đến thăm, lẽ ra tôi nên tham dự buổi nhóm cùng gia đình chủ nhà, với nỗi day dứt lương tâm nầy, từ rày về sau tôi sẽ đi nhà thờ như thế nào?". Từ đó, tôi cảm thấy xốn xao trong lòng. Tôi thấy ngán ngẩm trong những buổi thờ phượng, tôi không thể cầu nguyện được. Trước đây, mặc dù với công việc của một thợ xây, tôi cảm thấy rất hạnh phúc, nhưng bấy giờ miệng tôi không còn thốt ra được một lời ngợi khen hay cảm tạ nào nữa. Tôi chỉ cảm thấy khổ sở trong lương tâm. Hai tuần lễ trôi qua, tôi đắm chìm trong sầu khổ. Một đêm nọ, nhìn qua cửa sổ, tôi thấy Toosum bờ sông Han. Đèn điện chiếu sáng trên dòng sông, nhìn chúng giống như thập tự màu đỏ. "Chuyện gì xảy ra?" Cảm thấy lạ lùng, tôi nhìn lại lần nữa, những ánh sáng trông giống hình chữ thập đỏ xếp lại thành một hàng. "Tại sao những những ánh điện giống hình chữ thập trước đây, giờ đã không còn như trước nữa?" Chính lúc đó, Đức Chúa Trời đầy lòng yêu thương đã ban ơn, giúp tôi nhớ lại rằng, lẽ ra, lúc ông mục sư từ hội thánh đến thăm nhà, tôi phải ra chào hỏi. Nhưng lòng tôi đã bị tiền bạc chiếm ngự và tôi đã ẩn mình khỏi vị mục sư. Tôi đã trốn buổi thờ phượng cùng gia đình. Tôi đã ăn năn và khóc rất nhiều. "Chúa ơi, con sẽ không bao giờ đụng đến bài bạc nữa." Sau khi tôi hết lòng ăn năn, Đức Chúa Trời đã ban lại cho tôi tình cảm đầy trọn của Đức Thánh Linh, cái mà tôi đã đánh mất. Vì bức tường tội lỗi nghịch lại Chúa đã bị sụp đổ, tôi cảm thấy nhẹ nhõm như đang bay bổng. Đó là hai tuần lễ đầy khó khăn, nhưng nó giúp tôi hiểu rằng thật đáng sợ biết bao nếu chúng ta hướng lòng mình đến thế gian. Tôi đã quyết định từ bỏ cờ bạc.

Cầu Nguyện Loại Bỏ Những Tội Lỗi Trong Tư Tưởng

Những 'công việc của xác thịt' được thể hiện qua hành động có thể bị quăng xa khá dễ dàng nếu chúng ta có sự xác quyết vững vàng. Chúng ta có thể từ bỏ những việc mà Kinh Thánh dạy chúng ta không nên làm, và chỉ làm theo những gì Kinh Thánh dạy nên làm. Nhưng có hai vấn đề tôi cảm thấy thật sự khó khăn. Đó là lòng căm ghét và tư tưởng ngoại tình. Chúng lẻn vào tâm trí mà ý chí tôi không thể kiểm soát được, nên tôi không khỏi lo lắng về chúng.

Hồi đó, tôi muốn trả thù rất nhiều người. Trong số đó, có các anh tôi, họ đã không cho tôi mượn tiền để thuê phòng trong lúc tôi nằm trên giường bệnh, mẹ vợ tôi, bà đã gọi tôi; 'đứa con rể tật nguyền', và những người nhà phía vợ, họ đã khinh thường vì tôi không đủ khả năng kiếm tiền. tôi căm ghét họ đến tận tim gan. Tất cả những gì tôi có thể nghĩ đến; "Khi nào tôi khỏe mạnh, tôi sẽ kiếm thật nhiều tiền, cho họ thấy rằng tôi là một người giàu có như thế nào!"

Dường như việc yêu kẻ thù nghịch là điều không dễ chút nào, khi lòng tôi đầy căm ghét và thù oán những người nhà phía vợ. Một vấn đề khác, đó là tư tưởng ngoại tình. Chúa Jêsus dạy rằng; nếu chúng ta nhìn người phụ nữ mà động lòng ham muốn, thì lòng chúng ta đã phạm tội ngoại tình cùng nàng (Ma-thi-ơ 5:28). Tôi không phạm tội ngoại tình bằng hành động, nhưng tâm trí tôi xao động khi nhìn vào bức hình một nữ diễn viên xinh đẹp.

Nếu nhìn tranh ảnh, xem phim, Internet, hoặc nhìn thấy những người phụ nữ ngoài đường mà bản năng tội lỗi làm xao động tâm trí chúng ta, và chúng ta cứ bị hút vào chúng, thì điều đó chẳng phải là phạm tội ngoại tình trước mặt Chúa hay sao? Tôi có thể tự tin để làm theo những lời dạy dỗ khác trong Kinh Thánh, nhưng tôi đã phải lo lắng về hai vấn đề nầy.

Trong kỳ lễ Phục sinh, vị diễn giả đã tuyên bố rằng; nếu chúng ta cầu nguyện bởi đức tin, thì bất kỳ xin điều gì chúng ta cũng nhận lãnh được. Tôi tin rằng đối với đức tin, thì mọi việc đều có thể, tôi bắt đầu kiêng ăn và cầu nguyện để loại bỏ bản năng tội lỗi ra khỏi lòng mình.

"Lạy Chúa, xin loại bỏ tư tưởng hoặc bất kỳ cảm xúc ngoại tình nào ra khỏi con, dẫu con có nhìn thấy người phụ nữ xinh đẹp thế nào đi nữa."

Trước khi tin nhận Chúa, tôi sưu tầm tranh ảnh, hoặc những tờ lịch có hình những cô diễn viên xinh đẹp để treo trong nhà. Từ khi biết được lẽ thật của lời Ngài, tôi không còn treo những sản phẩm đó trong nhà mình nữa. Tôi đã kiêng ăn và cầu nguyện cho đến khi nào thật sự lột bỏ hết những bản năng tội lỗi của tư tưởng ngoại tình ra khỏi đời sống. Tôi muốn tôn vinh Chúa bằng những ơn huệ của Ngài. Tôi muốn được Chúa khiến tôi trở thành một trưởng lão trong hội thánh, là người có thể giúp đỡ những kẻ khó khăn bằng chính tài vật mà Ngài đã ban cho. Tôi muốn giúp đỡ công việc truyền giáo và hết lòng tôn vinh Chúa qua những phước lành mà tôi đã nhận được từ nơi Ngài. Sau khi chuyển đến ngôi nhà có một phòng nhỏ kèm theo để mở shop, tôi đã khai trương một quầy sách báo thiếu nhi. Nhà tôi đi bán dạo mỹ phẩm, còn tôi ở nhà trông quán. Các anh nhìn thấy tôi sống trong cảnh bần cùng, muốn giúp đỡ để tôi có thể làm thêm việc gì khác, nhưng tôi đã từ chối. "Sau khi Chúa rèn thử tôi, chắc chắn Ngài sẽ ban phước." Nếu lúc đó, vì khó khăn mà tôi đã nhận sự giúp đỡ của các anh, thì sau nầy được Chúa ban phước dư dật về tài chánh, tôi biết nói với họ thế nào?"

Tôi đã phải từ chối sự giúp đỡ của các anh tôi chỉ để sống theo ý Chúa. Chắc có lẽ họ sẽ nói như thế nầy, "Ơn phước Của Chúa hả? Bọn anh đã giúp để em sống sót đó thôi."

Ba Năm Loại Bỏ Tư Tưởng Ngoại Tình

Chẳng tốn nhiều tiền để có một cửa hàng sách thiếu nhi. Để mở một cửa hàng lớn hơn, tôi đã kiêng ăn và cầu nguyện ba ngày. Sau những ngày kiêng ăn, tôi đi xem cửa hàng bên dưới nhà hát Keumho Dong. Thấy thích và đã ký hợp đồng. Tôi mở một cửa hàng mới, chung quanh cửa hàng có nhiều quán rượu, rất nhiều khách quen là những cô gái phục vụ quán rượu thường tới lui chỗ tôi.

Trong số đó có một cô, mỗi khi đến cửa hàng, là cứ tìm cách ngồi gần tôi. Mỗi lần cô ta làm vậy, tôi đứng dậy ngay. Nếu có cô nào giở trò quyến rũ, tôi tìm cách né tránh. Những hành động của họ rất đa dạng. Lòng tôi quyết không rung động trước bất kỳ một trò quyến rũ nào của họ.

"Anh khinh thường em vì em là gái quán rượu phải không?

"Có phải anh là gỗ đá không? Anh có còn biết rung động không?"

"Hãy đến với em lúc đang làm việc, em sẽ mời anh uống miễn phí."

Có rất nhiều loại cám dỗ, nhưng tôi chẳng bao giờ phó lòng mình cho chúng. Tôi cự tuyệt tất cả các lời tán tỉnh, và nó trở nên sức mạnh của tôi. Về sau, tôi có thể cảm nhận được rằng bản năng tội lỗi về tư tưởng ngoại tình đã hoàn toàn biến mất. Khi tôi cầu nguyện, nó đã chuyển thành sức mạnh và quyền năng khi tôi chiến thắng cám dỗ bằng hành động, và tư tưởng ngoại tình đã bị diệt tận gốc. Sau ba năm cầu nguyện trục xuất tư tưởng ngoại tình ra khỏi tâm trí, và bấy giờ tôi đã được Chúa nhậm lời.

Ước Mơ Duy Nhất Của Tôi

Nên Hiểu Kinh Thánh Một Cách Nhất Quán

Khao khát tha thiết của tôi là hiểu thấu đáo lời Chúa trong Kinh Thánh để thực hành đầy đủ những gì đã nói trong đó. Nên hễ khi nào nghe ở đâu có tổ chức truyền giảng phục hưng, tôi liền đến đó để nhận ơn huệ của Chúa.

Vì có rất nhiều câu Kinh Thánh tôi không thể hiểu được, nên tôi rất siêng năng tham dự các buổi truyền giảng nầy. Trong khi nghe sứ điệp, tôi rất sung sướng vì đã có thể hiểu được lời Chúa. Đồng thời tôi cũng thường xuyên tham dự những buổi nhóm cầu nguyện tại những trung tâm cầu nguyện.

Tôi từng hỏi mục sư rất nhiều về những phân đoạn Kinh Thánh khó hiểu. Nhưng có nhiều câu ông không trả lời thấu đáo được.

"Thưa Mục sư, quyển sách nào có thể giúp tôi hiểu được lời Chúa một cách rõ ràng và nhanh nhất?"

"Anh Lee à, nếu anh thiết tha với việc hiểu lời Chúa, anh có thể đọc những tài liệu chú giải Kinh Thánh, đó là những tài liệu người ta giải thích Kinh Thánh rất tường tận." Tôi rất vui mừng khi nghe điều nầy. Mặc dù khi đó tôi còn thiếu nợ rất nhiều, để dành một xu cũng đã khó, nhưng tôi đã tìm cách mua một quyển chú giải kinh Thánh. Tôi lên núi cầu nguyện đọc những câu thông giải, nhưng có nhiều chỗ vẫn rất khó hiểu. Tôi không thể nào hiểu tường tận được, cảm thấy nản lòng. Những lời giải thích không nói lên được lẽ thật của lời Chúa, mà còn xem một số câu trong Kinh Thánh là huyền bí. Đồng thời qua nhiều sự diễn giải, tôi đã bị mất niềm tin. Sau đó, tôi đọc một số sách chú giải khác, nhưng mỗi một sách có cách thông giải khác nhau. Đáp án của Kinh Thánh phải thống nhất, nhưng những sách chú giải đó chỉ làm tôi bối rối thêm.

Lạy Chúa, Hãy Cho Con Hiểu Lời Ngài Trong Kinh Thánh!

Năm 1976, đó là thời gian tôi rất nóng lòng muốn hiểu được ý Chúa qua lời Ngài. Một người bạn ở hội thánh khác vừa mới tham dự buổi truyền giảng phục hưng được tổ chức tại Daegu, tôi nghe anh ta nói một điều rất ngạc nhiên.

"Có một mục sư đã hai lần kiêng ăn 40 ngày, thiên sứ hiện đến để bày tỏ những điều mầu nhiệm trong Kinh Thánh cho ông trong ba năm." Vừa nghe xong những lời đó, lòng tôi như lửa đốt, tôi nghe như có lửa đậu trên người. Thiên sứ đến thông giải lời Chúa, điều nầy nghe vô lý, nhưng tôi có thể tin. Từ đó, tôi bắt đầu cầu nguyện không ngớt.

"Thưa Chúa, con tin 66 sách của Kinh Thánh. Kinh Thánh

là lời của Đức Chúa Trời được chép lại bởi sự thần cảm của Đức Thánh Linh, vậy, hãy ban cho con sự thần cảm của Ngài, hãy giảng giải cho con hiểu 66 sách đó. Hoặc Ngài có thể sai thiên sứ đến giải thích cho con, lạy Chúa, xin Ngài hãy đến ban cho con sự thông hiểu."

Nếu có nhiều phân đoạn Kinh Thánh con không hiểu được, con sẽ không hiểu ý muốn của Ngài. Chỉ khi nào con hiểu thấu được ý nghĩa thật của lời Ngài, con mới có thể sống theo ý muốn của Ngài được. Chỉ khi nào chúng ta hiểu lời Chúa chính xác, chúng ta mới có thể vâng giữ lời Ngài một cách đúng đắn.

Vì tôi nôn nóng hiểu thấu được lẽ thật trong lời Chúa, tôi cầu nguyện khẩn thiết. Chúa đã hướng dẫn tôi cầu nguyện rất nhiều và khiến cho lòng tôi sẵn sàng kiêng ăn. Mỗi khi ở chỗ thi công xây dựng không có việc làm, tôi lên núi để cầu nguyện. Tôi cầu xin Chúa Cho tôi sự hiểu biết Kinh Thánh. Và những lời cầu xin nầy tiếp tục trong nhiều năm.

Bàn Tay Tinh Tế Của Đức Chúa Trời

Trong vòng vài tháng, tôi đã học được cách vận hành cửa hàng, với đức tin có được, tôi nghĩ rằng mình có thể làm một điều gì đó. Với cửa hàng hiện có lúc bấy giờ, ngoài việc kiếm ít lời, tôi không thể trông đợi gì thêm. Mặc dù không có nhiều tiền, nhưng bởi đức tin, tôi nghĩ rằng mình có thể làm bất cứ điều gì, tôi muốn mở rộng công việc làm ăn. "Thưa Chúa, hãy đưa con đến một nơi tốt đẹp hơn."

Khi cầu nguyện đến ngày thứ ba cho vấn đề nầy, có người đến bảo tôi sang lại cửa hàng cho anh ta. Lúc ấy ông đang làm chủ một cửa hàng lớn. Tôi sang lại cửa hàng với tiền giá tiền cọc là 150, 000 won, (150 US$), trừ 50,000 won tiền chi phí trang trí, tôi còn lời 100,000 won. Sau ba ngày kiêng ăn cầu nguyện, hai vợ chồng tôi đi thăm một cửa hàng ở khu kế bên. Ở đó có một cửa hàng đang mua bán rất chạy, đang kêu giá cho thuê 500,000 won, trong đó gồm cả tiền bảo hiểm. Tôi liền ký hợp đồng với số tiền cọc trước 100,000 won mà tôi hiện có, nhưng tôi còn phải trả thêm 400,000 won nữa. Đây là số khá lớn đối với tôi lúc bấy giờ. Sực nhớ đến hai tín đồ trong hội thánh, tôi liền bảo nhà tôi đến hỏi mượn họ một ít, nhưng họ từ chối ngay. Nhà tôi chạy sang hàng xóm mượn được 150,000 won, số 250,000 won còn lại, chúng tôi chưa có cách xoay xở. Chúng tôi phải xin chủ chấp nhận cho chúng tôi trả lãi với số tiền 250,000 won còn lại.

Những thành viên cùng một hội thánh không được trao đổi tiền bạc qua lại với nhau. Sau nầy, khi hiểu được lời Chúa và cũng biết được tại sao Chúa không cho phép tôi mượn tiền của anh em cùng hội thánh. Vì việc cho mượn tiền bạc giữa các thành viên trong cùng hội thánh không phải là ý Chúa. Ngay cả anh em ruột cũng trở nên thù ghét nhau vì cớ tiền bạc. Nếu chúng ta cho vay mượn tiền bạc qua lại nhau trong hội thánh, ma quỷ là kẻ thù chúng ta có thể xen vào dễ dàng, nên Chúa không muốn điều nầy xảy ra. Trong chức vụ mục sư, tôi khuyên các thành viên trong hội thánh không nên cho mượn tiền bạc lẫn nhau. Hễ ai không nghe theo mà làm ngược lại, thì họ thường gặp phiền toái và khó khăn. Chúng ta là anh em cùng đức tin với nhau, không nên nợ nần gì nhau, ngoại trừ món nợ yêu thương lẫn nhau. Với số tiền lời kiếm được từ cửa hàng, chúng tôi chỉ có thể trả được lãi suất cho số tiền nợ còn lại, nhưng không thể thanh toán dứt điểm được. Tôi thấy nhiều người ở dưới phố có những cửa hàng sách quy mô như một công ty lớn. Tôi cầu nguyện với Chúa để có một cửa hàng lớn hơn.

Con Đường Ơn Huệ Về Tài Chánh Dưới Sự Dẫn Dắt Của Chúa.

Vào lúc bấy giờ, ở chợ Keumho Dong, có một cửa hàng treo bản cho thuê, sức bán của nó đứng đầu khu vực nầy. Tiền thuê gồm cả tiền bảo hiểm là 1 triệu won (1,000 US$). Tiền công lao động mỗi ngày trên đầu người vào thời điểm đó chỉ 1,50 won (15 US$), nên thật sự đây là một khoảng tiền lớn đối với tôi. Ông chủ bảo rằng ông ta không thể hạ giá xuống thấp hơn 950,000 won. Sau đó tôi được biết rằng, sau 20 ngày kể từ khi tôi đến xem, không có người nào đến xem nữa. Có người cho tôi biết rằng, tôi có thể mặc cả với ông chủ, vì một lý do riêng tư nào đó, ông muốn bán cửa hàng càng nhanh càng tốt. Trong tay tôi chỉ có 500,000 won. Đi mặc cả với số tiền nầy, thật là một điều không thể. Sau khi cầu nguyện khẩn thiết suốt đêm, tôi đến gặp ông chủ. Tôi bảo ông ta rằng, tất cả số tiền tôi hiện có là 500,000 won, và tôi muốn mua cửa hàng của ông với số tiền đó. Suy nghĩ một lúc, ông ta bảo rằng ông sẽ đồng ý bán với giá 550,000 won.

Cuối cùng, tôi ký hợp đồng với giá 500,000 won. Tôi đồng ý trả tiền trả tiền cọc cùng số tiền thuê hàng tháng. Thế là chúng tôi chuyển đến chợ Keumho Dong. Ngay sau khi khai trương cửa hàng, khách hàng của chúng tôi rất đông. Có nhiều người nói với chúng tôi rằng, họ rất muốn có được cửa hàng nầy, nhưng họ không hay biết gì về việc ông chủ treo bản cho thuê. Một vài người trong số họ để nghị tôi sang lại cửa hàng với số tiền lãi trả thêm 1,2 triệu won. Khi có vài người tăng tiền lãi lên 1,3 triệu won, tôi bèn bàn với vợ, vì với số tiền lãi đó, chúng tôi có thể mua được một căn nhà. Nhưng chúng tôi cảm thấy rằng việc sang nhượng ngay sau khi được Chúa dẫn dắt đến nơi mà Ngài muốn ban cho, là một việc không nên làm.

Chúng tôi quyết định sử dụng số tiền lời kiếm được từ chỗ cửa hàng để trả nợ. Năm 1977, chúng tôi khai trương một cửa hàng và bắt đầu công việc kinh doanh. Chúng tôi đóng cửa vào ngày Chúa Nhật, và không cho phép những học sinh hút thuốc hoặc uống rượu bước vào cửa hàng. Các con tôi ca hát ngợi khen Chúa suốt ngày, người ta luôn nghe có tiếng hát ngợi khen trong cửa hàng, khách hàng đến với chúng tôi ngày càng nhiều, đông hơn so với chủ trước. Thường ngày, cửa hàng chúng tôi mở cửa vào ban ngày, đêm đến, chúng tôi cầu nguyện.

Được Rèn Luyện Để Nhận Biết Tiếng Chúa

Tại Nhà Nguyện Osanri

Lòng tôi luôn khát khao hiểu biết lời Chúa hơn cả nai cái khát khao dòng nước mát. Năm 1977, tôi có tham dự một buổi nhóm tại nhà nguyện Osanri. Tại đây, lần thứ hai tôi nghe được tiếng phán của Chúa. Trong khi rao giảng sứ điệp, tôi nghe mục sư nói, "Vì Đức Chúa Trời ban cho chúng ta sự khôn ngoan để làm ra thuốc men, nên việc chúng ta đến bệnh viện để được điều trị bằng y học cũng là ý muốn của Ngài." Tôi không thể nói "Amen" với điều nầy. Vì nó hoàn toàn khác xa với kinh nghiệm của tôi về Đấng toàn năng, là Đấng có thể làm được mọi sự. Sau buổi thờ phượng, tôi vào phòng cầu nguyện, và hỏi Chúa, "Thưa Chúa, việc trị bệnh bằng y học có phải là ý muốn của Ngài không?"

Tôi không biết là mình đã phải chờ đợi bao lâu. Thình lình,

tôi nghe có lời Chúa Phán rằng, "Hãy xem II Sử kí, đoạn 16." Tôi mở Kinh Thánh và đọc về vua A-sa của Israel. Trong buổi đầu của triều đại mình, ông chỉ tin cậy vào Đức Chúa Trời. Nên ông đã thắng tất cả các trận chiến và có được một thời bình an. Nhưng giai đoạn về sau, ông đã không còn tin cậy Đức Chúa Trời, mà dựa dẫm vào những quân đội khác. Ông đã liên tục thua trận, và còn hạ ngục ngay những nhà tiên tri đã chỉ ra những sai lầm của ông. Về sau, vua A-sa bị đau chân rất nặng, ngay trong cơn đau bịnh, người không tìm kiếm Đức Giê – hô- va, nhưng tìm kiếm những thầy thuốc, hai năm sau thì qua đời. Qua phân đoạn nầy, tôi tin chắc rằng Đức Chúa Trời muốn con cái Ngài có một đức tin vững chắc và chỉ nương cậy nơi Ngài, không đặt lòng tin và nương cậy thế gian.

Rèn Luyện Nghe Tiếng Phán Của Đức Thánh Linh

Phải có sự phân biệt rõ ràng giữa tiếng phán của Đức Chúa Trời với Đức Thánh Linh. Theo kinh nghiệm của tôi, Tiếng phán của Đức Chúa Trời chỉ được nghe vào những dịp rất đặc biệt. Tôi đã chỉ được nghe vài lần. Tiếng phán của Đức Thánh Linh có thể được nghe ngày càng rõ ràng hơn từ khi chúng ta tin nhận Chúa Cứu Thế Jêsus, nhận lãnh Đức Thánh Linh, và tiếp tục cầu nguyện nóng cháy để loại bỏ bản năng tội lỗi, những tư tưởng xấu xa của xác thịt.

Tôi bắt đầu nghe tiếng phán của Đức Thánh Linh từ khi còn là một tín đồ non trẻ. Có lần đang dự lễ trong hội thánh, Đức Chúa Trời ban cho tôi cơ hội để được nghe tiếng phán của Đức Thánh Linh. Một sáng Chúa Nhật, lúc đang thờ phượng, tôi chăm chú lắng nghe sứ điệp, trong lòng bỗng có sự thôi thúc mạnh mẽ. Tôi muốn được dâng hiến 30,000 won cho một mục sư trong hội thánh. Tôi quyết định, "Thưa Chúa, con sẽ mang 30,000 won đến dâng cho mục sư đó!"

Tôi quyết định làm điều nầy trong buổi thờ phượng. Nhưng sau khi ra khỏi cổng nhà thờ, một suy nghĩ khác xâm nhập vào tâm trí tôi. Thực tế, 30,000 won là một số tiền khá lớn đối với tôi. Tôi thiết nghĩ, nếu có, thì tôi sẽ dâng cho ông ta. Nhưng tôi biết lấy đâu ra tiền đó? Gia đình ấy dường như khá giả hơn tôi. Có lẽ lúc đang thờ phượng, tôi đã nảy sinh vài ý tưởng thiếu căn cứ, thế rồi tôi quên bẵng đi.

Nhưng sáng hôm sau, mẹ vợ của mục sư đó, bà là mục sư quản nhiệm của hội thánh, đến thăm cửa hàng tôi chỗ chợ Keumho Dong. "Con gái tôi làm việc suốt đêm. Khi đưa cháu đến bệnh viện, chúng tôi khẩn cấp cần 30,000 won. Khó khăn lắm, tôi vừa mới kiếm đủ số tiền để đưa cháu đi nhập viện. Cô bé làm việc vất vả quá." Tôi bị sốc khi nghe điều nầy. "Thưa bà mục sư, thật ra, lúc đang dự buổi thờ phượng sáng Chúa Nhật, Đức Thánh Linh đã đụng chạm lòng tôi, nhưng tôi không làm theo. Tôi cho rằng đó chỉ là ý nghĩ của chính mình, nên rồi quên đi. Nhưng không ngờ đây là sự thật."

Tôi liền ăn năn, và quyết tâm rằng từ nay về sau tôi sẽ làm theo những gì Đức Thánh phán. Tôi nghĩ, "Tôi đã nghe tiếng phán của Đức Thánh Linh, nhưng không làm theo nên đã gây ra hậu quả thế nầy." Nếu vâng theo, 30,000 won Chúa đã dự bị sẵn một cách dễ dàng! Thì gia đình của mục sư sẽ không phải khổ sở suốt đêm vì số tiền đó. Nếu vâng phục Chúa, Ngài sẽ ban phước dư dật cho tôi. Tôi hối tiếc vì đã cậy suy nghĩ riêng của mình mà không vâng phục Chúa. Từ đó, tôi nhận được nhiều sự huấn luyện hơn nữa về vấn đề nầy, tôi trở nên có thể phân biệt tiếng phán của Đức Thánh Linh với ý nghĩ riêng của mình.

Học Biết Được Tầm Quan Trọng Của Sự Vâng Phục.

Trải qua kinh nghiệm, tôi nhận biết rằng vâng phục Chúa là rất quan trọng. Tôi siêng năng phục vụ trong hội thánh, một ngày kia, mục sư tôi gọi đến và nói rằng; "Chúng tôi đang thiếu giáo viên trường Chủ Nhật. Anh có thể đến dạy lớp thiếu nhi được chứ?" Tôi tìm cách từ chối, "Thưa Mục sư, rất tiếc rằng tôi chẳng có kinh nghiệm gì về trường Chủ Nhật. Tôi nghĩ việc dạy trẻ em đối với tôi bây giờ là chưa thể được. Sau nầy khi có đủ tự tin, tôi sẽ nhận lời." Tôi biết rằng lẽ ra tôi phải nhận lời mục sư, nhưng cảm thấy mình quá kém cỏi đến nỗi đã từ chối lời đề nghị của ông. Tôi chưa bao giờ nghĩ rằng một việc nhỏ như vậy sẽ trở thành một bức tường tội lỗi lớn ngăn cách giữa tôi với Chúa. Tôi từng khẩn thiết cầu nguyện, "Lạy Chúa, xin ban cho con ân tứ tiếng lạ."

Hồi đó nhìn thấy mọi người cầu nguyện nóng cháy bằng tiếng lạ, tôi rất thèm khát. Tôi luôn cầu xin ân tứ tiếng lạ, nhưng không thể nhận lãnh được. Một hôm, có người nói rằng tôi có thể dễ dàng nhận được ân tứ tiếng lạ tại Núi Cầu Nguyện Han Ol San. Tôi liền đến đó tham dự buổi nhóm, nhưng vẫn chưa nhận được ân tứ mà tôi khao khát. Mục sư Chun Suk Lee, qua sứ điệp ông đã nói đùa rằng, "Ngay cả mấy con chó nhà tôi cũng nói được tiếng lạ, vậy thì mấy người chưa nhận được ân tứ tiếng lạ, cũng chẳng có gì hơn mấy con chó nhà tôi." Sau buổi nhóm, khi ra về tôi thấy mình không hơn một con chó, trên đường, tôi bực bội đá vào mấy hòn đá trước mặt. Tôi nhịn cả ăn trưa và cố lên khởi trũng. Tôi ôm cây cầu nguyện xin Chúa ban cho tôi ân tứ tiếng lạ. Nhưng đột nhiên có gì xuyên qua tâm trí tôi như những tia sáng. Vì tôi không đủ tự tin, lẽ ra tôi nên trả lời "yes" khi mục sư đề nghị tôi làm giáo viên trường chủ nhật. Nếu biết vâng phục, Đức Chúa Trời đã giúp tôi. Nhưng tôi đã bất tuân.

"Lạy Chúa, Xin tha thứ cho con vì đã không nhận lời đề nghị của mục sư. Con xin hứa sẽ không bất tuân nữa."

Khi nhận biết điều nầy, tôi hết lòng ăn năn. Bất ngờ, tôi bắt đầu nói tiếng lạ. Đây là những gì tôi hằng khao khát lâu nay! "Lạy Chúa, con cảm ơn Ngài!" Kết cuộc, tôi hiểu được rằng sự vâng lời tốt hơn của lễ, và đây chính là cách mà chúng ta làm Chúa đẹp lòng. Qua kinh nghiệm nầy, một lần nữa tôi quyết định vâng phục ý Chúa cách vô điều kiện, không nghĩ đến hoàn cảnh thực tại. Chính tôi là người đã kinh nghiệm sâu sắc về tầm quan trọng của sự vâng phục, đã gặp phải một vấn đề trở nên thật sự khó khăn cho việc vâng phục.

Chương 4

Sự Kêu Gọi Của
Đức Chúa Trời

Thưa Chúa, Tại Sao Ngài Chọn Một Người Như Con?

Một ngày nọ vào tháng năm, 1978, đương khi cầu nguyện, tôi nghe có tiếng Chúa phán như sấm rền,

"Hỡi đầy tớ của ta là kẻ ta đã lựa chọn từ trước vô cùng! Ta đã thét luyện ngươi trong ba năm, và nầy ngươi hãy trang bị cho mình bằng lời ta trong ba năm nữa. Ta sẽ sử dụng ngươi. Ngươi sẽ vượt núi, băng sông, qua biển để rao truyền phúc âm, ta sẽ ở cùng ngươi, và ngươi sẽ là đầy tớ ta, ngươi sẽ tỏ cho muôn dân biết ta là Đức Chúa Trời hiện hữu bằng những dấu kỳ, phép lạ mà ta sẽ bày tỏ qua ngươi."

Ngài tiếp tục phán rất rõ và mạnh mẽ,

"Ta đã chọn ngươi từ trước vô cùng, và từ khi ngươi được hình thành trong bụng mẹ, mắt ta hằng chăm chú dẫn dắt suốt đời người cho đến thời khắc nầy. Vợ ngươi sẽ chăm lo việc mua bán, giờ nầy ngươi hãy bắt đầu con đường theo hầu việc ta. Ta sẽ ban phước cho ngươi dư dật hơn lúc hai vợ chồng ngươi cùng chung công việc. Tài vật ngươi sẽ luôn đầy tràn. Ngươi sẽ giúp đỡ người nghèo khó. Chính Chúa là Đấng đã đưa ngươi đến cảnh bần cùng, cũng chính Ngài đã dẫn dắt ngươi cho đến lúc nầy, và Ngài sẽ dẫn dắt ngươi trong những ngày về sau. Ngươi sẽ hiểu tại sao ta đã đưa ngươi xuống vực sâu.ta có quyền đặt ngươi vào vị trí cao nhất. Ngươi đã yêu mến ta hơn cả bố mẹ, con cái, và hơn cả vợ mình. Ngươi chỉ yêu mình ta. Vậy nên, ta sẽ ban cho ngươi năng quyền chiến thắng, hãy cùng nhau làm rung chuyển, lan tràn khắp nơi, và hàng trăm lần hơn."

Tôi lắng nghe những lời đó với trọn cả tấm lòng và bởi sự cảm động của Đức Thánh Linh, tôi chỉ biết nói 'Amen'. Nhưng nghĩ lại, thật kinh ngạc biết bao! Cho đến bấy giờ, tôi vẫn hằng mơ ước trở thành một trưởng lão là người có thể giúp đỡ được những người đau khổ, cùng cảnh ngộ đau ốm và nghèo khó như tôi đã phải chịu đựng trước đây. Từ trước đến giờ, lời cầu nguyện tôi có gì sai trật không? Tôi còn phải trả nợ rất nhiều, việc đáp ứng những nhu cầu hàng ngày vẫn là một công việc khó khăn. Khả năng trí nhớ của tôi cũng không được tốt. Vậy tôi sẽ học thần học như thế nào? Còn gia đình tôi thì sao? Trong đầu tôi vẫn còn quá nhiều mối quan tâm và lo lắng. Đứng vào chỗ tôi, thật khó mà vâng phục được, nhưng lúc đó lời Ngài quá kỳ diệu, khiến tôi không dám khước từ. Những gì tôi có thể nghĩ đến lúc bấy giờ là, "Nếu phải ý Ngài, hãy cho con nghe lại tiếng phán của Ngài lần nữa."

Tôi bàn chuyện với nhà tôi, và giao hết tất cả các công việc cửa hàng cho nhà tôi. "Có thể nào tôi nghe nhầm tiếng Chúa phán chăng? Có thể có gì sai trật chăng?" Tôi bắt đầu nghi ngờ việc mình đã nghe tiếng Chúa. Tôi lại cầu nguyện cùng Ngài. "Lạy Chúa, con từng cầu xin Ngài cho con trở thành một trưởng lão, nhưng Ngài bảo con trở thành đầy tớ Ngài! Con nhút nhát đến nỗi không thể tưởng tượng được mình sẽ rao giảng trước mọi người ra sao. Giờ con cũng đã lớn tuổi. Trí nhớ của con cũng không được tốt, và con cũng chẳng là người từng trải." Nhưng nếu Chúa chấp nhận những khiếm khuyết của tôi và vẫn muốn tôi trở thành đầy tớ Ngài, tôi xin Ngài, "Lạy Chúa, hãy cho con nghe tiếng phán của Ngài thêm một lần nữa."

Thế rồi tôi đến những trung tâm cầu nguyện để nghe lại tiếng Chúa. Tôi cầu nguyện cả tuần nhưng chẳng nghe thấy gì. Tôi tìm đến với những mục sư có tiếng về ân tứ nói tiên tri, nhưng chẳng có lời tiên tri nào dành cho tôi. Tôi đi lang thang hết núi cầu nguyện nầy đến núi khác, suốt ngày quặn lòng cầu khẩn cố tìm hiểu xem có phải quả thật Chúa muốn tôi trở nên người hầu việc Ngài không, và trở thành mục sư hay không. Ba tháng trôi qua, hầu như tôi chỉ còn biết bỏ cuộc và trở về trong nỗi thất vọng. Vào thứ bảy, ông mục sư ghé qua cửa hàng thăm tôi. Đã đến lượt tôi thay lời hội thánh cầu nguyện trong Chúa Nhật đến, nhưng tôi thấy không đủ tự tin, tôi thưa ngay với mục sư, "Đã mấy tháng rồi, tôi cầu nguyện với Chúa, nhưng không thấy trả lời. Tôi không thể thực hiện được phiên cầu nguyện của mình trước hội thánh vào Chúa Nhật đến." Ông chỉ nói rằng, "Dẫu vậy, anh cũng phải làm việc của mình."

Nghe Tiếng Phán Của Chúa

Mục sư bảo tôi phải làm công việc cầu nguyện đại diện trong buổi thờ phượng đến, nhưng lòng tôi không muốn nói 'Amen'.

Xong việc ở cửa hàng, chúng tôi đóng cửa, ra về. Hôm đó mưa rất nặng, vợ chồng tôi quyết định cầu nguyện tại nhà, thay vì đến hội thánh. Nửa đêm, chúng tôi trải một tấm vải lên chỗ sàn nhà trống, quỳ xuống và chúng tôi bắt đầu ngợi khen thờ phượng Chúa. Tôi nhắm mắt lại và cầu nguyện, thình lình, trong một khải tượng tôi thấy trần nhà như mở ra, ánh sáng từ nơi cao dội xuống.

Tôi thấy mái nhà biến mất và phía trên mở rộng ra. Kế đến, tôi thấy giống những gì đã chép trong sách khải huyền, tôi nghe có tiếng nói trong như tiếng nước, rất trang nghiêm và trầm lắng , "Hãy làm công việc cầu nguyện của con vào ngày mai." Đó là sự đáp lời, nhưng hoàn toàn khác với điều tôi quan tâm trong lời cầu nguyện, trở thành người hầu việc Chúa. Lần nầy, giọng rất ấm, êm dịu, thẩm quyền và không thể khước từ. Giọng đó đầy yêu thương và ân hậu. Tôi vẫn còn cảm nhận giọng nói đó rất rõ, nhưng không thể diễn tả được bằng lời. Khi nghe giọng nói, tất cả những thất vọng trong tôi tiêu tan như hơi nước. Toàn bộ những tư tưởng xác thịt đều chạy trốn, và tôi được đầy dẫy Thánh Linh. Đức Thánh Linh đầy dẫy trong tôi đến mức tôi cảm thấy nhẹ như bông và có thể bay được. Tôi cảm thấy như mình có thể bay qua mái nhà nếu muốn. Vui mừng, cảm tạ, và hân hoan tràn ra từ cõi lòng tôi. Lúc đó tôi tự nghĩ rằng chắc hẳn khi Chúa tái lâm, chúng ta được cất lên để gặp Ngài trên không trung cũng sẽ như thế nầy! Khi mở mắt, tôi không còn thấy ánh sáng đó nữa, trần nhà vẫn còn nguyên như cũ.

Nhà tôi đang ngồi bên cạnh, tuy không nghe tiếng phán, nhưng cũng được đầy dẫy Thánh Linh và ý thức được rằng tôi đã nghe tiếng phán của Chúa trong những luồng ánh sáng. Chúng tôi ngợi khen, thờ phượng, tôn vinh Chúa suốt đêm trong sự cầu nguyện.

Đầy Dẫy Đức Thánh Linh

Sáng sớm hôm sau, tôi đến hội thánh để kiểm tra lại trình tự buổi thờ phượng. Tôi vẫn là người được để cử cầu nguyện cho buổi thờ phượng. Sau trải nghiệm đêm qua, người tôi cảm thấy nhẹ như đang bay. Thật là kỳ diệu đến khó tả! Từ lúc tôi bắt đầu cầu nguyện qua microphone, môi miếng tôi không còn là của chính mình nữa. Tâm trí tôi hoàn toàn được chế ngự bởi Đức Thánh Linh. Trong sự thần cảm của Ngài, cho dù môi tôi vẫn run trong lời cầu nguyện. Trong sự thần cảm rõ ràng, lời cầu nguyện đến với tâm trí tôi như lương thảo, dù muốn dừng lại cũng không thể được.

Thật ngạc nhiên ngay cả đối với chính bản thân mình, vì lời tôi cầu nguyện đã quở trách các thành viên trong hội thánh,

"Khốn cho các ngươi là những kẻ đã ăn trộm phần mười của Chúa. Các ngươi là những kẻ cứng lòng, những kẻ vô ơn đối với Đức Chúa Trời! Miệng các ngươi nói tin Chúa, nhưng đức tin của các ngươi ra hư không."

Sau 10 phút cầu nguyện tôi mới có thể ngừng được. Trong khi đó, nếu có ai đại diện cầu nguyện cho buổi thờ phượng lâu hơn 3 phút, tiếng càu nhàu sẽ nổi lên rằng; lâu quá! Cầu nguyện xong, tôi trở lại chỗ ngồi, không dám nhìn thẳng lên mục sư. Chẳng biết phải làm gì, tôi cứ phải nghĩ ngợi hoài, "Chuyện gì vậy, làm sao một người trợ tế lại dám quở trách cả hội thánh!"

Nhưng ngay sau khi buổi thờ phượng vừa xong, ông mục sư bước đến bảo tôi rằng, "Lời cầu nguyện của anh khiến tôi rất cảm động." Thường thì ông hiếm khi nói những lời như vậy, tôi vẫn cảm thấy rất xấu hổ và muốn lặng lẽ chuồn nhanh, nhưng nhiều người chào tôi và nó rằng, "Nầy anh, tôi rất cảm động bởi lời cầu nguyện của anh, Đức Thánh Linh đã hoàn toàn cảm động lòng anh."

Chỉ Biết Vâng Phục

Cuối cùng tôi cũng đã tin chắc rằng, quả thật Chúa kêu gọi tôi hầu việc Ngài. Tôi xưng nhận và thưa rằng, "Thưa Chúa, vì Ngài đã gọi con hầu việc Ngài, con sẽ vâng theo. Nhưng Ngài hãy giúp con những gì con đang quan tâm - như việc học thần học, năng lực trí nhớ của con, cùng những điều khác nữa."

Vào tuổi 36, tôi tin chắc rằng Chúa đã kêu gọi tôi hầu việc Ngài, tôi liền thuê một căn phòng ở gần nhà và bắt đầu sống một mình. Tôi kiêng ăn, chăm chú đọc Kinh Thánh, tôi cầu xin Chúa cho tôi có trí nhớ tốt. Tôi muốn đóng đinh bản tính xác thịt cùng những ham muốn và thèm khát của nó. Tôi quyết định làm một đầy tớ trung tín của Chúa và chỉ biết làm theo ý Ngài. Sống tách biệt với người nhà, thật là một điều không dễ. Nhưng mọi việc đều được Đức Thánh Linh soi dẫn. Tôi đến Oksu Dong, hội thánh tôi đang nhóm lúc bấy giờ để hỏi ý kiến mục sư. Tôi quyết định vào trường thần học Sung-Kyul để bắt đầu chuẩn bị cho kỳ thi đầu vào.

Khi kỳ thi đến, tôi tham gia dự tuyển. Tôi chỉ trả lời những câu hỏi có liên quan trực tiếp đến Kinh Thánh, còn những câu hỏi khác, vì không muốn có những đáp án không rõ ràng, nên tôi đã để trống, tôi chỉ viết tên vào rồi nạp bài. Trong buổi phỏng vấn, thầy trưởng khoa hỏi tôi về lý do tôi đã bỏ trắng những câu hỏi không trực tiếp đến Kinh Thánh. Tôi giải thích với ông về quá trình tôi đã bị mất khả năng trí nhớ.

"Không có năng lực trí nhớ, làm sao anh có thể trở thành mục sư?" Ông ta hỏi

Tôi đáp, "Chúa đã cảm động tôi khiến tôi đi theo con đường nầy."

"Vậy, anh đã đạt được số điểm tuyệt đối, 100 điểm cho kỳ thi Kinh Thánh!" Ông ta công bố.

Tôi là người duy nhất đạt được điểm 100 trong kỳ thi đó.
Đủ điều kiện trúng tuyển. Điều nầy đã vượt quá sự mong đợi, tôi chỉ mong đủ khả năng trúng tuyển đầu vào.

Đức Chúa Trời Cho Chúng Ta Gặt Hái Những Gì Chúng Ta Gieo

Cuộc Sống Trong Trường Thần Học

Những người hầu việc Đức Chúa Trời phải có cuộc sống dễ nhận thấy sự khác biệt với thế gian. Nhưng bạn bè đồng môn tôi trong lớp thần học có xu hướng sống hùa theo đời nầy. Sau giờ học, họ thường tụ tập trong những quán cà phê để đàm tiếu những chuyện phàm tục. Vào những ngày nghỉ, thay vì cầu nguyện và đọc Kinh Thánh, họ bàn tính chuyện vui chơi. Tôi luôn khuyên họ không nên phí thời gian cho những việc như vậy, mà hãy tập trung cho việc cầu nguyện, nhưng họ chẳng thèm để ý đến. Điều không thể tránh khỏi, tôi bị lớp học tránh né và phải chịu cô đơn.

Năm 1979, tôi là tân sinh viên thần học 37 tuổi, từ những năm đầu, tôi đã cầu nguyện xin Chúa cho tôi biết tên hội thánh mà tôi sẽ mở sau nầy. Chị tôi hứa sẽ giúp tôi chuyện nầy, tôi đi xem nhiều nơi, nhưng chẳng thấy nơi nào hợp ý.

Làm Đẹp Ý Chúa Bằng Cách Đầu Tư Vào Nước Thiên Đàng.

Tôi tin rằng Chúa sẽ cho chúng ta gặt hái những gì chúng ta gieo, Ngài báo đáp lại tùy vào những việc chúng ta làm, nên tôi luôn cố gắng đầu tư vào những phần thưởng nước thiên đàng. Ngay khi tôi còn làm công nhân cho đơn vị thi công xây dựng, mỗi khi nhận ơn phước tại các buổi truyền giảng phục hưng, tôi hết lòng dâng lời cảm tạ. Nếu không có tiền, tôi sẽ hứa nguyện việc dâng hiến trong một thời gian nhất định, và tôi cố gắng thực hiện đúng như lời đã hứa. Khi chưa có tiền để thực hiện lời hứa nguyện, tôi phải đi vay để giữ đúng lời hứa với Chúa.

Vào nhà Chúa, tôi chẳng bao giờ đi tay không. Mỗi khi có thu nhập, tôi dâng nhiều hơn phần mười. Tôi thường dâng gấp hai hoặc ba lần phần mười so với thu nhập. Tôi chẳng bao giờ nghĩ rằng việc dâng hiến cho Chúa là điều phí phạm, tôi chẳng hề tính toán khi dâng hiến cho Ngài.

Một hôm, mục sư tôi ghé thăm, không biết chúng tôi đang khó khăn tài chánh và nợ nần nhiều, ông đã nói rằng hội thánh đang cần tiền cho việc xây dựng, và để nghị chúng tôi tăng số tiền hứa dâng nếu có thể. Chúng tôi tán thành, và đáp lời "Amen." Chúng tôi vui vẻ đồng ý với mục sư. Mặc dù chúng tôi còn mắc nợ, chúng tôi vẫn cam kết một hứa dâng khác theo lời đề nghị của mục sư, vậy chúng tôi vay thêm một khoản tiền nữa. Chúng tôi cố đầu tư vào nước thiên đàng là như vậy. Đến thời điểm, Chúa sẽ mở cửa ơn phước và ban cho.

Làm Theo Ý Chúa Ngay Từ Những Việc Nhỏ

Có một gã thường xuyên cung cấp sách cho cửa hàng tôi, anh ta thấy rất tiếc khi cửa hàng tôi thường xuyên đóng cửa vào Chúa Nhật hàng tuần. Hắn ta tuyên bố rằng cửa hàng tôi sẽ bị phá sản. Mặc dù là một việc nhỏ, nhưng Chúa rất hài lòng với việc chúng tôi giữ trọn ngày thánh và dâng hiến đầy đủ phần mười và các của dâng khác, nên Ngài đã ban phước lớn cho chúng tôi.

Cửa hàng tôi luôn đông khách từ sáng đến tối. Tin tức lan ra những vùng thị trấn lân cận, rất nhiều người đến xem và học hỏi. Rồi họ đâm ra tò mò vì chúng tôi đóng cửa vào Chúa Nhật hàng tuần. Những tiện nghi trong nhà thì chẳng có gì tốt. Chúng tôi chẳng có hàng hóa cho người lớn, và nghiêm cấm việc hút thuốc trong cửa hàng. Nhờ vậy môi trường ở đây rất lành mạnh, thu hút rất nhiều sinh viên.

Bí quyết nào giúp cửa hàng chúng tôi thành công? Chính là nhờ ơn phước của Chúa, vì Chúa Nhật hàng tuần chúng tôi nghỉ mua bán để đi nhà thờ. Đây là câu trả lời chúng tôi dành cho những ai muốn biết bí quyết, nhưng đối với những người chưa tin Chúa, điều nầy thật khó hiểu. Tranh thủ công việc cửa hàng, chúng tôi đã truyền bá Phúc âm đến rất nhiều người. Khi chúng tôi mở hội thánh, họ đến với chúng tôi và trở thành những thành viên đầu tiên của sứ mệnh thanh thiếu niên.

Một thời gian sau khi mở cửa hàng, chúng tôi đủ khả năng trả hết nợ, thật ra đây là một món nợ rất lớn, chúng tôi không thể trả hết trong một thời gian ngắn. Chúng tôi chỉ vừa trả xong trước khi bước vào trường thần học. Chúng tôi đã hết nợ, và dâng hiến thoải mái cho hội thánh chúng tôi đang sinh hoạt. Chúng tôi cố gắng giúp đỡ những gia đình đang gặp khó khăn.

Mỗi khi nào trường thần học của tôi tổ chức giã ngoại, tôi lo ăn trưa cho giáo sư và nhiều sinh viên khác. Vào những ngày Chúa Nhật, tôi lo ăn cho ban hợp ca. Tôi kín đáo giúp đỡ những sinh viên thần học đang trong hoàn cảnh khó khăn. Chúng tôi chỉ ở nhà thuê, nhưng vào những dịp lễ hội và những ngày lễ đặt biệt, tôi nhờ nhà tôi chăm sóc chung cho cả khu phố. Nếu có gia đình nào khó khăn không lo nổi thức ăn cho kỳ lễ, tôi bảo nhà tôi giúp họ gạo, bánh và thức ăn, mặc dù họ là những người chưa tin. Không phải vì chúng tôi giàu có. Chúng tôi chỉ làm bởi đức tin. Khi chúng tôi gieo ra như vậy, ngày sau Đức Chúa Trời là Đấng cho chúng ta gặt hái những gì chúng ta gieo, sẽ ban cho chúng ta sự bội thu, hơn rất nhiều so với những ngày bình thường.

Đức Chúa Trời Đã Đánh Thức Tôi Trong 200 Ngày Thức Canh và Cầu Nguyện Thâu Đêm

Sau khi tin nhận Chúa, tôi không thỏa hiệp với thế gian bất luận hoàn cảnh nào. Tôi đã cố gắng vâng giữ luật pháp Chúa theo như những gì tôi hiểu được trong lời Ngài. Trong bốn năm học thần học, tôi luôn cầu nguyện thâu đêm và thường xuyên kiên ăn. Trong những kỳ nghỉ, tôi thường khăn gói lên núi cầu nguyện. Tôi tranh thủ thời gian nghỉ ngơi để đến các nhà nguyện trên núi. Ngoài ra tôi cũng biệt riêng một số thời gian nhất định cho việc cầu nguyện thâu đêm. Tôi thường cầu nguyện từ nửa đêm đến bốn giờ sáng, trong thời gian đó, tôi thường giữ đúng từng phút như lời đã hứa.

Cầu nguyện xong, tôi trở về phòng và đi ngủ lúc năm giờ. Tôi phải thức dậy lúc 7 giờ. Hồi đó, Miyong, con gái lớn tôi đang học mẫu giáo, thường mang phần ăn sáng lên cho tôi lúc 7:20. Sau bữa sáng, tôi phải mang theo khẩu phần bữa trưa đến trường. Sau những buổi học, tôi phải hoàn thành các bài tập về nhà. Đôi khi cũng phải dự phần vào việc quán xá. Có rất nhiều thứ phải làm. Vì phải liên tục sống như vậy, nên rất mệt mỏi. Tôi đi ngủ lúc 5 giờ, và rất khó thức dậy lúc 7 giờ. Nhờ Chúa đã đánh thức, nên tôi dậy đúng giờ.

"Bố!" Tôi nghe tiếng con gái mình đang gọi bên ngoài và mang phần ăn sáng đến.

"Miyoung hả con?" Rõ ràng là tiếng con gái tôi, tôi mở cửa, nhìn ra bên ngoài, nhưng chẳng thấy ai. Tôi nhìn khắp nơi nhưng chẳng thấy Miyoung đâu. Tôi đi rửa mặt, 20 phút sau, bé Miyoung mới đến. Hôm sau cũng vào lúc bảy giờ, tôi nghe tiếng gọi "Bố!" Nhưng khi mở cửa tôi chẳng thấy ai, lúc nầy tôi nhận biết rằng Chúa đã sai thiên sứ đến đánh thức tôi dậy.

Sau nhiều lần như vậy, tôi trở nên mất nhạy cảm. Dần dần, tôi không thể thức dậy mặc dù vẫn nghe tiếng gọi, "Bố!" Sau đó Chúa đã dùng cách khác. Tôi nghe rất nhiều tiếng bước chân bên ngoài, mở cửa ra xem, tôi chẳng thấy ai. Lúc đó là đúng 7 giờ.

Trong thời gian đang biệt riêng 100 ngày cầu nguyện thâu đêm, vào ngày thứ 90, tôi nghe tin ông gia qua đời. Hai vợ chồng tôi trở về Moko, quê song thân của nhà tôi. Ở đây chúng tôi cầu nguyện từ nửa đêm đến 4 giờ sáng. Qua tang lễ, chúng tôi trở về và hoàn thành nốt những những ngày biệt riêng cầu nguyện còn lại, cảm thấy không thỏa lòng. Vì nghĩ rằng chưa làm đẹp ý Chúa, tôi tiếp tục 100 ngày biệt riêng cầu nguyện thâu đêm nữa. Thành ra tôi đã có 200 ngày biệt riêng cầu nguyện thâu đêm trong đợt đó.

Hãy Ném Tiền Đó vào Nhà Cầu

Gia đình biết rất rõ rằng tôi sẽ chẳng bao giờ chấp nhận bất cứ điều gì nghịch lại lời Chúa. Vào một ngày Chúa Nhật, sau buổi thờ phượng, nhà tôi cùng ba con gái muốn mua đồ ăn vặt. Nhà tôi dò ý và hỏi rằng,

"Mấy đứa nhỏ muốn mua gì đó để ăn. Chúng ta hãy kiếm gì ăn nhé."

"Nầy các con, thật các con muốn ăn gì không?" Tôi hỏi,

"Vâng!" Bọn trẻ đồng thanh hào hứng đáp lời.

Các con tôi tưởng rằng tôi sẽ cho phép chúng làm vậy vào ngày đó, mặc dù chúng vẫn biết hôm ấy là ngày Chúa Nhật. Tôi bảo chúng mang tiền trong ngăn kéo lên. Chúng mang số tiền mua đồ ăn vặt lên.

"Ba chị em con phải mang số tiền nầy ném vào nhà cầu."

Chúng ném vài trăm won (thời giá lúc đó khoảng vài đô la Mỹ) rồi quay trở lại.

"Các con biết tại sao bố bắt các con phải làm như vậy không?"

"Dạ biết" Cả ba đều đồng thanh đáp lời

Tôi tiếp tục giảng giải với chúng, "Chúa Nhật là Thánh. Chúa không cho phép mua bán vào ngày đó. Chúng ta có nên vi phạm điều điều răng của Chúa không? Nếu các con không thắng được sự cám dỗ đơn giản chỉ là sự ăn uống, thì làm sao các con có thể thắng được những cám dỗ gấp hai hoặc ba lần như vậy. Chúa sẽ chẳng vui về điều nầy. Các con sẽ phạm đến ngày thánh khi các con đến hỏi mua một ít quà vặt. Cũng như khi lòng các con nghĩ đến điều đó thì các con đã phạm đến ngày thánh rồi. Đó là lý do bố bắt các con phải ném tiền." Sau nầy các con tôi thừa nhận rằng sự kiện bất ngờ đó đã khắc sâu vào tâm trí và rất có ích cho đức tin chúng.

Người Ta Đổ Xô Đến

Vì cửa hàng tôi ở tại góc phố đông đúc, nên không chỉ khách hàng, mà các mục sư, các tín hữu trong hội thánh cũng ghé thăm thường xuyên. Hồi tôi còn học ở trường thần học, có mấy người nữ trong hội thánh hẹn gặp tôi để tham khảo ý kiến. Họ cho tôi bết rằng có một số tín hữu đang có ý định thành lập một hiệp hội tín dụng tại hội thánh. Tôi khuyên họ không nên tham gia vào đó, tôi giải thích rằng,

"Chúa Jêsus đã từng phán, Nhà Chúa là nơi để cầu nguyện, Ngài quở trách những người hành nghề buôn bán đang đổi chác tiền bạc trong Đền Thờ. Tìm kiếm lợi lộc tiền bạc trong hội thánh là điều trái lẽ. Chúa dạy chúng ta không nên nợ nần gì nhau ngoại trừ tình yêu thương, vậy chúng ta không được đổi chác tiền bạc trong hội thánh. Nếu chúng ta liên lụy đến tiền bạc trong mối thông công, Satan sẽ xen công việc của nó vào và hội thánh sẽ gặp nan đề."

Sau đó không bao lâu, hiệp hội tín dụng nầy gây nên rất nhiều nan đề và đẩy hội thánh vào tình trạng khó khăn. Nên từ khi mở hội thánh, tôi cấm mọi hình thức mua bán ở nơi thánh nầy, bất luận vì mục đích gì. Tôi luôn khuyên dạy tín hữu không được tìm kiếm lợi lộc, đổi chác tiền nong trong vòng anh em cùng hội thánh với nhau. Khi tin tức về cuộc hội đàm với những người đến tham khảo ý kiến với tôi được lan ra, có rất nhiều người đến xếp hàng để chờ được tư vấn. Có một tín hữu bị hói, chị ta đến với tôi với chiếc khăn mùi soa trên đầu. Nhưng chỉ vài tháng sau khi được tôi cầu nguyện, tóc chị đã mọc trở lại và chị không còn dùng khăn mùi soa để che đầu nữa.

Một lần nọ, có một tín đồ thỉnh thoảng đi xem bói và không giữ trọn ngày thánh. Một ngày kia anh ta bị tai nạn giao thông và đến với tôi để nhờ cầu nguyện, vì anh đang phải chịu những cơn đau dữ dội sau vụ tai nạn. Sau khi tôi hết lòng cầu nguyện cho anh ta, những cơn đau đã tan biến và anh được chữa lành.

Bằng cách giữ trọn ngày thánh, chúng ta biết được thẩm quyền thiên liêng của Đức Chúa Trời. Ngài sẽ bảo vệ chúng ta khỏi mọi tai họa. Nhưng nếu chúng ta không giữ trọn ngày thánh, Đức Chúa Trời của sự công chính sẽ không thể bảo vệ chúng ta. Đặc biệt, vì anh ta tới lui với thầy bói, đã phạm tội ngoại tình thuộc linh trước mặt Đức Chúa Trời. Ngài rất gớm ghiếc điều nầy.

Bằng lời Chúa, tôi cố gắng đặt để đức tin vào lòng những ai đến với tôi. Trên đường đến núi cầu nguyện để cầu hỏi Chúa về nan đề của mình, một mục sư nọ tiện đường ghé qua thăm tôi. Sau đó ông ta vui mừng trở về, vì ông đã được sáng tỏ và nan đề cũng được giải quyết. Tôi đã cố vấn cho quá nhiều người đến nỗi lắm khi không có thời gian cho lớp thần học. Mỗi khi tôi ở nhà, những người cần được tư vấn và những người muốn nhờ tôi cầu nguyện đến đông nghịt cả nhà. Đó cũng là lý do hễ cứ đến kỳ nghỉ là tôi lại khăn gói lên núi cầu nguyện. Tôi phải tránh né đám đông để tập trung vào Lời Chúa và cầu nguyện theo đúng lẽ của một sinh viên thần học.

Kiêng Ăn Bởi Sự Cảm Động Của Đức Thánh Linh

Chúng Ta Có Thể Loại Bỏ Tội Lỗi Ngay Trong Tư Tưởng

Vào tháng tám năm 1979, trong kỳ nghỉ hè của năm thần học thứ nhất, tôi tham dự khóa học dành cho mục sư đang thi hành chức vụ, tại Trường Nông Nghiệp Canaan. Chỗ vòi nước phun lên không trung, tôi nghe tiếng các mục sư trò chuyện với nhau. Tôi rất ngạc nhiên khi họ nói đủ thứ chuyện phàm tục. Cho đến lúc đó, tôi luôn nghĩ rằng mục sư là những người thánh thiện như Chúa. Tôi lấy làm ngạc nhiên và thất vọng khi nghe họ tán những chuyện như vậy trong cuộc đàm luận:

"Mặc dù chúng ta là những mục sư, thật sự chúng ta chẳng thể làm gì với bản năng tội lỗi của tư tưởng ngoại tình và những ý nghĩ đến từ nó. Vì vậy, theo quan điểm và niềm tin của tôi, điều nầy chẳng phải là tội tôi."

"Đúng rồi," có người hưởng ứng, "Thật ra chúng ta chỉ phạm tội qua hành động. Chỉ có suy nghĩ thôi thì chưa thể coi là tội được."

Tôi bị sững sờ vì trước khi vào trường thần học, tôi đã lột bỏ được bản năng tội lỗi về tư tưởng ngoại tình trong đầu qua sự kiêng ăn và cầu nguyện. Vì cội rễ tội lỗi đã bị nhổ sạch, kẻ thù là ma quỷ và Sa tan không thể đem đến cho tôi bất kỳ một ý tưởng nào như vậy. Có lẽ nào Đức Chúa Trời lại ban cho chúng ta điều răn chớ phạm tội ngoại là điều răn mà chúng ta không thể giữ được sao? Tại sao họ có thể nói những điều như vậy nếu họ tin rằng qua kiêng ăn và cầu nguyện, tội lỗi có thể bị loại bỏ? Chúa Jêsus đã phán dạy rằng, hễ ai nhìn người phụ nữ mà động lòng ham muốn thì người đó đã phạm tội ngoại tình trong lòng cùng người ấy rồi. Đồng thời Ngài nói rằng, hễ ai có đức tin thì làm được mọi sự, vậy chúng ta nhờ vào sự đổ huyết của Chúa để chiến cự và loại bỏ tội lỗi.

Cũng vấn đề nầy, khi có một sinh viên thần học đặt câu hỏi với giáo sư, vị nầy cũng trả lời rằng con người chẳng thể làm gì được với chính những ý nghĩ trong đầu của mình, vậy nên chỉ có suy nghĩ thôi, thì chẳng phải là tội. Tôi quyết định chia sẻ với các tín hữu rằng chúng ta có thể loại bỏ được bản năng tội lỗi nếu chúng ta được Chúa ban ơn và thêm sức.

"Thưa Chúa, con cảm tạ Ngài. Nếu trước đây con nghe rằng loài người không thể loại bỏ được tư tưởng ngoại tình ra khỏi tâm trí họ, thì con đã bỏ cuộc và tiếp phạm tội ngoại tình trong tư tưởng mình. Nhưng Ngài đã khiến con cố gắng cầu nguyện, sống theo lời Ngài, và Ngài đã khiến con có thể lột bỏ tư tưởng ngoại tình qua sự kiêng ăn và cầu nguyện, Lạy Chúa, con cảm ơn Ngài!"

Tôi Nhận Biết Rằng Kiêng Ăn Là Ý Muốn Của Chúa

Ngay sau khi vào trường thần học, tôi đã nhiều lần kiêng ăn và cầu nguyện ba ngày, bảy ngày, mười lăm ngày, và hai mươi mốt ngày. Hồi mới tin Chúa, thậm chí tôi không biết tại sao phải kiêng ăn, nhưng tôi chỉ biết làm theo sự hướng dẫn của Đức Thánh Linh và tôi đã kiêng ăn. Khi tôi trở thành phụ tá cho mục sư, tôi hiểu được lý do của sự kiêng ăn và những ích lợi từ nó. Mỗi khi tôi cảm thấy có điều gì sai trật trong lòng, tôi đã kiêng ăn 3ngày, 5 ngày, hoặc 7 ngày để loại bỏ chúng. Ví dụ như tôi nhận biết rằng tôi có bản tính nói dối, tôi liền kiêng ăn 3 ngày. Vì kiêng ăn như vậy là một điều không dễ, nên tôi có thể loại bỏ được những điều gian dối cùng những sai trật khác ra khỏi lòng mình.

Chế độ ăn uống để phục hồi sức lực sau khi kiêng ăn là rất quan trọng. Sau một thời gian kiêng ăn chúng ta phải có chế độ ăn uống phục sức. Chúng ta nên dùng những thức ăn như cháo đặc hoặc cháo suông nấu từ gạo hoặc yến mạch. Chế độ nầy nên giữ trong khoảng thời gian bằng giai đoạn chúng ta đã kiêng ăn. Vì tôi không có nhiều thời gian để có thể dùng những thức ăn cứng. Tôi kiêng ăn liên tục, thời gian kiêng ăn và thời gian ăn uống của tôi hầu như bằng nhau. Lần đầu tiên trong đời tôi dự buổi truyền giảng phục hưng, tại đó tôi đã nghe về kiêng ăn và cầu nguyện, nhưng tôi không biết gì về chế độ ăn uống để phục sức sau khi kiêng ăn.

Tôi cũng chẳng biết tại sao tôi phải kiêng ăn, nhưng với sự hướng dẫn của Đức Thánh Linh, tôi đã quyết định kiêng ăn 7 ngày, tôi mang theo một chiếc mền cùng quyển Kinh thánh lên núi Chung-gye. Gần nơi trung tâm cầu nguyện, có những điểm gọi là "Nhà nguyện tế bào" dành cho việc cầu nguyện riêng tư. Mọi thứ ở đó thật tồi tàn và ẩm thấp, trên sàn nhà một vài miếng ván đầy những lỗ thủng, côn trùng bò tứ phía. Tôi đã kêu khóc rất nhiều trong lời cầu nguyện, và đã hoàn thành 7 ngày cầu nguyện tại đó. Khi xuống núi, chân tôi run lẩy bẩy, nhưng tôi thấy rất sung sướng vì đã hoàn thành một đợt kiêng ăn. Khi đến trạm xe buýt, tôi gặp người bán hàng rong, bán thịt rán và bánh rán. Tôi ăn vài chiếc bánh rán và trở về nhà.

"Em Yêu, Cho Anh Ít Thức Ăn Nhé"

Nhà tôi đã chuẩn bị sẵn thức ăn, tôi cầu nguyện, "Tôi tin rằng thức ăn nầy sẽ được tiêu hóa cách dễ dàng," và đã ăn hai tô cơm. Tuy rất cứng đối với dạ dày, nhưng nó đã được tiêu hóa tốt. Một thời gian sau, tôi nghe nhà nguyện Osanri tổ chức tại Paju, Kyeong-gi Do. Tôi liền đến đó để tham gia kiêng ăn và cầu nguyện. Đang trong buổi nhóm của đợt kiên ăn 3 ngày, tôi nghe rằng việc thực hiện một chế độ 'thức ăn phục sức' là rất cần thiết. Ông mục sư nói rằng sau khi kiêng ăn, chúng ta phải dùng những thức mềm, và ăn nhẹ như cháo đặt hoặc cháo suông và rau quả. Nhưng tôi đã có một quan điểm khác về điều nầy.

Tôi nghi vấn trong đầu rằng, "Ông ta đang bày tỏ những việc làm thiếu đức tin. Một người có đức tin mà phải dụng đến chế độ ăn uống phục sức hay sao?

Sau đợt kiêng ăn, tôi trở về và ăn uống bình thường với lời cầu nguyện rằng, "Tôi tin rằng thức ăn nầy sẽ được tiêu hóa tốt." Nhưng bất chợt, mặt tôi sưng vù lên và toàn thân đau nhức. Tôi bèn quỳ xuống cầu nguyện. Tôi nghe có tiếng phán của Đức

Thánh Linh rằng,

"Khi ngươi chưa biết gì về chế độ thức ăn phục sức, Ta để cho ngươi thấy được đức tin của mình, giờ ngươi đã biết rồi, nhưng bởi lòng kiêu ngạo mà ngươi đã không làm theo." Tôi hết lòng ăn năn vì đã không vâng theo những gì đã học được, tôi liền bắt đầu một đợt kiên ăn khác.

Những Ích Lợi Của Việc Kiêng Ăn Cầu Nguyện

Kiêng ăn cầu nguyện là một phần quan trọng để lời cầu nguyện chúng ta được nhậm, cùng nhiều ích lợi khác. Thứ nhất, việc kiêng ăn và áp dụng chế độ thức ăn phục sức trong một thời gian nhất định sau kiêng ăn là một việc làm rất khó nếu chúng ta không bắt buộc cơ thể mình phải phục theo. Khi kiêng ăn, chúng ta khước từ xác thịt và có được sức mạnh để tự chế bản thân. Tâm linh chúng ta trở nên linh hoạt hơn và giúp ích rất nhiều cho việc trưởng thành đời sống thuộc linh. Đồng thời cũng có lợi về mặt thể lý, dạ dày được nghỉ ngơi, và rất tốt cho sức khỏe.

Khi tâm linh chúng ta trở nên linh hoạt hơn, chúng ta sẽ được đầy dẫy Thánh Linh, nên chúng ta nhận lãnh được sức mạnh từ Đức Chúa Trời. Qua sự cầu nguyện hết lòng, những lời cầu nguyện cho nhiều nan đề khác nhau của chúng ta được nhậm, và những lời cầu nguyện nầy sẽ bảo vệ chúng ta khỏi những thử thách hầu đến. Công việc của Chúa là tốt đẹp cho mọi sự.

Thời gian kiêng ăn của tôi thường bằng thời gian ăn uống. Một khi tôi quyết định kiêng ăn, tôi chẳng bao giờ đổi ý. Chúng ta tin cậy Chúa khi giữ đúng lời hứa với Ngài. Khi điều nguyện ước của chúng ta được nhậm qua sự kiêng ăn cầu nguyện, đức tin chúng ta được bảo chứng, đồng thời cũng nhận lãnh được sức lực và sự khích lệ trong cuộc sống. Vì vậy đây là con đường ngắn nhất đưa chúng ta đến với những kinh nghiệm thực tế trong đời của những người tin Chúa, và là cách rất tốt dẫn chúng ta đến sự đắc thắng trong đời sống đức tin.

Vì vậy, kiêng ăn cầu nguyện là ý nuốn của Chúa và là một trong những cách tốt nhất để xây dựng vương quốc và làm trọn sự công chính của Đức Chúa Trời.

Con Đường Dẫn Đến Sự Sẵn Lòng Kiêng Ăn Cầu Nguyện

Kiêng ăn cầu nguyện là khi chúng ta không ăn gì cả, chỉ uống nước trong thời gian cầu nguyện. Ấy là chúng ta cầu nguyện với sự quyết tâm rằng, "Nếu Chúa bảo chết, thì tôi chết." Vậy, chúng ta không nên bước vào một thời gian kiêng ăn lâu hơn mười ngày một cách thiếu suy nghĩ, nhưng với sự cân nhắc đúng đắn, và chúng ta nên làm theo sự hướng dẫn của Đức Thánh Linh. Ê-sai 58:6 có nói rằng, *"Sự kiêng ăn mà ta lựa chọn, há chẳng phải là bẻ những xiềng xích hung ác, mở những trói của ách, thả cho kẻ bị ức hiếp được tự do, bẻ gãy mọi ách hay sao?"* Những xiềng xích hung ác ở đây là tất cả những nan đề xảy đến do hậu quả của việc đi xa lời Chúa. Nghĩa là, nếu chúng ta sẵn sàng thực hiện việc kiêng ăn cầu nguyện đẹp lòng Chúa, những nan đề của chúng ta sẽ được giải quyết. Nhưng, có một vài người thực hiện 40 ngày kiêng ăn bởi ý riêng của họ và phải đối diện với nan đề vì họ ở ngoài sự che chở của Chúa. Vậy, trước mặt Chúa, loại kiêng ăn nào là thật sự đẹp ý Ngài?

Thứ Nhất, Chúng Ta Phải Thực Hiện Sự Kiêng Ăn Với Tấm Lòng Kiên Định.

Nếu một khi chúng ta đã quyết định kiêng ăn bao nhiêu ngày, chúng ta không được thay đổi giữa chừng. Chúng ta không thể vì một khó khăn nào đó mà mà ngừng sự kiêng ăn hay bỏ cuộc nửa vời. Nếu vì lý do bất khả khán mà chúng ta phải ngừng sự kiêng ăn giữa vời, thì chúng ta phải thực hiện lại từ đầu để hoàn thành đợt kiêng ăn đúng với khoảng thời gian mà chúng ta đã hứa nguyện với Chúa. Nếu chúng ta đã hứa nguyện với Chúa, rồi vì lý nầy, lý do nọ mà chúng ta thay đổi, thì làm sao Chúa có thể tin tưởng và yêu thương chúng ta được? Bất luận việc gì chúng ta đã hứa trước Chúa, chúng ta phải thực hiện. Làm vậy, chúng ta có thể học được tính kiên nhẫn, và chúng ta có thể gây dựng được đức tin nơi Chúa. Cũng cách đó, chúng ta có thể bước đi theo thánh ý của Ngài.

Thứ Nhì, Chúng Ta Phải Cầu Nguyện Hết Lòng Trong Lúc Kiêng Ăn

Có một số người không cầu nguyện hết lòng nhưng có xu hướng ngủ nhiều trong lúc kiêng ăn. Kiểu nhịn ăn nầy chẳng có ý nghĩa gì. Chỉ khi nào chúng ta quặn thét và hết lòng trong sự cầu nguyện, thì Chúa sẽ ban ơn và thêm sức để chúng ta tiếp tục kiêng ăn. Ngài cũng sẽ nhậm lời cầu nguyện và ban phước cho chúng ta.

Như chúng ta ăn ba bữa mỗi ngày, chúng ta cũng phải sẵn sàng cầu nguyện ba lần mỗi ngày trong khi kiêng ăn. Làm vậy, chúng ta sẽ được cung cấp manna thuộc linh và nước hằng sống từ nơi thiên thượng để được đầy dẫy Thánh Linh và kẻ thù là ma quỷ sẽ tránh xa. Trường hợp kiêng ăn lâu ngày, chúng ta phải cầu nguyện ít nhất năm lần mỗi ngày để nhận lãnh linh lương từ nơi Chúa. Hơn nữa, khi kiêng ăn chúng ta không chỉ thể hiện bằng hành động bên ngoài. Khi chúng ta xé lòng mình ra mà cầu nguyện, Đức Chúa Trời sẽ ban ơn và thêm sức cho chúng ta (Giô-ên 2:12-13)

Thứ Ba, chúng ta không được giải trí vui chơi.

Ê-sai 58:3 nói rằng, *"Sao chúng tôi kiêng ăn mà Chúa chẳng đoái xem? Sao chúng tôi chịu dần lòng mà Chúa chẳng biết đến? Nầy, trong ngày các ngươi kiêng ăn, cũng cứ tìm sự đẹp ý mình và làm khổ cho kẻ làm thuê."* Nếu chúng ta xem TV, giận dữ, hoặc nói xấu, phỉ báng người khác trong lúc chúng ta kiêng ăn, Chúa sẽ lấy làm buồn lòng, nên chúng ta chẳng mong đợi được Ngài nhậm lời. Bởi vậy, chúng ta phải tránh việc giải trí vui chơi, những cuộc đàm tiếu vô nghĩa, hoặc làm bất kỳ một điều sai trật nào. Đây chính là tấm lòng mà Chúa ưa thích.

Thứ Tư, Khi Cầu Nguyện, Trước Hết Chúng Ta Phải Cầu Nguyện Cho Vương Quốc Đức Chúa Trời Và Sự Công Chính Của Ngài.

Nếu cầu nguyện với sự ham muốn của xác thịt, Chúa sẽ không chấp nhận lời cầu nguyện như vậy. Do đó, sự cầu nguyện của chúng ta sẽ không được nhậm. Điều hiển nhiên, sự kiêng ăn như vậy sẽ ảnh hưởng xấu đến sức khỏe chúng ta, vậy nên chúng ta phải hết sức thận trọng. Chúng ta không cầu nguyện để được nổi tiếng, quyền lực thế gian, hoặc để đạt được sự học thức, nhưng chúng ta chỉ nên cầu nguyện để được thánh hóa và trở nên chiếc bình trống không trong tay Chúa. Chúng ta phải cầu nguyện để ngày càng có nhiều linh hồn được cứu, để nhận lãnh quyền năng từ nơi Chúa, và nhận lãnh những ân tứ Thánh Linh. Khi chúng ta cầu nguyện cho vương quốc thiên đàng và sự công chính của Đức Chúa Trời, cho những mục sư của hội thánh, Đức Chúa Trời sẽ vui lòng nhậm những lời cầu nguyện đó.

Thứ Năm, Chúng ta Phải Cầu Nguyện Với Tình Yêu Thương Cao Cả.

Ê-sai 58:7 nói rằng, *"Há chẳng phải là chia bánh cho kẻ đói, đem những kẻ nghèo khổ đã bị đuổi đi về nhà mình, khi thấy kẻ trần truồng thì mặc cho, và chớ hề trớ trinh với những kẻ cốt nhục mình, hay sao?"* Khi con cái của Ngài kiêng ăn cầu nguyện, thì Đức Chúa Trời sẽ yêu mến và động lòng thương xót. Nếu họ bày tỏ hành động nhân từ và yêu mến những kẻ khác, vậy trước mặt Chúa, họ là kẻ đáng yêu biết dường nào! Ngài Sẽ vui lòng chấp nhận sự kiêng ăn đó và sẽ mau chóng nhậm lời cầu nguyện của họ.

Thứ Sáu, Chúng Ta Cũng Phải Thực Hiện Một Chế Độ Ăn Uống phục Sức.

Sau khi hoàn thành đợt kiêng ăn, để cho sự kiêng ăn của chúng ta được trọn vẹn, chúng ta phải có một thời gian ăn uống phục sức thích hợp bằng với thời gian chúng ta kiêng ăn. Khi đó chúng ta có thể tự kiểm soát bản thân. Điều nầy sẽ không làm hại cơ thể chúng ta nhưng sẽ giúp cho khỏe mạnh hơn, tâm linh chúng ta sẽ sáng suốt hơn.

Có người nói rằng, "Dạ dày tôi rất tốt, nên tôi chẳng cần thiết phải giữ chế độ ăn uống phục sức." Nhưng đây là một quan niệm sai lầm. Khi chúng ta có một chế độ ăn uống thích hợp, Chúa sẽ làm cho dạ dày yếu mỏn của chúng ta trở nên mạnh hơn, và chữa lành mọi bệnh tật trong quá trình nầy.

Mặc dù chúng ta hoàn thành tốt sự kiêng ăn, nhưng nếu chúng ta không giữ chế độ ăn uống thích hợp để phục sức, chúng ta sẽ bị sa sút năng lực, thân thể chúng ta sẽ bị tổn hại, và chúng ta có thể gặp nan đề. Đồng thời trong giai đoạn phục sức, chúng ta không nên làm việc hoặc luyện tập thể thao cực nhọc. Và cũng sẽ có sự thử thách ngay sau kỳ kiêng ăn, vậy chúng ta nên nhớ cầu nguyện cho điều nầy đương khi chúng ta kiêng ăn.

Thực Phẩm Phù Hợp Cho Sự Phục Sức

Nếu chúng ta ăn nhiều trong thời gian phục sức, mặt chúng ta sẽ bị sưng lên, và có ảnh hưởng không tốt đến dạ dày, nên chúng ta cần phải thận trọng. Chúng ta thường ăn ba bữa mỗi ngày, nhưng trong thời gian phục sức, chúng ta ăn những thức ăn mềm, cháo loãng, chúng ta có thể ăn bốn lần mỗi ngày, mỗi lần một cốc nhỏ.

Chúng ta không nên ăn thịt, trứng, bánh mì, những thức uống có chứa cacbonat, những thức ăn đậm đặc chứa nhiều dầu mỡ, gia vị, chất mặn, hoặc chua. Chúng ta không nên ăn những thức ăn có chứa MSG và đồ cay. Tốt hơn, chúng ta nên ăn rau quả.

Sau ba ngày kiêng ăn chúng ta nên ăn cháo trắng, nhưng sau kỳ kiêng ăn dài ngày, dạ dày trở nên giống như của trẻ sơ sinh. Vậy nên, chúng ta nên ăn cháo rất loãng, cháo suông ít nhất trong hai ngày. Ăn bốn lượt mỗi ngày. Chúng ta có thể chỉ uống nước táo ép bốn lần mỗi ngày.

Sau ba bốn ngày, chúng ta có thể ăn cháo hơi đặc hơn. Sau đó, chúng ta có thêm bột gạo hoặc bí ngô vào khi nấu cháo, và số lượng sẽ tăng dần. Những thức ăn thêm, chúng ta không nên ăn thịt, không nên thêm MSG. Nếu thích ăn thịt, chúng ta có thể dùng một ít cá hơi có vị mặn.

Những loại súp nấu từ rau quả cũng rất tốt. Đặt biệt, nếu chúng ta thêm vào cháo một ít mè vừng bóc vỏ thì rất tốt. Chúng ta có thể phục sức mau chóng hơn, và chúng ta sẽ cảm thấy khỏe mạnh hơn với chế độ ăn uống phục sức nầy.

Cầu Nguyện Xin Sự Dẫn Dắt Của Đức Thánh Linh

Tôi là một người nhút nhát. Nếu có ai bên cạnh, tôi không thể cầu nguyện lớn tiếng được. Vì vậy tôi luôn một mình cầu nguyện thâu đêm. Sau 30 phút cầu nguyện, tôi nhận được sự đầy trọn và sự thần cảm của Đức Thánh Linh để có sự sâu nhiệm trong mối tương giao thiêng liêng với Chúa. Đôi khi sự thần cảm đó đến với tôi kỳ diệu đến nỗi tôi bắt đầu ca hát bằng tiếng lạ, nhảy múa trong sự vận hành của Đức Thánh Linh cùng sự ngợi khen Hallelujah.

Tôi chủ yếu cầu nguyện cho mục sư của hội thánh, những mục sư khác, những trưởng lão, sự phục hưng của hội thánh và những linh hồn chưa được cứu, những hội thánh khác, tổ quốc và đồng bào chúng tôi. Tôi cầu nguyện ngắn gọn cho gia đình và công việc vào phần cuối của thời gian cầu nguyện. Khi có thời gian, tôi đi đến các trung tâm cầu nguyện để tham dự nhóm cầu nguyện rạng đông. Vì tôi không muốn phí thời gian chờ qua ăn trưa, nên sau đó, vừa sáng sớm, tôi khăn gói lên đỉnh đồi và bỏ qua bữa trưa.

Tối đến, tôi ăn uống chỗ trung tâm cầu nguyện và tham dự buổi nhóm tại đó. Khi nào có sự thôi thúc mạnh mẽ trong lòng, tôi tiếp tục kiêng ăn bữa tối nữa.

"Cũng một lẽ ấy, Đức Thánh Linh giúp cho sự yếu đuối chúng ta. Vì chúng ta chẳng biết sự mình phải cầu xin đặng cầu nguyện cho xứng đáng; nhưng chính Đức Thánh Linh lấy sự thở than không thể nói được mà cầu khẩn thay cho chúng ta. Đấng dò xét lòng người hiểu biết ý tưởng của Thánh Linh là thể nào, vì ấy là theo ý Đức Chúa Trời mà Ngài cầu thế cho các thánh đồ vậy." (Rô-ma 8:26-27).

Hồi đó tôi chẳng biết gì về Đức Thánh Linh, tôi chỉ làm theo sự dẫn dắt của Ngài và cầu nguyện. Chúa biết được tấm lòng tôi. Đức Thánh Linh cầu nguyện trong tôi, và tôi cầu nguyện bởi sự thần cảm của Ngài.

Chính Tay Chúa Chuẩn Bị Cho Việc Mở Hội Thánh

Vượt Qua Những Thử Thách Đức Tin

Chúa cho phép những thử thách xảy đến hầu cho đức tin của gia đình tôi có thể trọn vẹn hơn. Năm 1980, con gái út Soojin của tôi lên 6 tuổi. Lúc cháu bé cùng chị nó đang đi trên đường, có một nhóm học sinh cấp ba đang chơi bóng cùng nhau. Bất chợt, một cậu xoay người bắt bóng đã va phải Soojin, bé bị ngã, va đầu vào một khối bê tông và bị chấn thương. Bố mẹ cậu học sinh đó đưa Soojin đi bệnh viện.

Nhà tôi nghe tin vội chạy tới đó. Bác sĩ bảo rằng bé Soojin phải chuyển đến bệnh viện trung ương. Ông ta bảo cháu bé bị tổn thương não bộ rất nặng và có thể gặp phải nan đề khả năng trí tuệ do ảnh hưởng của sự tổn thương nầy. Ngay cả phải chịu phẫu thuật, cháu cũng có khả năng bị tổn thương đến trí tuệ.

Tôi đang ở cửa hàng, nghe tin Soojin bị mê sảng. Nhưng bởi đức tin tôi nghĩ rằng cháu bé sẽ được chữa lành qua sự cầu nguyện, thay vì đưa đến bệnh viện trung ương, tôi đem bé về nhà.

Mẹ cậu học sinh ấy chẳng biết phải làm gì. Chị ta làm nghề hầu phòng và cũng khó khăn tài chánh như tôi.

Tôi khuyên chị ta hãy bình an, rồi đặt tay cầu nguyện cho Soojin. Cháu bé thì thào trong cơn mê sảng và rên rĩ. Đến sáng hôm sau bé vẫn chưa tỉnh lại, tôi và nhà tôi đã cầu nguyện thâu đêm. Vào hôm thứ tư, khi tôi đang chuẩn bị đến trường thần học, bất ngờ, Soojin nói rất rõ rằng, "Bố, hôm nay có phải là ngày đi nhà thờ không?" Cháu bé đã tỉnh táo trở lại.

"Lạy Chúa, con cảm ơn Ngài! Ngài đã nhậm lời cầu nguyện của con và bé Soojin đã tỉnh táo trở lại." Khi tôi từ trường thần học trở về, bé Soojin đã đi nhà thờ dự buổi nhóm thờ phượng thứ tư.

Con Gái Thứ Hai Tôi Bị Tai Nạn Giao Thông

Năm 1981, Mikyung, con gái thứ hai tôi bị tai nạn giao thông. Vừa xuống khỏi xe buýt, bé Mikyung băng qua đường. Tài xế xe tải vô ý đã va trúng, làm em văng ra bên đường. Người ta xúm đến, và tài xế đó đã đưa bé đi bệnh viện.

Khi nhà tôi đến bệnh viện, mặt bé đã sưng vù lên đến nỗi khi nhìn vào, giống như bé có hai cằm. Miệng bé bị giập và rách bên trong. Thật kinh khủng. Bác sĩ nói, bé phải nhập viện, nhưng nhà tôi đã đưa bé về. Người bé đầy máu và mắt nhắm nghiền, không mở được. Mặt bé đầy những thương tích.

Bé chẳng ăn được gì. Chỉ uống ít sữa hoặc nhấm vài thìa súp, tôi hé miệng bé nhìn vào bên trong, trông thật khiếp. Tôi đặt tay khẩn thiết cầu nguyện cho bé. Mặc dù đầy thương tích, bé vẫn đi đến trường. Cô giáo của bé rất lo lắng, bảo bé phải đi bệnh viện. Tôi cùng nhà tôi kiêng ăn và khẩn thiết cầu nguyện suốt đêm cho bé. Mikyung vẫn tiếp tục đến trường, một ngày sau, mặt bé trở nên xanh mét và thâm tím, 5 ngày sau, những lớp vảy rụng hết và bé đã hoàn toàn hồi phục. Miệng bé trở lại bình thường, những chỗ sưng không còn nữa, phía trong miệng bé cũng đã lành lặn hoàn toàn.

Mùa hè năm đó, tôi nhận một lá thư từ cô giáo của Mikyoung. Nói rằng, qua việc bé Mikyung được chữa lành một cách mau chóng mà không cần đến thuốc men, cô đã nhận biết được rằng, Đức Chúa Trời là Đấng hiện hữu, quyền năng, Ngài thật kỳ diệu. Cuối thư cô giáo nói rằng, từ nay về sau, cô sẽ đi nhà thờ.

Con Gái Đầu Của Tôi Được Chữa Lành Sau Khi Nhà Tôi Ăn Năn

Năm 1981, Miyoung, con gái đầu của tôi đang học mẫu giáo. Trong kỳ nghỉ hè, tôi kiêng ăn cầu nguyện tại nhà nguyện Osanri, khi trở về, tôi thấy bé Miyoung bị u nhọt đầy người. Bé bị chứng phát ban rất nặng, đến nỗi nhìn vào thấy giống một lớp vỏ thông dày, bên dưới lớp thô ráp đó là một lớp da nứt nẻ bị nhiễm trùng, mủ chảy ra. Thật kinh khủng. Bé chỉ cần cựa mình nhẹ là máu, mủ chảy ra, Miyoung phải ở trong một góc phòng.

Nhà tôi tin rằng, Chúa sẽ chữa lành cho bé nên đã chẳng xức

thuốc, cũng chẳng đưa bé đi bệnh viện. Tôi cầu nguyện cho bé, nhưng bệnh không được lành. Ngày hôm sau, tôi tiếp tục cầu nguyện, nhưng chẳng có tiến triển nào.

"Nầy, tay Đức Giê - Hô- Va chẳng trở nên ngắn mà không cứu được; tai Ngài cũng chẳng nặng nề mà không nghe được đâu. Nhưng ấy là sự gian ác các ngươi đã che khuất mặt Ngài khỏi các ngươi, đến nỗi Ngài không nghe các ngươi nữa." (Ê-sai 59:1-2)

Tôi nhìn lại mình, cố xem có gì sai trật không để ăn năn, nhưng chẳng nghĩ ra được điều gì. Tôi chắc là Miyoung cũng chẳng phạm phải một hành vi sai trật nào. Bé luôn ngoan ngoãn. Nhà tôi bảo, mình đã vì công việc bận rộn mà sao lãng việc dự lễ cầu nguyện rạng đông, và đã ăn năn trước Chúa. Sau khi nhà tôi ăn năn, tôi tiếp tục cầu nguyện cho bé, và lần nầy Chúa đã hành động. Lớp da đỏ sần sùi như lớp vỏ cây dày bị nhiễm trùng từ bên trong, qua một đêm đã ngã sang màu trắng, và tất cả các lớp vảy đều rụng hết. Bé đã được chữa lành hoàn toàn trước khi kỳ nghỉ của tôi trôi qua. Khi chúng ta hoàn toàn tin cậy Chúa, Ngài sẽ không để chúng ta phải đối diện với bất kỳ tình cảnh khó khăn nào. Chúng tôi đã nhận biết rằng, đây là một thử thách nhằm làm cho đức tin của gia đình tôi trưởng thành hơn, như Ngài đã từng biến đổi Gióp trở nên một con người trọn vẹn hơn bằng cách thét luyện ông qua bệnh ghẻ chóc. Chúng tôi dâng lời cảm tạ Chúa về tình yêu của Ngài. Trước khi mở hội thánh, Đức Chúa Trời đã cho phép thử thách xảy đến với cả ba con gái tôi, hầu cho qua đó Ngài ban cho chúng tôi đức tin lớn hơn.

Tôi Sẽ Làm Gì?

Tôi nhận biết Chúa qua mọi việc và luôn tìm cầu ý chỉ của Ngài để vâng theo. Đang khi đọc Kinh Thánh, tôi cảm thấy xúc động vô cùng khi Đa-vít đã nương cậy Chúa trong mọi sự.

"Sau điều đó, Đa-vít cầu vấn Đức Giê-hô-va như vầy: Tôi có nên đi lên một thành nào của xứ Giu-đa chăng? Đức Giê-hô-va đáp cùng người rằng: Hãy đi lên. Đa-vít tiếp: Tôi phải lên trong thành nào? Đức Giê-hô-va đáp: Hếp-rôn." (2 Sa-mu-ên 2:1)

"Bấy giờ, Đa-vít cầu vấn Đức Giê-hô-va, mà rằng: Tôi phải lên đánh dân Phi-li-tin chăng? Ngài sẽ phó chúng vào tay tôi chăng? Đức Giê-hô-va đáp cùng Đa-vít rằng: Hãy đi lên, vì hẳn ta sẽ phó dân Phi-li-tin vào tay ngươi." (2 Sa-mu-ên 5:19)

Đa-vít đã cầu vấn Đức Giê-hô-va về mọi sự, ngay cả những việc nhỏ nhặt. Giống như em bé luôn hỏi bố mẹ về những công việc cần làm, Đa-vít luôn cầu vấn và Đức Giê-hô-va hướng dẫn ông. Mỗi khi Đa-vít cầu vấn, Đức Giê-hô-va luôn đáp lời như một người cha khoan dung. Tôi cũng tìm cầu ý chỉ của Đức Chúa Trời trong mọi vấn đề, và Ngài đã cho tôi nghe rất rõ tiếng phán của Đức Thánh Linh.

40 Ngày Kiêng Ăn

Mùa nghỉ đông năm thứ hai trong trường thần học năm 1981, Chúa đã cảm động lòng tôi để sẵn sàng cho 40 ngày kiêng ăn. Tôi khăn gói đến trung tâm cầu nguyện, mang theo Kinh Thánh, Thánh ca, cùng những sách thuyết giáo khác. Khi gần đến ngày lên đường, thình lình, tôi nghe tiếng Đức Thánh Linh phán rất rõ và mạnh.

"Không mang theo và đọc bất kỳ sách nào khác, ngoài Kinh Thánh và Thánh ca trong 40 ngày kiêng ăn."

Tôi liền mở gói lấy ra tất cả các sách khác, chỉ để lại Kinh Thánh và thánh ca, rồi lên đường đến nhà nguyện Osanri. Vì bấy giờ đang là mùa nghỉ, nên ở đó có hàng ngàn tín đồ. Thời tiết đang trong mùa lạnh nhất kể từ 60 năm lại đây. Tôi tham dự tất cả các buổi thờ phượng chính của trung tâm cầu nguyện, và biệt riêng ba lần để cầu nguyện trong mỗi ngày (rạng đông, chiều, và 11 giờ đêm). Khi bước vào phòng cầu nguyện cá nhân, quỳ gối xuống tôi nghe lạnh buốt người, nhưng tôi đã quặn thét trong sự cầu nguyện và không bỏ qua một buổi cầu nguyện nào trong ngày.

Phòng cầu nguyện riêng phủ đầy sương giá, và giống như một khối băng lớn. Nhưng tôi đã cố gắng chiến đấu, cầu nguyện hết lòng trong 30 đến 40 phút, Chúa đã ban ơn để tôi có thể cầu nguyện lớn tiếng hàng giờ. Vì là một người mới tin Chúa, tôi đã kiêng ăn rất nhiều, kể cả 5 ngày, 7 ngày, 15 ngày, và 20 ngày. Tôi thường xuyên kiêng ăn trong thời còn là sinh viên thần học. Tôi nghĩ nếu được Chúa vùa giúp, thì dù là kiêng ăn 40 ngày cũng chẳng khó khăn gì. Tôi cầu nguyện cho vương quốc và sự công chính của Đức Chúa Trời,tôi cầu xin Chúa bày tỏ lời Ngài cho tôi. Được gọi là đầy tớ Ngài, nhưng tôi không thể làm được gì bởi sức riêng mình, nên tôi đã tha thiết cầu xin quyền năng đến từ Chúa để làm công việc của Ngài. Tôi cũng cầu xin Chúa cho tôi mở một hội thánh,và Đức Chúa Trời đã ban cho tôi khải tượng về một hội thánh mà từ đó sẽ hoàn thành sứ mạng truyền giáo ở thế gian.

"Có rất nhiều linh hồn đang chịu thống khổ bởi bệnh hoạn và nghèo khó. Hội thánh ngươi hãy đi giúp đỡ những kẻ khó khăn, rịt lành những kẻ có lòng tan vỡ, hãy làm chứng và rao truyền phúc âm đến toàn nhân loại, hoàn thành sứ mệnh truyền giáo ở thế gian. Hội thánh ngươi hãy dấy lên và tỏa sáng ra. Ta đã chọn ngươi, ta sẽ dẫn dắt ngươi từ lúc khởi sự cho đến khi hoàn thành. Hãy nhớ điều nầy và ngươi sẽ thực hiện nó khi ngươi mở hội thánh."

Vì tôi đã từng chịu thống khổ bởi đau đớn do bệnh hoạn gây ra trong một thời gian khá lâu, nên tôi có thể thấu hiểu nỗi niềm của những kẻ đương trong cơn đau bệnh nghẹt nghèo. Nhắm đặt để đức tin vào những ai chưa biết Chúa, chữa lành sự yếu đuối và bệnh hoạn của muôn người, tháo bỏ những xiềng xích bất công đang trói buộc loài người trong thế gian đầy tội lỗi, để làm điều nầy, tôi phải nhận lãnh được quyền năng kỳ diệu và vô biên của Đức Chúa Trời, vậy nên tôi cầu nguyện rằng:

"Lạy Chúa xin ban cho con quyền năng Ngài hầu cho hễ ai chạm đến vạt áo hoặc đụng phải bóng của con thì họ cũng có thể được chữa lành, và khi con cậy lời Ngài mà truyền lệnh, ma quỷ phải thoái lui."

Khi tôi cầu nguyện khẩn thiết, Ngài ban cho tôi hứa ngôn về thẩm quyền đuổi quỷ, trục xuất quyền lực tối tăm là kẻ thù chúng ta. Tôi khao khát quyền năng Chúa ngày càng nhiều hơn để rao giảng phúc âm và đặt để niềm tin vào lòng những ai chưa biết Chúa, những ai đang khổ sở vì bệnh tật, đói nghèo, cùng những lo lắng đời nầy, để lập một hội thánh lớn mạnh, truyền giảng phúc âm đến tận cùng trái đất. Để thực hiện giấc mơ về sứ mệnh truyền giáo thế giới, tôi cần phải nhận lãnh được quyền năng vô biên của Ngài, nên đã mong mỏi và cầu xin quyền năng như những thánh đồ được chọn và yêu dấu của Ngài đã từng nhận lãnh, như Môi-se, Giô-suê, Ê-li, Ê-li-sê, Phi-e-rơ, Phao-lô đã từng bày tỏ qua những dấu kỳ, phép lạ.

Đồng thời với tư cách của một người hầu việc Chúa, tôi không chỉ cầu xin quyền năng và thẩm quyền từ nơi Ngài để chiến thắng thế gian, mà còn xin được nhận lãnh 12 ân tứ của Đức Thánh Linh. Nhưng kể từ ngày thứ 6, Chúa không vùa giúp tôi nữa. Vì không có Ngài giúp đỡ, kẻ thù là ma quỷ đã quấy nhiễu tôi. Qua ngày thứ 7 và thứ 8, tôi bị hoa mắt, tay chân tê cứng như bệnh chuột rút. Cảm thấy mình đang hóa khùng, đêm đến, tôi không sao chợp mắt được. Tôi nghĩ, có lẽ mình đã bị điên rồi, tôi cố gắng hồi tỉnh. Trong một giấc mơ, tôi thấy có ai đó mớm cơm cho tôi. Tỉnh dậy, tôi ăn năn về giấc mơ đó.

Tôi nghĩ đến chuyện bỏ cuộc, vì thiết tưởng rằng mình đã làm buồn lòng Chúa với cách cầu xin như vậy. Nhưng nếu bỏ cuộc lúc đó, tôi phải bắt đầu lại mọi thứ. Vậy nên tôi đã gắng sức chống cự lại những nỗi đau của mỗi ngày.

Sau ngày thứ 9, những triệu chứng nầy không còn nữa. Qua ngày thứ 20, tôi thậm chí không còn đủ sức để đọc Kinh Thánh, nên đã mua vài cuốn thuyết giáo của mục sư. Tôi đọc qua vài chương, rồi cũng không thể đọc được nữa. Tôi đến nơi cầu nguyện riêng, nhưng không đủ sức để cầu nguyện nên lời. Tôi cố gắng hết sức để cầu nguyện. Tôi cầu khẩn rằng, "Lạy Chúa, xin ban sức để con có thể cầu nguyện nên lời."

Tôi không nhớ mình đã phải chờ đợi bao lâu, trong khi đang tranh chiến, tôi nghe có tiếng chạm mạnh vào lòng và phán rằng, "Ta đã bảo ngươi không mang theo, cũng không đọc bất kỳ sách nào ngoài Kinh Thánh và thánh ca. Cớ sao ngươi đã đọc sách do con loài người viết?"

Khi nghe tiếng phán, tôi hồi tỉnh trở lại, và nói nói rằng, "Thưa Chúa, con nghĩ rằng việc đó cũng không sao, nhưng con đã bất tuân. Xin hãy tha thứ cho con" Cảm thấy khó đọc Kinh Thánh, nên tôi nghĩ rằng mình có thể đọc sách khác. Nhận biết mình đã bất tuân, tôi bèn hết lòng ăn năn. Sau đó, Chúa ban sức mới và tôi có thể cầu nguyện được.

Ngày thứ 28, tôi chỉ còn lại da bọc xương. Tôi bị sụt cân trông thấy. Ngày thứ 30, ruột tôi khô và dính lại, đến nước cũng không thể lưu thông được, tôi cảm thấy đầy bụng như thể bị chứng khó tiêu. Chỉ cần uống một ngụm nước, cũng bị ói ra. Khi nôn, có lẫn máu chết và máu bầm. Tôi nghĩ, có lẽ do một số mạch máu ở thành dạ dày đã bị vỡ, nên máu ứ đã theo ra khi nôn. Ngày thứ 32, con gái lớn tôi lúc đó đang học tiểu học, đến thăm tôi. Vì ở chung phòng với nhiều người, e rằng họ sẽ không chịu nổi khi thấy tôi nôn, nên đã quyết định về nhà cùng con gái. Tôi tiếp tục kiêng ăn tại căn phòng thuê gần nhà. Chỉ đơn thuần là sự tranh chiến cùng ý chí mình. Nhưng đến ngày thứ 39 lúc 11 giờ khuya, như một phép lạ, tất cả những cơn đau biến mất, từ nơi cao, Đức Chúa Trời ban sức cho tôi. Tôi khỏe như một người hoàn toàn bình phục. Tắm rửa, thay quần áo, tôi dâng lời cảm tạ và thờ phượng Chúa lúc nửa đêm, hoàn thành kỳ kiêng ăn.

Như Chim Ưng Rèn Luyện Con Mình

Sau nầy, tôi tò mò với ý nghĩ rằng, tại sao Chúa đã không nâng đỡ tôi trong 40 ngày kiêng ăn. Cho đến lúc ấy, tôi luôn hoàn thành nhiều lần kiêng ăn không mấy khó khăn vì Chúa đã nâng đỡ và vùa giúp tôi. Trong sự cầu nguyện, tôi đã cầu vấn cùng Chúa rằng, tại sao tôi đã phải hoàn thành sự kiêng ăn bằng sức riêng của mình và phải chịu nhiều đau đớn. Chúa đáp cùng tôi:

"Ta chẳng hề ngoảnh mặt khỏi ngươi, nhưng ta đã cố ý rèn luyện ngươi. Nếu ngươi so sánh giữa sự kiêng ăn bởi sự vùa giúp của ta với sự kiêng ăn bởi chính sức riêng và sự chịu đựng của chính ngươi, sự khác nhau ở chỗ sức mạnh mà ngươi đạt được vượt trội hơn rất nhiều."

Khi tôi hoàn thành sự kiêng ăn duy bởi sức lực và ý chí của riêng mình, là lúc tôi có thể đạt được sức mạnh và sự chịu đựng lớn hơn, hầu cho tôi có thể vượt qua bất kỳ một khó khăn nào. Khi nghe những lời đó, tôi nhớ lại Phục Truyền 32:11-12:

"Như phụng hoàng phấp- phới giỡn ổ mình, bay chung quanh con nhỏ mình, sè cánh ra xớt nó, và cõng nó trên chéo cánh mình thể nào, thì một mình Đức Giê-hô-va đã dẫn dắt người thể ấy, không có thần nào khác ở cùng người."

Loài phụng hoàng (chim ưng) xây tổ trên vách đá cao. Khi chim non của chúng đã đến độ trưởng thành nhất định, chim ưng mẹ đẩy con mình ra khỏi tổ. Theo bản năng tự nhiên, khi bị rơi, chim ưng non sè cánh ra để được sống còn. Qua cuộc rèn luyện nầy, những chú chim ưng non trở nên mạnh mẽ để có thể sống được trong cuộc đấu tranh sinh tồn, một cuộc sống bay lượn trên trời cao. Tôi không sao cầm được nước mắt, vì Chúa đã yêu tôi, Ngài dành cho tôi những cuộc tôi luyện khắc nghiệt, như chim ưng rèn luyện con mình.

Chương 5

Sự Khởi Đầu Của Hội Thánh

Chuẩn Bị Lời Chúa Trong Ba Năm

Khi Chúa kêu gọi tôi bước vào con đường hầu việc Ngài, Chúa phán rằng,"Ta sẽ tôi luyện ngươi trong ba năm, hãy trang bị lẽ đạo trong ba năm."

Tôi ngẫm nghĩ về ý nghĩa của cụm từ '3 năm.' Vào ngày 9 tháng 7, 1974, trong ngày sinh nhật bố tôi, một tai bay vạ gió đã xảy đến, tôi và nhà tôi chia tay nhau. Đến ngày 10, tháng 7, 1977, chúng tôi mở một cửa hàng tại Chợ Kemho Dong với tài chánh ổn định. Đúng 3 năm, không sai một ngày. Vì khóa cử nhân thần học là 4 năm, nên lúc đầu tôi không thể hiểu tại sao Chúa có phán rằng Ngài sẽ ở cùng tôi với 'những dấu lạ và sự kì diệu kèm theo' sau khi tôi trang bị mình với Lời Ngài trong ba năm. Nhưng rồi tôi cũng sớm nhận ra ý nghĩa của chúng. Tháng 2, 1982, theo yêu cầu của mục sư hội thánh Ilman ở Masan, tôi đã nói chuyện tại một buổi nhóm phục hưng ở đó. Tôi vừa kết thúc những năm đầu của chương trình thần học vào tháng 2, 1982, vừa tròn 3 năm kể từ lúc bước vào trường thần học. Có một trưởng lão hội thánh hỏi tôi rằng, "Thưa mục sư, mời ông đến hội thánh tôi để nói chuyện trong buổi nhóm phục hưng."

"Tôi chưa được thụ phong mục sư. Tôi chỉ là một sinh viên thần học, làm sao tôi có thể nói chuyện được trong một buổi nhóm phục hưng? Xin hãy bảo người khác."

"Không. Tôi đã cầu nguyện rồi, Chúa đã nhắc tôi nhớ đến anh. Ý Chúa muốn anh nói chuyện trong buổi nhóm phục hưng nầy."

"Vậy, xin để tôi cầu nguyện về điều nầy rồi sẽ trả lời ông."

Vì đây là buổi nhóm phục hưng đầu tiên, vì tôi vẫn còn là sinh viên thần học, tôi chẳng mấy tự tin. Tôi kiêng ăn ba ngày tại núi cầu nguyện Osan Ri. Sau đó tôi lấy lại tự tin. Khi trở về nhà, tôi quỳ xuống cầu nguyện để chuẩn bị cho sứ điệp trong buổi nhóm phục hưng ấy. Trong khoảnh khắc đó, sự thần cảm đến rất rõ ràng, Đức Chúa Trời ban cho tôi 11 sứ điệp cùng những trang Kinh Thánh có tựa đề chi tiết, kể cả những sứ điệp cho những buổi nhóm rạng đông. Trong sự thần cảm, Chúa còn nhắc nhớ tôi về một quyển sách tôi đã đọc trước đó, "Con đã đọc sách nầy rồi, hãy dùng nó để làm ví dụ." Tôi rất cảm động. Một lần nữa tôi nhận ra rằng đối với Đức Chúa Trời không có gì là khó. Tôi hoàn thành tất cả những sự chuẩn bị từ giới thiệu đến kết luận của mỗi bài giảng. Tôi đã làm diễn giả và hướng dẫn trong buổi nhóm phục hưng với ân điển của Chúa. Mọi người cảm ơn và nói rằng họ đã nhận lãnh ân điển lớn lao. Nhiều người làm chứng rằng đó là Lời Sự Sống mà họ chưa từng nếm trải. Nó làm thay đổi tâm linh họ và mọi nan đề của họ đều được sáng tỏ.

Bắt đầu từ buổi nhóm phục hưng – gây dựng lại niềm tin nầy, nhiều hội thánh mời tôi đến nói chuyện trong các buổi nhóm phục hưng tại hội thánh họ. Mọi khi, Đức Thánh Linh như cơn lốc mạnh, cặp theo những lời giảng thuyết là công việc của Đức Chúa Trời, những dấu lạ và sự diệu kỳ.

Để Có Chức Vụ Thành Công

Trong năm đầu ở trường thần học, các anh em cùng lớp đã chuẩn bị cho việc khởi sự một hội thánh. Họ bận rộn đủ điều, thu thập kiến thức, thông tin có liên quan đến việc mở hội thánh, họ tham dự các cuộc hội nghị phát triển hội thánh, các buổi hội thảo nghiên cứu về các vấn đề phục hưng hội thánh. Các bạn cùng lớp khuyên nhủ tôi rằng, "Thưa mục sư, ông cứ dành hết thời gian cho việc kiêng ăn và cầu nguyện tại núi cầu nguyện, làm sao ông có thể có một chức vụ đầy quyền năng được? Việc thu thập những thông tin và sự hiểu biết cần thiết cho việc mở hội thánh là điều đương nhiên có ích, nhưng tôi có một quan điểm khác.

Tôi không muốn học những phương pháp của con người, mà là phương pháp của Đức Chúa Trời trên vấn đề phát triển hội thánh nằm trong Kinh Thánh. Mỗi khi đọc, tôi thấy các tổ phụ đức tin như Phi-e-rơ và Phao-lô luôn hết lòng cầu nguyện. Tôi luôn suy ngẫm lời Chúa trong Kinh Thánh để hiểu về Ngài, và siêng năng rao giảng Phúc Âm.

Trong sách Công Vụ 8:26 trở đi, Phi-líp đi đến nơi vắng vẻ dưới sự hướng dẫn của Đức Thánh Linh, ông đã gặp hoạn quan Ê-thi-ô-bi, làm quan hầu của Can-đác, nữ vương nước Ê-thi-ô-bi, coi sóc hết thảy kho tàng bà. Hoạn quan đang đọc sách tiên tri Ê-sai và khao khát hiểu được Lời Chúa trong đó. Vậy, Phi-líp đã dạy ông về Chúa Jêsus và làm phép báp têm cho ông. Và, sứ đồ Phao-lô muốn sang xứ A-si rao giảng, nhưng Đức Thánh Linh cấm ông đến đó, và đưa họ sang xứ Ma-xê-đoan (Công Vụ 16:6-10).

Trong việc suy ngẫm Lời Chúa, Chính Ngài là Đấng bày tỏ qua sự soi sáng và chỉ dẫn các đầy tớ Ngài. Tôi nhận biết rằng để có một chức vụ thành công, điều quan trọng nhất phải có là mối tương giao sâu nhiệm với Đức Chúa Trời và làm theo ý muốn của Ngài. Vì vậy, tôi luôn cầu nguyện mỗi khi có thời gian, và cố gắng hiểu biết những sự thiêng liêng trong lời Chúa.

Nhà Tôi Làm Công Việc Chăm Sóc Với Trọn Tấm Lòng

Tháng 3, 1982, sau 40 ngày kiêng ăn, và tôi cũng đã thực hiện xong chế độ thức ăn phục sức, một năm học mới đã bắt đầu. Trong năm mới, nơi hội thánh tôi tham dự có tổ chức một số nhóm tế bào. Nhà tôi lãnh đạo nhóm và trợ tế Aeja Ahn lãnh đạo nhóm tế bào. Nhóm chúng tôi có năm thành viên. Đến tháng 4, số thành viên trong nhóm đã tăng lên 25 người.

Nhà tôi siêng năng truyền bá phúc âm đến cho mọi người và chăm sóc các thành viên. Nhà tôi cũng ấn định thời gian cầu nguyện hàng ngày với Trợ tế Aeja Ahn. Qua các buổi nhóm cầu nguyện, nan đề của nhiều gia đình đã được sáng tỏ và tìm ra giải pháp, ngày càng nhiều gia đình được biết đến phúc âm, nhờ vậy mà đã có sự phục hưng lớn. Hơn nữa, nhà tôi giỏi bề làm bếp, nhờ vậy mà có những món ăn rất ngon để phục vụ các thành viên sau những buổi nhóm.

Sáng Chúa Nhật, chúng tôi sai ba con gái mình đến từng hộ gia đình với thông điệp, "Hôm nay là ngày nhóm tại hội thánh, xin mời đến nhà chúng tôi lúc 10 giờ." Nếu đến giờ mà họ chưa thấy họ, các con gái tôi lại đến nữa để gõ cửa và thúc giục họ cùng nhau đến hội thánh. Có vài trường hợp, vì không thể từ chối con gái chúng tôi mà họ đã đi nhóm. Nhờ vậy, vào những Chúa Nhật, có khoảng 30 thành viên tham dự tại nhóm tế bào chúng tôi. Nhà tôi hết lòng chăm sóc họ, và chính nhờ vậy bà đã tự trao dồi mình để trở thành vợ mục sư.

Với bảy Đô-la

Điều Lạ Lùng Xảy Đến

Vào ngày đầu tháng 3, khi tôi là sinh viên năm cuối của trường thần học, cửa hàng tôi đã từng luôn đông khách, giờ bỗng dưng không còn ai nữa, nó trở nên trống rỗng. Thoạt đầu, chúng tôi nhìn lại xem có điều gì không đẹp ý Chúa mà đã phạm tội cùng Ngài, và hy vọng mọi việc sẽ tốt đẹp vào ngày sau. Nhưng chẳng có gì khác. Vợ chồng tôi cầu nguyện cùng Chúa, nhưng không thấy Ngài nhậm lời. Do không có thu nhập, tiền thuê cửa hàng mỗi tháng phải khấu trừ vào tiền cọc trước. Sau nầy chúng tôi hiểu rằng đó là định trước của Chúa. Chúng tôi đóng cửa tiệm để bắt đầu một hội thánh vào ngày 25 tháng 7, đến lúc nầy, tất cả tiền cọc đã được trừ hết. Sau khi trả hết các khoản thuế, chúng tôi còn trong tay được 7 đô-la. Chúa đã trả lại cho thế gian những gì thuộc về nó, tiền mà chúng tôi đã kiếm được là con số không, Ngài cho chúng tôi khởi sự hội thánh với 7 đô-la.

Nhiều Người Bệnh Đến Với Chúng Tôi

"Vì sao mẹ của Miyoung lúc nào cũng thấy vui vẻ?"

Vì tôi đã có lần chờ chết, nhà tôi bắt đầu cuộc sống Cơ Đốc Nhân của mình với sự chứng kiến về việc chữa lành hoàn toàn của tôi. Bà như lúc nào cũng tràn ngập niềm vui và hạnh phúc. Cho dù ngày hôm sau chúng tôi chẳng có gì để ăn, chúng tôi vẫn vui vẻ và đầy lòng tạ ơn. Dù lúc đang rửa chén hay làm điều gì, nhà tôi vẫn luôn hát ngợi ca Chúa. Hễ gặp ai, nhà tôi đều làm chứng về sự gặp gỡ Đức Chúa Trời hằng sống của bà, rồi nói về phúc âm cho họ. Nhà tôi luôn đầy dẫy Đức Thánh Linh trong mỗi ngày.

Trước khi mở hội thánh, tin tức về gia đình chúng tôi đã lan rộng khắp nơi, ngày càng nhiều người đến để được tôi cầu nguyện. Tháng 4 năm 1982, có một tín hữu đến thăm tôi. Người cô gầy nhom như nắm da bọc xương. Cô bị bệnh tim bẩm sinh và không thể đi nhanh được.

"Thưa mục sư, sau khi sinh được ba ngày, người tôi cứ sưng lên và thể trạng trở nên rất tệ. Ngay cả việc ôm cháu bé tôi cũng không làm nổi." Tôi đáp, "Hãy nhận lấy sự cầu nguyện bởi đức tin. Đức Chúa Trời sẽ chữa lành cô."

Bệnh tim của cô được chữa lành sau lần cầu nguyện đó. Cô là Seong Ja Kim, một chấp sự cao tuổi trong hội thánh chúng tôi, là thành viên của nhóm cầu thay trong hội thánh chúng tôi. Một ngày kia, có người phụ nữ trung niên đến cửa hàng tôi. Bà nói đã nghe về gia đình tôi khá lâu, đến nay mới được gặp. Bà có một người con gái ngoài 20, cô ta bị trật xương chậu. Chân không duỗi thẳng được, nên đi lại rất khó khăn. Cơn đau mỗi ngày càng thêm lên đến mức cô phải điều trị bằng mocfin. Giờ trở nên nghiện mocfin, và không còn tác dụng nữa. Ngay cả những loại thuốc giảm đau mạnh cũng vô tác dụng đối với cô. Người mẹ đó đã nhờ tôi cầu nguyện cho cô con gái mình. Tôi tổ chức một buổi thờ phượng tại nhà đó. Đức Thánh Linh đã cảm động tôi cầu nguyện cho gia đình nầy 21 ngày.

Lúc bấy giờ tôi đang theo học lớp thần học, và bận với công việc cầu nguyện thâu đêm, nhưng tôi vẫn giảng Lời Chúa và cầu nguyện cho họ suốt 21 ngày. Thế rồi người con gái nầy dần dần trở nên có đức tin, cô bỏ hết thuốc men đang sử dụng. Cô bắt đầu tin cậy Đức Chúa Trời. Vào ngày thứ 20, tất cả các cơn đau của cô đã biến mất. Ngày tiếp theo cô thuật lại như sau:

"Thưa mục sư, ngôi nhà nầy vì quá cũ nên có rất nhiều chuột trên gác mái và trần nhà. Chúng luôn gây ồn ào. Ban đêm lũ chuột thường chui vào phòng làm nhặng xị cả lên. Tôi phải khốn đốn vì điều nầy. Nhưng tối hôm qua, tôi có một giấc mơ, khi tỉnh giấc vào buổi sáng, điều lạ lùng đã xảy ra!"

Ở đây chuột rất nhiều, họ đã đánh thuốc độc và nhều thứ khác để tiêu diệt chúng, nhưng chẳng làm gì được. Nhất là, cô ta luôn lo sợ, giật mình, và rất khó chịu vì những cơn đau hành hại. Ban đêm cô không sao ngủ được vì sự ồn ào của lũ chuột. Nhưng ngay đêm hôm ấy, cô mơ thấy được tôi cầu nguyện, vừa lúc đó, lũ chuột lớn, bé đủ loại kéo nhau đi khỏi nhà từng đàn, cuối cùng, có một con rất lớn trông như thể nó là vua của lũ chuột kia, cũng bước ra khỏi nhà. Tức thì tất cả các cơn đau cũng biến mất, và sự thật cũng y như vậy, tất cả lũ chuột trên gác mái và trần nhà đã biến mất. Người chị em nầy quá đỗi ngạc nhiên và kinh ngạc trước công việc của Đức Chúa Trời và không thể dấu được lòng mình. Một thời gian lâu sau đó, người mẹ của cô gái nầy lại đến gặp tôi lần nữa, bà nói: "Thưa mục sư, con gái tôi sắp chết! Xin hãy đến cầu nguyện cho nó!"

Khi tôi đến nơi, lúc đó đã nửa đêm, cô gái đang quằn quại dưới sàn nhà trong đau đớn. Cô gái đã kiêng ăn xong ba ngày, lẽ ra, sau khi kiêng ăn, cô nên có một chế độ thức ăn phục sức thích hợp trong ba ngày. nhưng cô lại ăn gà chiên ngay sau khi kiêng ăn xong. Cô bị bội thực cấp tính. Khi tôi đặt tay cầu nguyện, bởi sự cảm động của Đức Thánh Linh, tôi có thể thấy rõ có một cái xương trong dạ dày cô, và cái xương đó đang tan ra. Khi cầu nguyện xong, cô ta liền nôn hết ra ngoài những thứ đã vừa ăn. Hít thở sâu một cái, nét mặt cô ta trở lại bình thường.

Làm Nên Một Chiếc Bình Sạch Sẽ

Tôi thường kiêng ăn và cố gắng tranh chiến loại bỏ mọi điều xấu xa độc ác và giữ trọn các điều răn của Đức Chúa Trời. Tôi trở nên khao khát chín bông trái Thánh Linh và nhận thấy rằng mình có một quyền năng mạnh mẽ trong việc bày tỏ những ân tứ của Thánh Linh. Vào những ngày đó, là khoảng thời gian tôi đã trải qua bảy năm cầu nguyện để biết rõ ý Chúa, Đức Chúa Trời đã sai một tiên tri đến với tôi. Vào tháng tư năm 1982, một người nữ, người trước đây nhà tôi đã chia sẻ phúc âm cho, đến thăm tôi và nói rằng,

"Thưa mục sư, lúc nửa đêm, có ai gọi tôi ba lần, tôi tỉnh giấc. Những luồng sáng rực rỡ đến mức tôi không thể mở mắt được, Đức Chúa Trời hiện ra và phán rằng, 'Ta sẽ chọn ngươi, khiến ngươi nổi danh khắp thiên hạ, ngươi sẽ là nhân chứng của ta cho cả thế gian nầy.' Tôi không hiểu sự nầy có nghĩa gì."

Hồi đó, bà ấy chẳng hề biết Sáng Thế và Ma-thi-ơ là gì, nhưng qua sự cầu nguyện, bệnh đau dạ dày của bà đã được lành. Khi chúng tôi tổ chức những buổi nhóm cầu nguyện cho việc khởi sự hội thánh, Lời Chúa đã đáp đậu trên môi miệng bà, và tôi lấy làm ngạc nhiên khi được nghe lại những lời mà Đức Chúa Trời đã ban cho tôi khi Ngài gọi tôi là đầy tớ của Ngài mà rằng,

"Chẳng phải ngươi đã xin ta 12 ân tứ Thánh Linh sao?
Ta đã ban tất cả cho ngươi rồi, hãy cầu nguyện dâng lời
tạ ơn."

Hơn nữa, qua lời tiên tri, Đức Chúa Trời đã bày tỏ những điều chỉ riêng mình tôi biết. Những điều ngay cả nhà tôi cũng không biết đến. Qua sự nầy, tôi nhận biết rằng Đức Chúa Trời đã ban cho tôi ân tứ tiên tri. Chúa cho tôi biết rằng, quả thật đó chính là Lời của Ngài dành cho tôi. Cho đến hồi đó, tôi đã cầu xin 12 ân tứ kể cả ân tứ của chín loại bông trái Đức Thánh Linh được viết trong 1Cô-rinh-tô chương 12, và cũng là ân tứ về khải tượng, ân tứ về tầm nhìn thiêng liêng, và ân tứ yêu thương.

Sự Nói Tiên Tri Là Gì?

Kinh Thánh cho chúng ta biết có rất nhiều cách để chúng ta nghe được tiếng phán của Đức Chúa Trời. Có lời phán đến trực tiếp từ Ngài, có lời phán của Đức Thánh Linh. Đôi khi, cũng có lời phán lời phán mà Đức Chúa Trời truyền đến chúng ta qua một thiên sứ với hình dạng con người. Đức Chúa Trời cũng phán với chúng ta qua sự nói tiên tri.

"Tay của Đức Giê-hô-va đặt trên ta; Ngài dắt ta ra

trong thần Đức Giê-hô-va, và đặt ta giữa trũng... Ngài lại phán cùng ta rằng: Hỡi con người, những hài cốt nầy có thể sống chăng? Ta thưa rằng: Lạy Chúa Giê-hô-va, chính chúa biết điều đó! Ngài bèn phán cùng ta rằng: Hãy nói tiên tri về hài cốt ấy, và bảo chúng nó rằng: Hỡi hài cốt khô, khá nghe lời Đức Giê-hô-va. Chúa Giê-hô-va phán cùng những hài cốt ấy rằng: Nầy ta sẽ phú hơi thở vào trong các ngươi, và các ngươi sẽ sống. Ta sẽ đặt gân vào trong các ngươi, và sẽ khiến thịt mọc lên trên các ngươi, và che các ngươi bằng da. Ta sẽ phú hơi thở trong các ngươi, và các ngươi sẽ sống....Vậy ta nói tiên tri như Ngài đã phán dặn ta; ta đương nói tiên tri..." (Ê-xê-chi-ên 37:1-7).

"Vì sự làm chứng cho Đức Chúa Jêsus là đại ý của lời tiên tri," (Khải Huyền 19:10).

Sự tiên tri là nói về một người khác. Trong những nhà tiên tri, có một số đại diện cho loài người, một số nói thay cho Đức Chúa Trời. Ngài trao cho Môi-se anh trai người là A-rôn để làm tiên tri. A-rôn là tiên tri của Môi-se, không phải tiên tri của Đức Chúa Trời.

Trong Ê-xê-chi-ên chương 37, chúng ta thấy Linh của Đức Chúa Trời ở cùng Ê-xê-chi-ên và Ngài phán qua môi miệng của ông. Vì Đức Chúa Trời phán qua môi miệng loài người, nên lời đó ở thể mệnh lệnh. Sự nói tiên tri đó được thực hiện bởi con người nhưng dưới sự soi dẫn của Linh Đức Chúa Trời, có tên gọi là Đức Thánh Linh. Đức Thánh Linh hành động hài hòa qua một con người nhằm truyền đạt ý chỉ của Đức Chúa Trời. Vậy nên, đây chính là lời của lẽ thật được Đức Chúa Trời công nhận và ấn chứng. Vậy, linh của sự nói tiên tri là gì?

Nếu bởi Đức Thánh Linh chúng ta nói lên lẽ thật, chúng ta đang làm chứng về Chúa Jêsus, chính Ngài là lẽ thật. Vì Linh của Chúa Jêsus được làm chứng qua con người, là những kẻ nói lên lẽ thật bởi Đức Thánh Linh, con người thực hiện hành động tiên tri. Điều nầy gọi là linh của sự nói tiên tri. Như Ê-xê-chi-ên làm theo lời phán dặn của Đức Chúa Trời và nói tiên tri, nếu ai đó cậy lời Chúa mà nói tiên tri thì chúng ta sẽ nhận được nhiều sự bày tỏ. Chúng ta biết rằng Chúa Jêsus muốn chúng ta nhận biết được nhiều sự bày tỏ khi Ngài nói trong Ma-thi-ơ 11:27, *"Ngoài Cha không ai biết con; ngoài con và người nào mà Con muốn tỏ ra cùng, thì cũng không ai biết Cha."* Sứ đồ Phao-lô cũng nói trong 2 Cô-rinh-tô 12:1 rằng, *"Tôi cần phải khoe mình, dầu chẳng có ích gì, nhưng tôi sẽ nói đến các sự hiện thấy và sự Chúa đã tỏ ra."*

Nếu chúng ta có được sự bày tỏ của Đức Chúa Trời như sứ đồ Phao-lô đã có, chúng ta có thể hiểu Chúa được rõ hơn,và chúng ta có thể biết cả những việc hầu đến. Chỉ khi nào chúng ta biết được những sự hầu đến trong tương lai, chúng ta mới có thể sửa soạn cho ngày Chúa trở lại, là một sự bất ngờ như kẻ trộm.

Việc Mở Hội Thánh Được Chúa Nhậm Lời

Họ Muốn Đuổi Anh!

Khi tôi chuẩn bị cho việc mở hội thánh, chúng tôi tổ chức rất nhiều buổi nhóm cầu nguyện. Chúng tôi tổ chức một buổi nhóm cầu nguyện chữa lành tại nhà bà Aeja Ahn, người giúp việc nhà thờ, có rất nhiều người đến dự, đông đến chật cứng cả nhà. Buổi nhóm cầu nguyện thứ hai được tổ chức tại cửa hàng tôi. Có một người bị gãy tay và đang phải bó bột, đã được chữa lành và ném hết các thứ bó bột đó. Một người phụ nữ không thể có thai, đến để được tôi cầu nguyện. Sau đó không lâu, tôi nghe cô ta đã có mang. Buổi nhóm thứ ba được tổ trên núi. Hơn 40 người đến dự. Một số họ là sinh viên thần học và là những mục sư. Có một người phụ nữ trước đây đã chịu phẫu thuật cột sống, nhưng bệnh đã tái phát.

Tình trạng cô ta rất nguy kịch, nhưng cô ta vẫn muốn tham dự buổi nhóm cầu nguyện nầy. Có người đã cố gắng đưa cô lên núi, trong buổi đó tôi đã cầu nguyện cho cô ta. Tại trên núi, cô ta được chữa lành hoàn toàn và tự mình xuống núi được!

Buổi nhóm cầu nguyện thứ tư cũng được tổ chức trên núi, có rất nhiều sinh viên thần học đến tham dự. Có lời Chúa phán cùng tôi rằng,

"Sau buổi nhóm nầy, ngươi phải chịu thử thách. Nhưng chớ lo lắng, hãy tin cậy nơi Ta và cầu nguyện. Ta sẽ đem ơn phước để báo đáp ngươi."

Ngay sau đó, một thử thách xảy đến cho tôi. Vào tháng 6 năm 1982, tôi thi cuối kỳ và trở về nhà. Nhưng có một giáo sư thân chinh đến tận nhà tôi. Tôi biết có chuyện gì thất thường đã xảy ra.

Người giáo sư đó nói rằng, "Tôi đã đến nhiều núi cầu nguyện, và cũng cầu nguyện rất nhiều, nên tôi cũng khá biết về những lời thiêng liêng nữa. Anh có một sự sâu nhiệm về thuộc linh và tôi biết anh nhận lãnh rất nhiều ân tứ thiêng liêng. Vì cớ anh đang chuẩn bị mở hội thánh, ma quỷ và Sa-tan sẽ dấy lên nghịch lại anh. Thưa mục sư, tôi nghĩ anh nên dừng kế hoạch mở hội thánh. Hôm nay, chúng tôi có một cuộc họp ban giáo sư và họ muốn đuổi anh. Tôi biết anh không phải là hạng người đáng chịu vậy, nhưng..."

Ma Quỷ Quấy Phá Việc Mở Hội Thánh

Khi lắng nghe sự phân bua chi tiết của ông, tôi biết rằng sự việc nầy không chỉ là do giáo sư hướng dẫn, mà mục sư hội thánh tôi cũng đã có sự hiểu nhầm về tôi. Tôi bị chất vấn rằng, "Nầy ông mục sư, có phải ông đã tự cho mình là Đấng Christ trong lúc cầu nguyện trên núi chăng? Ông đã đưa bà mục sư đi cùng và còn đặt tay lên những mục sư khác nữa?"

Tôi chẳng hề nói mình là Đấng Christ, và cũng không đặt tay lên mục sư nào cả.

Vì cớ có rất nhiều công việc chữa lành xảy ra khi tôi đặt tay cầu nguyện cho mọi người tại buổi nhóm, có một người bạn cùng lớp đã đem lòng ganh tị với sự nầy nên đã dựng ra một bản cáo trạng dối để buộc tội tôi trước giáo sư hướng dẫn, trong đó, có cả việc nói rằng, "Mục sư Jaerock Lee đã gây sự bè phái, phe đảng nhằm chia rẽ anh em. Ông còn nói mình là Đấng Christ."

Những tin đồn hoàn toàn bịa đặt đó đã lan ra rất nhanh. Hơn thế, những người thầy đã dạy dỗ tôi bốn năm trường, ra quyết định đuổi sinh viên chỉ dựa trên những sự đồn đại họ nghe được, mà không cần nghe một lời nào từ phía tôi, người bị cáo. Nhưng tôi vẫn không bào chữa cho sự vô tội của mình với một ai. Tôi cảm thấy tình huống rất khó khăn, nhưng khi cầu nguyện với Chúa, Ngài phán cùng tôi rằng: Hãy cảm tạ và vui mừng, hãy yêu thương và cầu nguyện cho những người đó.

Học kỳ mới bắt đầu vào tháng chín. Khi đến trường, tôi nghe những bạn bè tranh cãi xôn xao về cáo trạng của tôi. Họ cho tôi biết rằng, anh bạn cùng lớp, là người bịa chuyện để buộc tội tôi, đã quyết định không đăng ký tham dự học kỳ nầy vì cớ sự ăn năn. Biết vậy, tôi liền đến thăm và thúc giục anh ta đăng ký khóa học, tôi chẳng có oán giận hay có ý định báo thù anh vì những sự hiểu nhầm đó. Đức Chúa Trời đã hành động, và mọi nan đề đều được giải quyết êm xuôi. Ngay cả người đã bịa chuyện để buộc tội cũng được đưa ra ánh sáng. Sau khi mở hội thánh, tôi có tổ chức một buổi nhóm thờ phượng nhân dịp khai trương, nhiều giáo sư, kể cả những người đã từng hiểu nhầm về tôi, cũng đến tham dự và chung vui. Khi tốt nghiệp, tôi tổ chức một bữa tiệc tạ ơn dành cho các giáo sư tại hội thánh.

"Hội Thánh Manmin (Sự Sáng Tạo Trọn Vẹn)", Được Nhậm Lời

Vì vào trường thần học ở tuổi khá muộn, nên tôi khao khát sớm mở hội thánh. Biết mình không còn trẻ nữa, từ năm học đầu, tôi đã lo cầu nguyện cho tên của hội thánh, nhưng không thấy Chúa trả lời. Chỉ khi ngày mở hội thánh đến rất gần, Ngài mới đáp lời tôi về sự đó.

"Hãy đặt tên là 'Hội Thánh Manmin'. Khi đến kỳ, trên một chuyến hành hương, ngươi sẽ hiểu được ý nghĩa của cái tên 'Manmin' mà ta đã ban cho."

Sau nầy, năm 1989, trên một chuyến hành hương về đất thánh. Tại Ghết –sê –ma –nê, nơi Chúa Jêsus đã cầu nguyện cho đến khi mồ hôi Ngài nhuộm máu và rơi xuống đất để làm trọn sự trù liệu về thập tự giá, cứu mọi dân tộc và mọi quốc gia. Tại đây, tôi nhìn thấy "Hội Thánh của Mọi Quốc Gia" với lòng cảm động vô cùng. Đức Chúa Trời đã sai Chúa Jêsus đến thế gian để làm của lễ chuộc tội cho mọi quốc gia và mọi dân tộc. Đức Chúa Trời muốn hoàn thành sự trù liệu của Ngài trong những ngày cuối cùng, Ngài muốn hoàn thành sứ mạng đối với thế gian bằng phúc âm thiêng liêng, Ngài đã ban danh hiệu "Manmin" cho chúng tôi với ý nghĩa về "sự sáng tạo trọn vẹn."

Lúc đầu, chúng tôi đặt tên là "Hội Thánh Manmin", nhưng sau đó chúng tôi muốn mở ra nhiều hội thánh thành viên, chúng tôi đã đặt lại tên thành 'Hội Thánh (Trung Tâm) Manmin Joong-ang'

Tại Sao Ông Muốn Làm Khổ Mình Vậy?

"Thưa mục sư, tại sao ông muốn mở hội thánh? Ông có biết rằng việc khởi sự một hội thánh là khó khăn biết chừng nào khjông?" "Ông cứ phải ăn cháo hoài. Ông không muốn cho con cái mình được học hành sao? Vào thời buổi nầy kiếm đâu ra tín đồ để nhóm lại, ông có biết rằng việc nầy là khó lắm không?" Lời khuyên đó cứ tiếp tục, "Và lại, ông có biết rằng tín đồ ngày nay họ bất tuân đến cỡ nào chưa? Chúng ta cứ ở tại hội thánh nầy mà cùng nhau làm việc." "Mục sư, một khi ông mở hội thánh, ông sẽ đổ nhiều nước mắt đó!"

Khi tôi đang chuẩn bị mở hội thánh, có rất nhiều người cố tìm cách ngăn cản. Quả thật, có rất nhiều hội thánh mới đang gặp phải những nan đề như vậy. Một số mục sư mở hội thánh bằng tiền vay, dùng tiền đó cho việc xây dựng và mua trang thiết bị. Nhưng khi hội thánh không phát triển được như mong muốn, họ phải khốn đốn với nợ nần. Họ đi lòng vòng trong thất vọng và vô tích sự. Nhưng vì tôi tin vào Đức Chúa Trời toàn năng, lòng tôi chẳng hề rúng động. Vì không muốn làm họ phải ngượng, tôi không tỏ ra bất đồng cách thẳng thừng với lời khuyên như vậy. Tôi chỉ tự nhủ rằng, "Một khi mở hội thánh, nó sẽ trở nên thạnh mậu, và chẳng có điều gì rắc rối xảy ra. Sẽ có nhiều linh hồn được cứu, và hội thánh sẽ phát triển nhanh chóng. Chúng tôi sẽ dâng lên Chúa sự vinh hiển lớn lao."

Tôi cậy lời Chúa đã dạy trong Phi-líp 4:13, *"Tôi làm được mọi sự nhờ Đấng ban thêm sức cho tôi."* Và Ma-thi-ơ 9:29, Ngài phán rằng: *"Theo như đức tin các ngươi, phải được thành như vậy."* và Ma-thi-ơ 13:8 đã cho ta một sự đảm bảo về những gì chúng ta gieo, Chúa sẽ báo đáp lại cho chúng ta 30, 60, hoặc 100 lần hơn những gì chúng ta đã gieo ra. Khi nhìn vào những đầy tớ yêu dấu của Đức Chúa Trời, vì Ngài ở cùng họ, nên Môi-se và sứ đồ Phao-lô trông giống những vị thánh trước mặt thiên hạ (Xuất Ê-díp-tô ký 7:1; Công-vụ 14:11).

Nếu Đức Chúa Trời ở cùng chúng ta, thì không có việc gì không thể làm được. Tôi tin điều đó. Là đầy tớ của Ngài, nếu tôi tập chú vào Lời Ngài, cầu nguyện và làm theo ý Ngài, thì Ngài sẽ nhậm lời tôi, Ngài sẽ chăm lo về tài chánh, chỗ ở, nhân sự hội thánh. Vì tôi tin rằng tôi sẽ làm được mọi sự nhờ Đấng thêm sức cho tôi, tôi đã có khải tượng. Tôi cầu nguyện chi tiết về khải tượng và giấc mơ của mình, tôi đã xưng nhận ra môi miệng.

Làm Theo Sự Soi Dẫn Của Đức Thánh Linh

Vào tháng năm, 1982, Đức Chúa Trời cho biết rằng tôi có thể mở hội thánh vào thời gian mặt trời nóng gắt, Ngài chỉ cho tôi đến phân khu của Shindaebang, thuộc quận Dongjak ở Seoul, nơi tôi chưa từng nghe đến bao giờ. Tôi phải hỏi thăm đường đến đó. Vì lúc nầy, đây là nơi chưa phát triển mấy, chẳng có nhiều nhà cửa, giao thông thưa thớt. Có một chỗ, tổng diện tích khoảng chừng 900 feet vuông (hơn 274m2). Tiền thuê hàng tháng là 150,000 won (150 đô-la), Phải đặt trước 3 triệu won (3,000 đô-la) để làm vật bảo đảm. Tôi đến gặp người chủ để ký giao kèo, và hạ giá xuống 120,000 won.

Đức Chúa Trời Sắm Sẵn Tiền Bạc Cho Việc Mở Hội Thánh

Chúa cho chúng tôi đủ số tiền cần thiết qua bà Trợ-tế Aeja Ahn để mở hội thánh. Bà đã từng cầu nguyện 5 giờ mỗi ngày. Con trai bà bị tai nạn giao thông, và có nhận 3 triệu won tiền bồi thường. Bà tự hứa nguyện dâng món tiền nầy lên Chúa làm khoảng dâng hiến xây dựng hội thánh. Nhưng người chồng vô tín của bà đã tiêu số tiền nầy vào mục đích khác, bà luôn mang gánh nặng đó trong lòng. Bà vẫn nghĩ rằng mình phải dâng 3 triệu won cho việc xây dựng hội thánh. Trong lúc ấy, bà đến với gia đình chúng tôi và liên hiệp cùng chúng tôi trong việc mở hội thánh.

Vì nhà máy đồ gia dụng của chồng bà không hoạt động được, nhà bà phải đem ra cầm cố. Nếu không thanh toán nổi nợ, thì ngôi nhà ấy sẽ phải chịu bán với giá rất thấp. Vậy nên họ kêu giá bán nhà với số tiền 20 triệu won (20,000 đô-la), nhưng chẳng có ai muốn xem nhà. Họ hạ giá còn 15 triệu won, nhưng vẫn không có người mua. Giữa lúc ấy, có lời Chúa phán cùng bà Trợ tế Aeja Ahn trong một buổi nhóm tại núi cầu nguyện rằng,

"Hãy kiêng ăn ba ngày, và tăng giá bán nhà lên. Hãy tăng giá theo như đức tin ngươi, và ta sẽ hành động. Sử dụng 3 triệu won từ việc tăng giá vào việc mở hội thánh."

Họ tăng giá bán nhà, nhưng đã từ lâu chẳng ai muốn mua. Họ nghĩ rằng nếu tăng giá thì các chuyên gia địa ốc sẽ cười cho. Bà Trợ tế Aeja Ahn cân nhắc kỹ lưỡng và cuối cùng đã tăng thêm 3 triệu won. Bà đã tăng giá bán thành 18 triệu won. Điều nầy khiến các nhà chuyên gia địa ốc phải ngạc nhiên.

Nhưng khi từ văn phòng địa ốc trở về, có người theo cùng bà đến xem nhà. Ông ta hài lòng về kiểu dáng ngôi nhà và ký giao kèo 18,000 won. Bà trợ tế tiếc rằng nếu đủ đức tin bà có thể bán được 20,000 won. Chúa giúp bà bán được ngôi nhà, đã đăng bán từ lâu nhưng chưa có người mua. Bà có thể trả được nợ cho gia đình, và dâng 3 triệu won là số tiền cần có cho việc mở hội thánh.

Hết Lòng Ăn Năn Về Sự Trông Cậy Loài Người

Khi chuẩn bị mở hội thánh, tôi có phần mong đợi ít nhất cũng có 40 người thân sẽ ủng hộ tôi trong việc nầy. Tôi nghĩ, vì biết rõ và yêu mến tôi nên họ sẽ có mặt ngay từ đầu. Nhưng sự thật không như vậy. Vào ngày 25 tháng 7, năm 1982, chúng tôi tổ chức buổi thờ phượng nhân dịp mở hội thánh, thật không ngờ, chẳng có ai trong số mấy người tôi đã nghĩ, đến tham dự. Khi thấy mấy người chị tốt bụng, là những người có hứa sẽ đến dự, đã vắng mặt, tôi nhận ra rằng Chúa đã ngăn cản họ. Ngài chẳng muốn tôi trông cậy vào bất cứ người chị em nào trong gia đình. Tôi cầu nguyện cùng Ngài, "Lạy Chúa, cảm ơn Ngài đã cho con kịp nhận ra rằng mình đã để lòng trông cậy vào những thân nhân họ hàng. Xin tha cho con về tội trông cậy vào loài người. Giờ con đã nhận biết ý Ngài. Con sẽ chỉ trông cậy duy Ngài, và sẽ cầu nguyện trước khi làm bất cứ điều gì."

Sau buổi thờ phượng nhân dịp mở hội thánh, tôi nhận biết rằng mình vẫn còn có lòng trông cậy nơi con người, nên tôi đã khóc rất nhiều và hết lòng ăn năn trước Chúa. Tôi cầu nguyện xin Chúa sai người đến với hội thánh, hàng tuần, Chúa đã thêm những người được cứu vào, làm đầy dẫy nơi thờ phượng.

Khởi Sự Từ Con Số Không

Chín Người Lớn Và Bốn Trẻ Em

Khi chúng tôi tổ chức lễ khai mạc, ngôi nhà vẫn chưa hoàn thành. Không có ô cửa kính, không có bục giảng, sàn nhà còn để không, nhìn giống như mảnh đất trống. Chúng tôi dùng tấm màn để chia khoảng trống làm đôi. Một phía dùng làm chỗ ở cho gia đình, nửa còn lại dùng làm nơi thờ phượng và phòng cầu nguyện. Lễ khai mạc gồm 9 người lớn và 4 trẻ em, kể luôn gia đình tôi. Ngoài các thành viên trong gia đình tôi, người đến tham dự hầu như không có. Tôi đã giảng sứ điệp với tựa đề 'Đức tin là tài sản quý giá nhất.' Lịch của Hội Thánh Manmin Joongang bắt đầu từ con số không. Vì lúc vừa mới khai mạc, tôi chẳng có một đồng tiền nào, nhưng có nhiều khoản chi tiêu. Nhưng tôi chẳng hề vay mượn ai. Tôi chỉ cầu nguyện Chúa. Tôi sẵn sàng kiêng ăn nếu Chúa không cung ứng. Khi không còn gì để ăn, bằng cách nầy hay cách khác, Chúa ban thức ăn cho tôi qua người khác. Tôi đã có thể có dưa hấu là thứ tôi ưa thích trong cả mùa hè.

Hiệp Nhau Cầu Nguyện 5-6 Giờ Mỗi Ngày

Sau lễ khai mạc, tiền dâng hiến hàng tuần khoảng ba mươi đến bốn mươi ngàn won, nhưng với số tiền nầy, tôi không thể trả được tiền thuê hàng tháng cho hội thánh. Bốn, năm người chúng tôi hiệp lại cầu nguyện 5-6 giờ mỗi ngày giữa mùa nóng bức, mồ hôi ước đẫm. Vì hội thánh chẳng có mấy người, chúng tôi khỏi phải thăm viếng, chăm sóc. Trong phòng cầu nguyện, khi chúng tôi cầu nguyện ước đẫm mồ hôi. Lời Chúa trong Giê-rê-mi 33:3 đến với chúng tôi, *"Hãy kêu cầu ta, ta sẽ trả lời cho; ta sẽ tỏ cho ngươi những việc lớn và khó, là những việc ngươi chưa từng biết."* Khi chúng tôi kêu cầu Chúa, Ngài mang tín hữu đến với chúng tôi, và ban cho chúng tôi những thứ cần thiết trong hội thánh.

"Chúa Cho Chúng Tôi Chiếc Microphone"

Sau một tuần cầu nguyện, chúng tôi có một chiếc microphone. Tuần kế theo, chúng tôi cầu nguyện để có chiếc điện thoại, và Chúa đã cung ứng. Vì lúc bấy giờ, hội thánh chưa có mấy người, Chúa đã hành động qua buổi nhóm cầu nguyện thâu đêm thứ sáu hàng tuần. Thành viên của những hội thánh khác đến tham dự lễ thâu đêm vào thứ sáu, nhận rất nhiều ơn phước, dần dần họ dâng hiến cho hội thánh tất cả những thứ cần thiết. Chúng tôi có màn cửa, bục giảng, đàn piano, quạt điện, và có cả một chiếc tháp chuông thập tự nữa. Hai tháng sau lễ khai mạc, chúng tôi có tất cả những thứ cần thiết.

Sách Công vụ cho biết rằng đầy tớ Đức Chúa Trời phải chuyên tâm vào lời Ngài và sự cầu nguyện. Vậy, tôi đã để tất cả công việc chăm lo hội thánh và các thành viên của mình qua một bên, chỉ chuyên tâm vào lời Chúa và cầu nguyện. Hồi đó tôi chưa biết nhiều về lời Chúa, những gì tôi hiểu được là ý muốn Ngài, tôi giảng vào lễ thâu đêm tối thứ sáu và sáng Chúa Nhật hàng tuần bởi sự cảm động của Đức Thánh Linh.

Mặc dầu tôi không có tài diễn thuyết, nhưng qua các bài giảng, thính giả bắt gặp những sứ điệp cao cả và lòng họ được thánh hóa, với tràn đầy sự sống và tăng trưởng đức tin. Cặp theo Lời Chúa cũng có những hành động và công việc cụ thể nữa. Khi thực hành Lời Chúa, đức tin họ được lớn lên, và lời những lời cầu nguyện của họ cũng bắt đầu được nhậm. Từ lúc khởi sự, hàng tuần, Chúa đã thêm số tín hữu vào hội thánh chúng tôi, qua những sứ điệp, họ nhận được sự sống. Nhìn thấy những phép lạ của Chúa xảy ra vào các lễ thờ phượng thâu đêm tối thứ sáu hàng tuần, họ rất được khích lệ và đức tin cũng được tăng trưởng.

Tìm Sự Giải Đáp Trong Kinh Thánh

Khi mở hội thánh, tôi tìm kiếm một hội hội thánh khuôn mẫu trong Kinh Thánh để làm theo, đó là hội thánh đầu tiên trong sách Công Vụ.

Vì những hội thánh đầu tiên được xây dựng bởi các sứ đồ là những người được Chúa Jêsus dạy dỗ trực tiếp, họ làm theo ý muốn của Đức Chúa Trời, và Ngài cứ thêm những người được cứu vào hội thánh. Những hội thánh đầu tiên là khuôn mẫu quản trị và mục tiêu của tôi. Mô hình hội thánh tốt nhất mà Chúa ưa thích không phải là kích cỡ hội thánh, cũng không phải số lượng tín đồ, mà là hội thánh giống với những hội thánh đầu tiên. Khi làm theo những mô hình đó, chúng ta đang làm theo ý muốn Chúa, Ngài sẽ ban phước để chúng ta luôn có sự phục hưng trong hội thánh.

"Mọi người đều kính sợ, vì có nhiều sự kỳ phép lạ làm ra bởi các sứ đồ. Phàm những người tin Chúa đều hiệp lại với nhau, lấy mọi vật làm của chung. Bán hết gia tài điền sản mình mà phân phát cho nhau, tuỳ sự cần dùng của từng người. Ngày nào cũng vậy, cứ chăm chỉ đến đền thờ; còn ở nhà, thì bẻ bánh và dùng bữa chung với nhau cách thật thà vui vẻ, ngợi khen Đức Chúa Trời và được đẹp lòng cả dân chúng. Mỗi ngày Chúa lấy những kẻ được cứu vào hội thánh." (Công Vụ 2:43-47)

Theo gương các hội thánh đầu tiên, ngày nào cũng chăm chỉ đến hội thánh, hàng ngày chúng ta nhóm họp cầu nguyện và rao truyền lời Chúa, chia bánh yêu thương, ấy là lời Chúa (Giăng 6:48) và thực hành những điều đó. Đức Chúa Trời ở cùng chúng ta và bày tỏ những sự kỳ phép lạ, tuần nào cũng có người mới tin được thêm vào nên hội thánh phát triển rất nhanh.

Tin Cậy Vào Duy Lời Ngài

Sau khi mở hội thánh, chúng tôi phải tiết kiệm từng đồng. Nhưng biết lẽ mầu nhiệm trong việc nhận lãnh ơn phước như đã nói trong Lu-ca 6:38, *"Hãy cho, người sẽ cho mình; họ sẽ lấy*

đấu lớn, nhận, lắc cho đầy tràn, mà nộp trong lòng các ngươi;
vì các ngươi lường mực nào, thì họ cũng lường lại cho các
ngươi mực ấy.'' Tôi hết lòng giúp đỡ người thiếu thốn như lời
Chúa dạy.

Lúc bấy giờ hội thánh chúng tôi có 10 sinh viên thần học,
chúng tôi có trách nhiệm giúp đỡ họ, trong lúc việc trả tiền thuê
hàng tháng cho hội thánh, 120,000 won (120 đô-la) cũng không
phải là việc dễ. Sau vài tuần kể từ lúc khởi sự hội thánh, chúng
tôi đã có được một số tiền dâng, bởi đức tin về ơn phước Chúa,
chúng tôi đã dùng một phần trong khoản số tiền đó gởi đến các
hội thánh mới mở thuộc hệ phái chúng tôi. Ngay buổi lễ khai
mạc, mỗi người trong hội thánh chúng tôi đã hứa nguyện dâng
1 triệu won (1,000 đô-la) cho việc xây dựng hội thánh thuộc hệ
phái chúng tôi. Với sự hết lòng, chúng tôi đã trở thành hội thánh
giúp đỡ người khác theo như lời Chúa đã dạy.

Nếu Các Ngươi Không Thấy Dấu Lạ Và Sự Kì Diệu, Các Ngươi Sẽ Chẳng Tin

Lễ Khánh Thành

Khi cầu nguyện cho lễ khánh thành, có lời Chúa phán cùng tôi rằng,

"Hãy dâng lên lễ khánh thành khi vụ mùa đã chín rộ, trước kỳ đông giá đến."

Vậy, vào ngày 10 tháng 10, 1982, chúng tôi tổ chức lễ khánh thành, lúc đó chúng tôi đã có hơn 100 thành viên. Từ lúc mở hội thánh, Chúa đã đưa nhiều người đến với hội thánh chúng tôi, và nơi thờ phượng đã không còn đủ rộng nữa. Vào lễ thâu đêm tối thứ sáu hàng tuần, có hơn 100 người tham dự trong diện tích chỉ 540 feet vuông, nên nhiều người phải đứng trong các ô cầu nguyện và các bậc thềm. Do đó, từ hôm dâng lễ khánh thành, chúng tôi thuê luôn tầng hầm nữa.

Lễ thành lập

Khi cầu nguyện cho kỳ lễ Giáng sinh, Chúa đã sai đến với chúng tôi rất nhiều người được ơn để chuẩn bị các trò chơi về Kinh Thánh, hầu cho chúng tôi có thể tổ chức kỳ lễ thành công. Ngài cho chúng tôi một người rất giỏi bài trí hoa lá, và một nữ diễn viên cũng vừa giỏi khiêu vũ nữa. Cô ta dạy múa và các thao tác về tay trong trường Chúa Nhật. Nhờ vậy, chúng tôi đã có thể sớm tự lo cho các kỳ lễ. Lúc đó, hàng tuần tôi phải giảng hơn 10 bài cho nhiều lễ khác nhau, kể cả lễ cầu nguyện lúc rạng đông. Và tôi vẫn còn đang theo học năm cuối của trường thần học, bấy giờ là trước kỳ thi tốt nghiệp. Và chúng tôi luôn tổ chức cầu nguyện ban đêm, đến 4 giờ sáng, tôi hướng dẫn buổi cầu nguyện rạng đông. Khi tin tức về nhiều sự chữa lành đã xảy ra được nhiều người biết, người bệnh khắp nơi kéo đến, ngày nào tôi cũng cầu nguyện cho rất nhiều người.

Một Sự Thay Đổi Trong Gia Đình

Ông Youngsuk Kim, trước khi biết Chúa Jêsus, từng là người nghiện rượu. Bị ho lâu ngày không khỏi, ông phải đến bệnh viện. Bác sĩ chẩn đoán ông bị lao tuyến bạch cầu. Ông phải chịu phẫu thuật và nghỉ ngơi hơn một năm. Nhưng không đủ tiền để chi trả.

Vợ ông thì phải khốn đốn với bệnh viêm bàng quang sau khi sanh em bé. Bà thất vọng đến mức đã định tự sát, nhưng may thay bà vẫn còn sống. Tháng 10 năm 1982, Youngsuk Kim nghe tin về hội thánh chúng tôi, ông đã xin gia nhập. Ông đã hứa nguyện 10 ngày kiêng ăn sáng và cầu nguyện rạng đông. Ông bị ho nặng và sốt cao, ông tin rằng mình có thể được được chữa lành. Tôi thường xuyên cầu nguyện cho ông. Đến ngày thứ 10, ông không còn ho nữa và sốt cũng đã giảm. Ông tin chắc mình đã được lành, và để có sự xác chứng, ông đi bệnh viện để chẩn đoán lại. Và được biết rằng bệnh lao của ông đã khỏi hẳn. ông được chữa lành hoàn bởi lửa Thánh Linh. Từ đó vợ ông cũng xin tham gia vào hội thánh, và bệnh viêm bàng quang của bà cũng đã sớm được chữa lành. Đứa con gái của họ cũng rất khỏe mạnh. Youngsuk Kim bắt đầu theo học thần học với tấm lòng tạ ơn ân sủng Đức Chúa Trời. Hiện nay ông đang ở trong chức vụ mục sư.

Lễ Cầu Nguyện Thâu Đêm Thứ Sáu Với Những Sự Kỳ Và Phép Lạ Xảy Ra Như Đã Chép Trong Kinh Thánh

Người ta từ khắp nơi kéo đến tham dự lễ cầu nguyện thâu đêm thứ sáu hàng tuần chật cả nhà thờ. Nó sớm trở thành một sự thông công liên hệ phái. Nơi thờ phượng nhỏ bé đã tràn ngập người ta. Họ nóng cháy trong lửa Thánh Linh, và trần nhà được phủ đầy những giọt nước nhỏ. Khi những người tham dự nóng cháy cầu nguyện, ngợi khen Đức Chúa Trời, buổi lễ bắt đầu lúc 11 giờ đêm, kéo dài đến 6 giờ sáng.

Khi người ta làm chứng về nhiều người bệnh được chữa lành, họ đứng lên đi lại, nhảy múa suốt trong buổi thờ phượng, ngày càng nhiều người đến tham dự.

Nhiều chứng bịnh bệnh viện không trị được và chỉ còn chờ chết cũng được chữa lành chẳng bao lâu sau khi họ đến với hội thánh, nhiều người quăng nạng mình, đứng lên bước đi, nhảy múa. Những kẻ mù được sáng, kẻ câm được nói, những phụ nữ vô sinh cũng được phục hồi khả năng sinh sản và có thai. Có người bị gãy tay, sau khi được cầu nguyện đã cử động một cách dễ dàng.

Một Bệnh Nhân Huyết Trắng Được Chữa Lành

Có lần, một người phụ nữ sắc mặt tái nhợt đến để được tôi cầu nguyện. Cô cho tôi biết rằng bác sĩ nói cô chỉ còn sống được khoảng mười lăm ngày nữa. Chuyện đời của cô là thế nầy, cô tin Chúa từ hồi bắt đầu học trường Chúa Nhật. Nhưng rồi về sau cô nhận lời cầu hôn với một thanh niên người ngoại đạo. Cô bảo rằng mình sẽ chẳng kết hôn với người ngoại, nên anh chàng liền đi nhà thờ một lúc.

Người phụ nữ nầy nghĩ rằng chồng mình sẽ có một cuộc sống Cơ đốc Nhân tốt, nhưng mấy tháng sau, mẹ chồng đã ép cô tin theo Buddha mà nói rằng, "Gia đình chúng tôi theo phật mấy đời nay, vậy nên cô cũng phải tin theo nữa." Vì không theo lời mẹ chồng, chồng cô cũng hùa theo mẹ và cấm cô đi nhà thờ. Hắn đánh đập và bắt bớ cô. Nếu trong gia đình có sự chi xảy ra, hết thảy họ đều đổ lỗi cho cô.

Nhiều lần bị đuổi khỏi nhà, song cô đã chịu đựng mọi sự. Nhưng từ khi chồng cô dan díu với một người phụ nữ khác, cô không chịu đựng được nữa và đã bỏ bê việc đi nhà thờ. Cô ta vẫn biết rằng mình nên đi nhà thờ, nhưng cô đang sống trong tuyệt vọng, và cuối cùng đã mắc bệnh huyết trắng.

Mặc dù không đi nhà thờ nữa, nhưng chồng cô vẫn tiếp tục dan díu với người đó, và vẫn tiếp tục đánh đập cô.

Dù phải khốn khổ với bệnh huyết trắng, mẹ chồng và chồng cô vẫn lạnh lùng, thậm chí họ không cần đưa cô đến bệnh viện.

Sau khi nghe bệnh viện công bố về căn bệnh vô phương cứu chữa của mình, trong khi chỉ còn biết chờ chết, nghe tin về hội thánh chúng tôi, cô đã đến để nhận sự cầu nguyện của tôi trong niềm hy vọng cuối cùng là bám giữ lấy Chúa. Ngài đã chữa lành cho cô. Sau đó một thời gian, cô đến thăm tôi với sắc mặt khoẻ mạnh, cảm ơn tôi và trở về.

Chúa Jêsus đã chữa lành người bệnh, gọi người chết sống dậy; trong khi làm chức vụ trên đất, Ngài đã làm rất nhiều phép lạ và sự kỳ. Ngài phán, *"Nếu các ngươi không thấy phép lạ và điềm lạ, thì các ngươi chẳng tin."* (Giăng 4:48).

Dấu lạ là công việc của Đức Chúa Trời, làm di chuyển hoặc thay đổi nhanh chóng về một điều kiện tự nhiên nào đó. Vào thời Giô-suê, lúc cuộc chiến đang xảy ra tại Ga-ba-ôn, đã có xảy ra hiện tượng mặt trời dừng lại giữa không trung (Giô-suê 10:31). Vào thời Ê-sai, bóng của mặt trời đã lùi lại 10 độ (2 Các Vua 20:11), và ba đạo sĩ theo ngôi sao dẫn đường đến Bết –lê –hem (Ma-thi-ơ 2).

Có Hai Loại Dấu Lạ

Dấu lạ là những công việc của Đức Chúa Trời với những bằng chứng hay dấu vết được để lại. Trong công việc làm dấu lạ, đôi khi Đức Chúa Cha đóng vai trò chính. Đây là những dấu trong thời Cựu Ước và cũng có dấu được ghi lại trong Khải Huyền 15:1. Mác 13:22 có nói, *"Những Christ giả, tiên tri giả sẽ nổi lên, làm những dấu lạ phép lạ, nếu có thể được thì họ dỗ dành chính những người được chọn."* Câu nầy nói rằng, 'nếu có thể được' nhằm nói lên rằng (về hành vi) thực tế là không thể có thực. Ấy là, những tiên tri giả không có khả năng để thực hiện các dấu lạ, nhưng 'nếu có thể' chúng sẽ cố làm để phỉnh gạt mọi người, ngay cả những người được chọn. Mười Ôn Dịch xảy ra ở xứ Ê-díp-tô là những ví dụ về ôn dịch mà Đức Chúa Cha đã làm (Phục Truyền 6:22), và ngọn lửa bay lên trời (Các Quan Xét 13:19-20).

Có một loại dấu lạ khác được Chúa và Đức Thánh linh cùng nhau thực hiện để lại một dấu tích nào đó. Hầu hết những dấu nầy được tìm thấy trong thời Tân Ước. Ví dụ, Chúa Jêsus hóa nước thành rượu, chữa lành người bệnh và làm người chết sống lại; khiến kẻ mù được sáng, kẻ điếc được nghe, kẻ câm được nói. Đây là những dấu mà con người không thể thực hiện được (Giăng 6:2). Sau khi rao truyền lời Đức Chúa Trời, Chúa Jêsus đã làm những dấu lạ hầu cho những người thấy được tin rằng lời Đức Chúa Trời là lẽ thật. Nhưng nếu chúng ta không thấy những dấu nầy mà vẫn tin thì sẽ có phước hơn, nhưng thật khó để chúng ta có đức tin thật nếu chúng ta chẳng thấy. Khi tội lỗi ngày càng hơn, tấm lòng con người trở nên bướng bỉnh và lạnh lùng, lại càng khó để họ có được đức tin thật.

Ngày hôm nay, để rao giảng phúc âm và nhiều linh hồn được cứu, những dấu kỳ và phép lạ cặp theo là điều càng có ích lợi và hiệu quả hơn.

Những Kẻ Tin Sẽ Có Những Dấu Lạ Cặp Theo

Một số tín đồ chẳng tin, hoặc cho rằng đó là điều xa lạ, khi chúng tôi nói rằng, những dấu lạ được ghi trong Kinh Thánh vẫn còn xảy ra ngày hôm nay. Một số khác đâm ra nghi ngờ và nói rằng, "Tôi đã cầu nguyện bởi đức tin, mà tại sao công việc của Đức Chúa Trời không thấy xảy ra nữa?"

Nhưng Chúa Jêsus đã phán rằng, *Vậy những kẻ tin sẽ được các dấu lạ nầy: Lấy danh ta mà trừ quỷ; dùng tiếng mới mà nói; bắt rắn trong tay; nếu uống giống chi độc, cũng chẳng hại gì; hễ đặt tay lên kẻ đau thì kẻ đau được lành.* (Mác 16:17-18). "Những kẻ tin" ở đây nói đến những người có đức tin trọn vẹn vào những điều thiêng liêng. Trong Rô-ma 2:3, ta được biết có một lượng đức tin, như tiến trình của hạt giống, nẩy mầm, phát triển, và đơm hoa và kết quả. Một khi chúng ta gieo mần đức tin vào lòng mình, tùy vào cách chúng ta chăm sóc mà đức tin đó sẽ phát triển theo nhiều cách. Đó là lý do mà lượng đức tin của mỗi người khác nhau. Tùy mức độ chúng ta thực hành lời Chúa và thay đổi tấm lòng để trở nên thật thà, Đức Chúa Trời sẽ ban cho chúng ta đức tin thiêng liêng từ nơi cao (Hê-bơ-rơ 10:22). Vậy nên, nếu chúng ta trưởng thành và có đức tin trọn vẹn như tấm lòng Chúa Jêsus, những dấu nầy sẽ theo cùng chúng ta.

Cụ thể là, chúng ta sẽ nhân danh Chúa Jêsus mà đuổi quỷ, nói tiếng mới. "Bắt rắn" có ý nghĩa thiêng liêng là chúng ta sẽ dùng lời Chúa để phá huỷ các công việc của Sa-tan. Những người có đức tin trọn vẹn cũng không phải chịu bệnh hoạn hay vi trùng làm hại, và ngộ nhỡ uống nhầm chất chi độc cũng chẳng hại gì vì Đức Chúa Trời đốt chúng bằng lửa Thánh Linh. Đó là trường hợp của sứ đồ Phao-lô bị rắn độc cắn tại đảo Ma-ta (Công Vụ 28:5). Nhưng nếu đã biết đó là chất độc mà còn thử Chúa, thì Ngài sẽ không bảo vệ chúng ta. Cũng bởi đức tin trọn vẹn, chúng ta có thể bày tỏ công việc chữa lành với quyền năng Đức Chúa Trời khi chúng ta cầu nguyện cho người bệnh, cả những bệnh bất trị.

"Tiếng Mới" Là Gì?

Ở đây, 'tiếng mới' có ý nghĩa gì? Nói tiếng lạ là một ân tứ Thánh Linh mà Đức Chúa Trời muốn tất cả con cái của Ngài đều nhận được (1Cô-rinh-tô 14:5). Thường chúng ta cầu nguyện với Chúa bằng tiếng mẹ đẻ. Đó là cầu nguyện bằng tấm lòng. Nhưng cũng có khi chúng ta cầu nguyện bằng tiếng lạ, đó là cầu nguyện bằng tâm thần (1Cô-rinh-tô 14:15).

Khi biết rằng chúng ta là tội nhân, hãy ăn năn và tin nhận Chúa Jêsus vào lòng, Đức Chúa Trời sẽ ban ân tứ Thánh Linh cho chúng ta, và rất thường Ngài ban luôn ân tứ nói tiếng lạ nữa, đó là một trong những ân tứ Thánh Linh. Khi chúng ta nhận được Thánh Linh, là linh đã bị chết vì tội tổ phụ - A-đam, nay được hồi sinh. Nếu chúng ta nhận được ân tứ tiếng lạ, chính linh nầy cầu nguyện với Đức Chúa Trời. Vậy, nếu là cơ nhân mà nhận được ân tứ tiếng lạ và cầu nguyện, chúng ta sẽ nhận lãnh được nhiều quyền năng hơn trong sự cầu nguyện, và tâm linh chúng ta sẽ được tăng trưởng.

Hồi mới tin Chúa, trong những buổi cầu nguyện thâu đêm, tôi đã hết lòng cầu nguyện, và đến khi tôi bắt đầu cầu nguyện bằng tâm thần, ấy là cầu nguyện bằng tiếng lạ, chúng ta đưa chuyển lời cầu nguyện tới lui, và bắt đầu hát bằng tiếng lạ với sự cảm động của Đức Thánh Linh. Khi được sâu nhiệm hơn trong việc hát ngợi khen bằng tiếng lạ, có khi tay tôi bỗng đưa lên một cách vô tình và bắt đầu nhảy múa. Kể từ đó, tôi bước vào mức độ sâu nhiệm hơn trong lời cầu nguyện, Tôi có thể nói tiếng mới. Nói tiếng mới là một sự cầu nguyện đầy quyền năng.

Khi Tôi Nhân Danh Chúa Jêsus Christ Truyền Lệnh

Không Được Thử Dù Đó Chỉ Là Cây Cỏ

Vô cùng cảm tạ Đức Chúa Trời về những công việc lạ lùng mà Đức Chúa Jêsus đã bày tỏ trên đất cách đây hơn 2,000 năm trước, hiện nay vẫn còn xảy ra y như vậy cho những ai cầu nguyện bởi đức tin! Khi tôi còn là một tân tín hữu, chẳng biết nhiều về lời Chúa, tôi đã tích lũy rất nhiều lời cầu nguyện để có thể thực hiện tất cả các công việc quyền năng của Đức Chúa Trời mà những tiên tri và sứ đồ Phao-lô đã thực hiện. Vào thời điểm mở hội thánh, những dấu lạ cặp theo đối với những kẻ tin đang xảy ra.

Ngay sau khi hội thánh được mở vào năm 1982, chúng tôi có khoảng 30 đến 40 ngàn won (30 – 40 đô-la) tiền dâng hiến hàng tuần. Chúng tôi muốn có một ít hoa trang trí chỗ bàn thờ, nhưng chúng tôi chẳng có người làm việc đó, cũng chẳmg đủ tiền mua hoa. Nhưng rồi vào tháng 8, có người mang đến cho tôi một chậu cây nhỏ, có rất nhiều lá. Dù không có hoa trang trí, chúng tôi cũng có một chậu cây nhỏ trông rất dễ thương và quý. Nhưng sau hai tuần lễ, là nó trở vàng và đang chết dần. Tôi cảm thấy tiếc vì cái cây dễ thương đó đang chết dần. Nếu Đức Chúa Trời có thể làm cho người chết sống lại, có lẽ Ngài sẽ nhậm lời cầu nguyện tôi cho cây nầy chăng? Với ý nghĩ lóe ra trong đầu như vậy, tôi đặt tay lên cây đó và cầu nguyện, "Hãy sống lại trong danh Chúa Jêsus Christ!"

Ngày hôm sau, khi tôi trở lại hội thánh để hướng dẫn buổi cầu nguyện rạng đông, những chiếc lá cây vàng đã xanh trở lại. Hôm sau nữa, cây đó đã hoàn toàn sống lại với những chiếc lá tươi tốt. Những người chứng kiến việc nầy đã cùng tôi vui mừng và tôn vinh Đức Chua Trời. Tôi rất hạnh phúc và sung sướng sau kinh nghiệm một cây chết đã sống lại. Vào tháng chín, có người mang đến tặng hội thánh một chậu hoa cúc. Nhìn những chiếc hoa xinh đẹp, tôi muốn thử xem cây hoa nầy sẽ bị chết khi tôi rủa nó chăng. Khi Chúa Jêsus rủa cây vả, thì nó chết. Vậy, nếu tôi cầu nguyện và truyền lệnh cho cây hoa cúc nầy chết thì nó phải chết chăng?

Tôi cầu nguyện và truyền lệnh cho cây hoa cúc phải chết, chỉ để biết thêm một điều. Nhưng lòng tôi cảm thấy khó khăn. Tối hôm đó, sau khi cầu nguyện như vậy, tôi nghe lời Chúa quở trách tôi cách nặng nề, mặc dù chẳng ai nhìn thấy tôi rủa cây hoa.

"Hỡi đầy tớ ta, dù là một cái cây cũng là một sinh mạng, nó do chính ta ta dựng nên, tại sao ngươi rủa sả nó? Ngươi thử ta chăng? Hỡi đầy tớ gian ác, hãy ăn năn. Ngươi không được rủa sả hay chúc cách tùy tiện như vậy. Ngươi chỉ làm điều gì được sự cảm động của Đức Thánh Linh."

Tôi ngạc nhiên đến vã mồ hôi. Tôi bèn kiêng ăn cầu nguyện ba ngày để trọn lòng ăn năn trước Chúa. Kể từ đó, ngay cả khi có ai bắt bớ, rủa sả, chửi thề tôi, tôi cũng không ghét họ, hay cầu nguyện với lòng thù hận nghịch cùng họ. Như lời Chúa có phán dạy rằng, ta đã cầu nguyện cho những kẻ bắt bớ ta và chúc phước cho họ bởi tình yêu thương.

Trách Nhiệm Và Sứ Mạng Đối Với Thế Gian

"Hãy kêu cầu ta, ta sẽ trả lời cho, ta sẽ tỏ cho ngươi những việc lớn và khó, là những việc ngươi chưa từng biết" (Giê-rê-mi 33:3). Nắm lấy câu Kinh Thánh nầy, tôi thu thập rất nhiều lời cầu nguyện vật lộn với Đức Chúa Trời như Gia –Cốp đã từng làm bên bờ Sông Jabbok. Khi tôi kêu gào trong sự cầu nguyện và kiêng ăn trong sự xứng hiệp với lời Ngài, cố gắng sống bởi lời Ngài, Đức Chúa Trời sẽ làm cho lời Ngài được trọn. Tôi bắt đầu nghe được tiếng phán của Ngài, rồi dần dần, tôi có thể thấy được những việc lớn và khó. Có khi Chúa cho tôi biết trước về những sự sẽ xảy đến trong quê hương mình theo dòng sự kiện và tình hình thế giới. Vào lúc mở hội thánh, Đức Chúa Trời cho chúng tôi biết rằng, qua hội thánh nầy, Ngài sẽ hoàn thành sứ mạng đối với thế gian một cách đầy quyền năng, và chúng ta sẽ xây dựng một hội thánh lớn và huy hoàng cho Ngài.

Từ khi được gọi để hầu việc Ngài, tôi cầu nguyện để trở thành một đầy tớ có thể mang phúc âm đến tất cả các dân tộc và cứu được nhiều linh hồn. Sau đó, Chúa trao cho tôi trách nhiệm hoàn thành sứ mạng đối với thế gian, có lời phán cùng tôi rằng, "Ngươi sẽ vượt qua núi sông, biển cả và thực hiện những dấu lạ sự kỳ." Ngài cũng trao cho tôi trách nhiệm rao giảng phúc âm cho kẻ được chọn, Israel, trong những ngày sau cuối. Ngài phán cùng tôi rằng, phúc âm sẽ được mang trở lại quê hương nó và dân Giu-đa, những kẻ không công nhận Chúa Jêsus là Cứu Chúa họ, sẽ phải ăn năn.

Khải Tượng Xây Dựng Hội Thánh Huy Hoàng

Ngay sau khi mở hội thánh, trong những buổi nhóm cầu nguyện thâu đêm tối thứ sáu hàng tuần, chúng tôi luôn có những phần cầu nguyện chữa lành, hàng tuần, Đức Chúa Trời ban cho các thành viên trong nhóm ơn nhận biết khải tượng. Tôi trực tiếp xem xét để biết ân tứ mà họ nhận được có phải đến từ Chúa không. Ngài ban cho chúng tôi các ân tứ Thánh Linh vì đây là những ân tứ rất ích lợi, nhưng đôi khi có một số người nhận lãnh những thứ mà không phải đến từ ân điển Chúa, chúng là công việc của Sa-tan và có sự khác biệt hoàn toàn với ân tứ Thánh Linh. Vậy nên chúng ta cần phải hiểu và phân biệt các linh cách rõ ràng.

Một ngày vào tháng 9, 1982, Đức Chúa Trời bày tỏ một khải tượng cho 17 người về Hội Thánh Huy Hoàng mà chúng tôi đang trên tiến trình xây dựng. Có người nhìn thấy mái nhà, một số nhìn thấy ở bên trong, có người thấy phía sau, và có người nhìn thấy những trụ cẩm thạch rất đẹp. Giữa trần nhà mở ra có hình chữ thập để ánh sáng mặt trời có thể đi vào. Bục giảng của Hội Thánh Huy Hoàng đặt chính giữa và xoay quanh cách chậm rãi. Có người nhìn thấy tôi giảng ở đó, giữa hội thánh không còn chỗ trống.

Để hoàn thành những điều mà người của tôi đã nhìn thấy, chúng tôi có nhờ một chuyên gia cố vấn, vẽ thiết kế toàn cảnh hội thánh. Hiện nay, chúng tôi vẫn còn hình vẽ của bản thiết đó trên trang đầu bản tin hàng tuần của chúng tôi. Để hoàn thành giấc mơ Đức Chúa Trời đã ban cho chúng tôi, ngay từ những ngày đầu của hội thánh, chúng tôi đã cầu nguyện không thôi bởi đức tin.

Chúa tỏ cùng chúng tôi về sự cần thiết của Hội Thánh Huy Hoàng trong thời sau rốt, và chỉ cho chúng tôi cách nó sẽ được xây dựng như thế nào. Hội Thánh Huy Hoàng mà qua đó Chúa được vinh hiển không phải là hội thánh được xây dựng vì chúng tôi có nhiều tiền. Đức Chúa Trời muốn Hội Thánh của Ngài phải được xây dựng bởi con cái Ngài là những người hết lòng yêu mến Ngài, những kẻ đã chịu cắt bì lòng mình và nên thánh.

Sự Phục Hưng Đầu Tiên Tại Quê Nhà

Tháng 2, 1983, tôi hướng dẫn buổi nhóm phục hưng đầu tiên tại quê nhà. Tại một hội thánh thuộc vùng ngoại ô Heje, quận Cholla Nam-Do thuộc Muan. Nhưng, người của hội thánh không đến dự, thay vào đó, dân làng đã kéo đến đầy cả hội thánh.

Họ có chuyện thật đáng tiếc. Một hội thánh làng bên, thuộc một hệ phái lớn, đã dùng tiền cám dỗ người của hội thánh bên nầy, và hầu hết người của họ đều chuẩn bị sang bên kia. Nên ông mục sư của hội thánh nầy tổ tổ chức buổi nhóm phục hưng nhằm giữ lại những người sắp sửa ra đi. Nhưng ngay cả những người không liên hiệp với hội thánh kia, cũng chẳng đến tham dự. Lý do họ không đến là vì mục sư của họ không mời một nhà phục hưng nổi tiếng, mà chỉ mời một người chưa được thụ phong và chẳng có tên tuổi gì, ấy là 'Jaerock Lee'.

Chúa đã bày tỏ nhiều phép lạ lớn lao ngay buổi đầu. Một

người phụ nữ đã bại mười năm, không thể ngủ được do những cơn đau nhói trong xương hành hại, khi nghe sứ điệp, đức tin bà lớn lên. Qua sự cầu nguyện, bà bắt đầu đứng lên, đi lại, và nhảy nhót. Tin nầy liền lan nhanh khắp các miền quê, từ ngày hôm sau, mục sư, nhân sự, tín đồ từ khắp nơi xa đến tận 18 dặm đều đến tham dự. Kỳ lễ phục hưng tiếp tục trong sự đông đúc người tham dự từ khắp mọi miền.

Có một người phụ nữ đứng tuổi, xương sống bà bị cong 90 độ. Bà luôn phải bước đi trong tư thế nhìn chăm xuống đất. Bà luôn phục vụ tôi những thức uống nóng trong các lễ rạng đông, lễ ban ngày và các buổi nhóm cầu nguyện ban đêm, ngay cả lúc thời tiết lạnh giá, vì tôi là diễn giả của các lễ đó. Thực ra, tôi chẳng thích những thức uống bà mang cho tôi, nhưng tôi vẫn dùng vì nghĩ đến công khó của bà. Vào ngày cuối của kỳ lễ phục hưng, cái lưng cong của bà được ngay thẳng hoàn toàn. Thêm vào đó, nhiều người kinh nghiệm được những công việc chữa lành của Đức Chúa Trời và tôn vinh Ngài. Chỉ khi đó người của hội thánh nầy mới nhận biết được những công việc lớn lao của Đức Chúa Trời, và nhận ra sự sai trật họ đã làm, vậy, họ ăn năn trước mục sư mình, và tham dự lễ phục hưng trong những buổi còn lại.

Nhân Danh Chúa Jêsus Christ Truyền Lệnh Cho Khí Gas Monoxyt

Thời đó, người ta dùng bánh than củi cỡ lớn làm chất đốt. Vì vậy, vào mùa đông, tai nạn xảy ra rất nhiều. Ngày nào cũng có tin tức về người bị chết hoặc bị ngộ độc khí gas. Ngày 12 tháng hai, 1983, nhằm ngày lễ cầu nguyện thâu đêm thứ sáu hàng tuần, cận kẻ ngày tết âm lịch hàng năm. Lúc đó tầng hầm của toà nhà là nơi ở của gia đình tôi. Có phòng ngủ, phòng khách, phòng cho người quản gia, và phòng làm việc.

Trước ngày lễ cầu nguyện thâu đêm tối thứ sáu, một thanh niên tên Su-ki Park đang suy tính chuyện không tham dự lễ thờ phượng vào Chúa Nhật, thay vì anh sẽ đi gặp gỡ và vui chơi cùng bạn bè. Vì anh nghĩ rằng sau ngày lễ nầy là đến ngày nghỉ tết âm lịch. Lúc ấy, vì buồn ngủ nên anh muốn ngủ trưa một lát rồi sẽ trở lại buổi nhóm. Anh xuống tầng hầm, đến chỗ nghỉ của tôi.

Anh nghĩ rằng mình sẽ chỉ chợp mắt một chút, nhưng đã đánh một giấc dài. Ba con gái tôi đang ngủ trong phòng. Vì nơi thờ phượng chỉ có 540 feet vuông với hơn 150 người tham dự, nên không còn chỗ cho các bé gái nhà tôi. Hội thánh tràn ngập người đến dự lễ. Họ đứng cả vào những phòng cầu nguyện nhỏ và trên các bậc thềm bên ngoài hội thánh.

Hôm đó trời rất nhiều mây và u ám, khí gas carbon monoxyt từ than củi không thoát hết ngoài. Lễ cầu nguyện thâu đêm tối thứ sáu bắt đầu từ 11 giờ đêm đến 6 giờ sáng hôm sau, người thanh niên đó và ba con gái tôi phải chịu hơn 7 giờ trong tình huống nguy hiểm của khí gas chết người. Anh thanh niên đó nói rằng anh có tỉnh lại một lần, nhưng toàn thân tê cứng không thể cử động được. Sau khi tất lễ, mọi người về nhà, người quản gia đi xuống tầng hầm, chợt nhìn thấy sự nầy thì la lớn lên, "Họ chết rồi!" Nghe tiếng kêu gào khẩn thiết, những người trong hội thánh tập trung lại. Họ mang ba con gái tôi và anh thanh niên đó, tất cả đều bất tỉnh, vào trong chỗ thờ phượng. Mắt họ trắng dã, nước bọt trào ra miệng.

Ba con gái tôi chỉ còn thở thoi thóp, nhưng người thanh niên Su-ki Park thì đã tắt thở. Người anh trở nên một xác chết cứng đơ. Tôi biết rất rõ về tính độc hại của khí gas monoxyt, nhưng chưa hề có kinh nghiệm gì về sự việc như thế nầy, tôi không nghĩ rằng họ có thể sống lại. Hầu như việc Chúa sẽ làm họ sống lại qua sự cầu nguyện của tôi là điều không tưởng. Cho dù họ có được đưa đi bệnh viện và được cứu sống, thì cũng sẽ bị thiểu năng trí tuệ, hoặc tàn tật thể lý, hay phải sống thực vật trọn đời.

Tôi vừa mới khởi sự chức vụ, nếu có người chết vì tai nạn ngay sau khi mở hội thánh, làm sao tôi có thể tiếp tục chức vụ được? Tôi không thể đứng đó mà làm xấu hổ Chúa về việc đã xảy đến như vậy. Tôi lên chỗ bàn thờ và cầu nguyện, "Lạy Chúa, Ngài là Đấng ban sự sống hoặc lấy lại. Con cảm ơn Ngài rằng ba con gái con sẽ được ở cùng Chúa nơi thiên đàng, là nơi không có khóc lóc, buồn rầu, hay đau đớn. Nhưng người trai trẻ nầy là tín đồ của của hội thánh, nếu cậu ấy chết, thì thật là điều xấu hổ trước mặt Ngài. Xin cho người nầy được sống lại."

Tiếp theo lời cầu nguyện cảm tạ Chúa của tôi, nhiều người trong hội thánh đã quỳ xuống cầu nguyện xin Chúa cho họ sống lại. Trước hết, tôi bước đến người trai trẻ đã chết, đặt tay lên và cầu nguyện, "Nhân danh Chúa Jêsus Christ, ta truyền lệnh cho khí gas monoxyt ra khỏi đây! Thưa Cha, nguyện danh Cha được vinh hiển, xin trả lại linh hồn cho anh ta." Sau đó, tôi lần lượt cầu nguyện cho ba con gái tôi. Sau khi cầu nguyện cho người thanh niên, tôi đến cầu nguyện cho con gái út, Soojin. Đương khi cầu nguyện, người thanh niên đó thức dậy và ngồi kế chỗ đội hợp ca. Anh ta dường như chẳng biết việc gì đang xảy ra, anh chỉ nhớ rằng mình đã ngủ dưới tầng hầm. Sau đó, trong khi đang cầu nguyện cho con gái thứ hai, con gái út Soojin tỉnh lại và ngồi dậy. Chưa đầy một phút sau khi cầu nguyện cho cả ba con gái, hết thảy chúng đều đứng dậy. Những người chứng kiến sự việc nầy, dâng lời cảm tạ và ngợi khen Đức Chúa Trời, lòng đầy dẫy sự cảm động của Đức Thánh Linh. Sau nầy người thanh niên kể lại rằng, khi hồn anh lìa khỏi xác bay lên không trung và ở đó ngắm sự việc đang xảy ra, anh ta thấy người quản gia mang xác anh lên chỗ thờ phượng để tôi cầu nguyện.

Vì khí gas carbon monoxyt có thể phá huỷ các tế bào não bộ, nên sau khi hít phải chúng đến 7 giờ, thì việc tử vong là điều rõ ràng. Ngay cả khi điều trị tại bệnh và dẫu có được cứu sống, thì chúng cũng phải ảnh hưởng nặng nề với những hậu quả về sau. Nhưng Đức Chúa Trời đã chữa lành chúng và làm cho chúng không bị nhiễm một chút gas nào và tất cả các hậu quả về sau được Ngài đốt sạch. Người thanh niên đó và ba con gái tôi đều sống khỏe mạnh, không hề có ảnh hưởng xấu nào sau khi bị ngộ độc. Khi có sự thử thách đến với tôi như thế, tôi chỉ biết nương vậy mình Chúa mà thôi, tôi chẳng hề nghĩ đến việc nhờ cậy thế gian. Khi vượt qua thử thách nầy với lòng cảm tạ, tôi nhận biết rằng, Đức Chúa Trời đã ban cho tôi quyền kiểm soát và điều khiển ngay cả trên những sự thể vô tri như khí gas carbon monoxyt.

Sau đó, Đức Chúa Trời dạy tôi cách trục xuất khí gas carbon monoxyt. Khí gas nầy trước tiên có thể làm tê liệt các tế bào não bộ và hệ thần kinh của cơ thể, người bị nhiễm chất nầy, ban đầu bất tỉnh, tiếp đến cơ thể trở nên tê cứng. Vậy nên, đối với những người bị ngộ độc khí gas, Chúa dạy tôi cầu nguyện như thế nầy: "Nhân danh Chúa Jêsus Christ, ta truyền lệnh cho mầy ra khỏi đây qua lỗ mũi, miệng, hai lỗ tai, và qua tất cả các nơi có chỗ hở." Bằng cách nầy, những khí gas đã làm lê liệt cơ thể sẽ phục tùng mệnh lệnh mà buông thả nạn nhân một cách nhanh chóng.

Chẳng Phải Có Mười Người Được Sạch Sao? Còn Chín Người Kia Đâu?

Tôi Cầu Nguyện, Và Chúa Đã Tỏ Cùng Tôi

Trong hai năm đầu sau khi mở hội thánh, tôi đích thân thăm viếng và chăm sóc tín hữu. Khi có ai vắng mặt lễ Chúa Nhật, hay có người chịu khổ vì hoàn cảnh khó khăn, tôi kiêng ăn, cầu nguyện cho họ, tôi đổ nước thật nhiều trong sự ăn năn thay họ. Hầu hết các tín hữu sống rất xa hội thánh. Và cả thảy họ cũng chẳng có ai giàu có, một số bị vỡ nợ và sống trong tuyệt vọng.

Khi con số tín hữu chưa lên đến trăm, tôi chỉ cần nhìn qua là biết ai đã vắng lễ Chúa Nhật. Tôi kiêng ăn vì họ, nếu không đích thân đến thăm được, tôi sai người đến với họ. Tôi cố gắng hầu cho không để mất một linh hồn nào mà Chúa đã giao phó cho tôi.

Với Tấm Lòng Yêu Thương

Với lòng thương yêu họ, có khi tôi khuyên nhủ hay chỉ ra cho họ một vài điều với ước mong rằng họ sẽ thay đổi và trưởng thành trong đức tin. Khi tôi lo lắng về một tín hữu nào đó, và nếu tôi cầu nguyện cho họ khoảng mười phút, Chúa sẽ tỏ cùng tôi và cho tôi biết về những nan đề của họ, hoặc của gia đình hay nơi làm việc.

Vào một Chúa Nhật nọ, có một tín hữu, người mà chẳng bao giờ vắng trong lễ Chúa Nhật, đã không thấy đến. Tôi không thể không lo lắng cho anh ta. Tôi cầu nguyện, "Lạy Chúa, người tín hữu đặc biệt nầy hôm nay không thấy đến. Anh ấy gặp phải sự gì chăng?" Đức Chua Trời tỏ cùng tôi rằng, anh ta đang ở trong quán rượu vào hôm Chúa Nhật. Sau đó vài hôm, tôi bảo với anh ta rằng tôi đã biết, vì nghĩ rằng điều nầy sẽ không làm anh ta xấu hổ hay vấp phạm. Nghe xong, anh ta đỏ mặt nhưng vẫn thừa nhận sự việc.

Có một tín hữu chỉ dự lễ sáng, và lễ tối tôi không thấy anh ta đến. Anh là một người giữ trọn ngày Sa-bát. Khi cầu nguyện về anh ta, Chúa cho tôi biết rằng anh ta đang uống chỗ tiệc cưới. Sau đó mấy ngày, tôi nói với anh ta rằng, "Có một người mặc áo màu đã giục anh uống vài lần, và anh có từ chối, nhưng cuối cùng thì cũng đã nhận lời và dùng luôn." Anh ta đỏ mặt và bối rối.

Nhưng khi khuyên nhủ theo cách như vậy, tôi nhận thấy rằng họ đâm ra e ngại và né tránh tôi. Vì có khi thấy các tín hữu phạm tội, lừa dối, và có hành vi khêu gợi và ngoại tình, lòng tôi đau đớn, nước mắt tràn ra trong lời cầu nguyện.

Một hôm, khi đương cầu nguyện, có lời Chúa tỏ cùng tôi rằng,

"Hãy chớ nhìn vào hoàn cảnh hiện tại của tín hữu, nhìn họ qua đức tin và sự mong đợi rằng họ sẽ thay đổi trong tương lai. Nếu họ dối ngươi, hãy cứ nghe họ và đừng chỉ ra thêm chứng cứ. Nếu ngươi chỉ nhìn vào hoàn cảnh hiện tại của tín hữu, lòng ngươi sẽ vỡ tan, linh hồn ngươi sẽ kiệt quệ và ngươi sẽ mòn sức, rồi ngươi sẽ không thể làm được bổn phận mình."

Từ đó, tôi phó mọi sự trong tay Chúa và không còn cầu nguyện để biết các tín hữu chỗ tôi đang làm gì.

Không chỉ có những người đã đến với hội thánh từ khắp nơi nhận được sự chữa lành, mà còn tất cả những ai có lòng khao khát tìm kiếm lời sự sống và lẽ thiêng liêng. Có những người hầu việc Chúa và hiến dâng mình cho Chúa hướng đến những phần thưởng thiêng liêng, sau khi những nan đề của họ được giải quyết thì họ bèn được chữa lành, trong khi đó một số khác trở lại với thế gian để tìm kiếm lợi lộc cho riêng mình.

Quăng Xa Thần Tượng Và Bước Đi Trong Sự Sáng

Kyeongsoon Park xuất thân từ một gia đình thờ thần tượng trước khi tin Chúa. Mẹ chồng cô có một người con gái mắc bệnh thiểu năng trí tuệ, tháng nào bà cũng ít nhất một lần hành lễ phù phép, thần chú để chữa bệnh cho cô ta.

Bà bỏ rất nhiều bùa may mắn và bùa hộ mạng vào các đồ đạc

trong nhà, như đệm gối, gắn trên trần nhà. Thậm chí mỗi góc nhà đều có bùa.

Chẳng bao lâu sau khi hội thánh mới mở, tôi đến thăm gia đình nầy và thờ phượng cùng gia đình, tôi có thể thấy rất nhiều loại ma quỷ, và bảo với bà rằng, "Vẫn còn rất nhiều bùa hộ mạng trong nhà." Bà khẳng định, "Không, thưa mục sư. Tôi đã lục tìm khắp nơi và quăng hết rồi." Tôi nhắc lại, "Vẫn còn một con quỷ trong nhà chưa chịu đi. Ắt hẳn còn nhiều bùa. Hãy tìm và đốt hết chúng."

Khi Kyeongsoon Park tìm kiếm lại trong nhà lần nữa, bà đã nhặt thêm mấy lá bùa nữa. Cả nhà quăng xa hết thảy các thần tượng, đăng ký vào hội thánh và bắt đầu sống trong Đấng christ. Kyeongsoon Park được chữa lành khỏi bệnh tim mà cô đã mắc phải từ lâu. Mẹ chồng cô cũng được chữa lành khỏi bệnh rối loạn dạ dày.

Một Thanh Niên Bị Lao Giai Đoạn Cuối

Thời đó có rất nhiều người bị lao phổi. Daehee Cho ở Kwangju bị mắc phải chứng bệnh nầy hồi còn ở phổ thông trung học. Anh đã điều trị bằng y học và đã khỏi bệnh, nhưng khi vào trường đại học, anh đã bắt đầu uống rượu và hút thuốc lá, nên bệnh đã tái phát. Mặc dù đã dùng rất nhiều thuốc men nhưng bệnh vẫn không khỏi, vì thuốc men không còn tác dụng đối với anh nữa. Mẹ anh đã tìm đủ cách để chữa trị cho anh. Trong những cách "chữa trị" đó, có rắn, mèo, gan tươi, nước tiểu, ngay cả thuốc phong. Họ cũng cầu cúng, phù chú, cho anh ta ăn những màng ối, và cả thịt của tử thi nơi nghĩa địa nữa, vì nghe nói rằng thứ nầy cũng là "thuốc hay."

Tháng hai, 1982, anh đi khám tại bệnh viện Severance của trường Đại Học Yonsei. Phổi anh đã bị teo lại và không còn hy vọng cứu chữa. Anh phải nằm viện, nhưng chẳng có dấu hiệu được lành. Mẹ anh đã bỏ cuộc và chỉ muốn cho anh xuất viện. Lúc đó, ngoại anh đến thăm. Bà cụ là người sống gần hội thánh Manmin. Mặc dù bà chưa từng đến hội thánh, nhưng bà đã chứng kiến nhiều người bệnh đã đến đây và được chữa lành. Bà nhìn họ đi lại coi bộ rất khỏe mạnh. Nên bà đã thúc giục cháu mình đến với hội thánh Manmin. Ngày 13 tháng 3, 1983, Daehee Cho đã đến dự lễ cầu nguyện thâu đêm tối thứ sáu. Anh nghĩ đây là niềm hy vọng cuối cùng. Anh gầy đến nỗi mắt lồi ra ngoài.

Trong tình cảnh đó, hàng ngày anh cùng mẹ đi tham dự đều các buổi cầu nguyện chữa lành, anh đã kiêng ăn ba ngày. Vào ngày kiêng ăn cuối cùng, Chúa đã ban cho anh một thần linh ăn năn, anh đã trọn lòng ăn năn ba lượt. Vào ngày thứ 13, kể từ ngày đầu tiên anh đến hội thánh, Daehee Cho tin rằng mình đã được chữa lành. Sau lễ cầu nguyện rạng đông, anh vào nhà tắm khạt nước bọt và thấy không còn máu nữa. Mới ngày hôm qua đây anh vẫn còn khạc ra máu. Nhưng bấy giờ không thấy có máu trong nước bọt nữa. Những cơn đau nhói trong lồng ngực cũng đã biến mất, đờm và máu cũng không còn trong nước bọt nữa. Sau đó, anh được Chúa kêu gọi để hầu việc Ngài. Hiện nay anh đang là trợ lý mục sư tại hội thánh chúng tôi.

Tôi Cầu Nguyện Chữa Lành Cho Tất Cả Các Bệnh Nhân

Lúc đầu, khi có người bệnh đến hội thánh, tôi bèn cầu nguyện để họ được lành ngay. Tôi nghĩ, đây là cách tốt nhất để họ kinh nghiệm được ân điển của Chúa và giải thoát họ khỏi ách của bệnh tật. Tôi cầu nguyện với Chúa rằng, "Lạy Chúa, xin hãy chữa lành tất cả những người bệnh ngay khi họ đến với chúng con." Và Chúa đã nhậm lời cầu nguyện đó. Hễ người bệnh nào đến với chúng tôi thì được chữa lành ngay. Nhưng tôi sớm nhận ra rằng, chẳng có kết quả gì về sự cứu rỗi, là điều quan trọng nhất. Nhiều người sau khi được chữa lành rồi thì bỏ Chúa.

Có lần, một cặp vợ chồng nọ đến dự lễ cầu nguyện thâu đêm tối thứ sáu. Họ cho tôi biết rằng, người chồng bị tổn thương dây chằng rất nặng trong một vụ tai nạn giao thông. Anh ta không thể đi lại bình thường được, những cơn đau khiến anh ngồi xuống, đứng lên rất khó khăn trong buổi nhóm. Được Thánh Linh cảm động, tôi đã đặt tay cầu nguyện cho anh. Ngay sau lời cầu nguyện, anh liền đứng lên và nhảy múa. Nhưng sau đó, anh chỉ còn đi đến hội thánh thêm vài lần nữa rồi thôi.

Một mục sư trong hội thánh đến thăm anh ta, anh đã nói cùng mục sư đó rằng, "Tôi biết ơn về sự chữa lành, và đã đến hội thánh vài lần để bày tỏ, như vậy chẳng phải là đủ rồi sao? Tôi đi lễ hội thánh, có ai cho tôi tiền bạc gì đâu?" Với kiểu lý luận như vậy, anh đã không còn đến với chúng tôi nữa. Anh nghĩ rằng vì mình đã được khỏe mạnh nên không cần phải đến hội thánh nữa. Nếu Chúa không chữa lành anh ta, thì anh ta cũng chẳng thể làm gì được. Đức Chúa Trời đã ban cho anh sự sống, ân sủng, và chữa lành cho anh, nhưng vì trong anh không có lời của sự sống, nên anh chỉ biết đi tìm lợi lộc cho riêng mình.

Có một cặp vợ chồng đã sinh con vào tháng thứ bảy kể từ ngày có mang. Em bé được nuôi trong lồng ấp ba tháng tại bệnh viện, nhưng trông em chẳng có gì khá hơn. Từ lúc bố mẹ em nhận thấy rằng, y học chẳng giúp được gì cho con họ, họ bèn đưa em đến hội thánh. Em được chữa lành sau khi nhận được cầu nguyện, và đã trở nên khỏe mạnh trong vòng 15 ngày.

"Thưa mục sư, cảm ơn ông vô cùng. Đến ngày đầy năm của cháu, tôi sẽ mời ông cùng tất cả các anh em tín hữu ở đây đến, tôi sẽ mở tiệc lớn, chúng ta sẽ cùng chung vui nhé."

"Được, hãy làm như vậy."

Vì quá đỗi vui mừng khi thấy con mình được hồi phục, người bố đã sướng miệng tự mình xướng lên tiệc tùng. Nhưng rồi không thấy anh ta đến hội thánh nữa, và khi đến ngày tôi tôi em bé, ông cũng có tổ chức tiệc lớn, nhưng khách mời của ông chỉ là những người bà con, người thân, và những người thế gian mà ông quen biết.

Một thanh niên ở Kang-won Do có thân thể cường tráng, khoẻ mạnh, nhưng cực kỳ kêu ngạo. Khi nghe sứ điệp lúc đang dự lễ trong hội thánh, anh đã ăn năn, hối lỗi. Khi tôi cầu nguyện đuổi quỷ cho anh, anh ngã vật xuống đất và nước bọt trào ra miệng. Khi các quỷ ra khỏi anh, anh trở nên hiền lành. Nhưng sau đó không thấy anh đến hội thánh nữa.

Cũng có một người phụ nữ đứng tuổi bị chứng hoa mắt đến mức hầu như không thấy gì cả. Với những gì nghe được về hội thánh, bà cùng người nhà đã đến với chúng tôi để được cầu nguyện. Sau khi được chữa lành thì cũng không thấy đến hội thánh nữa.

Đừng Phạm Tội Nữa

Trong Kinh Thánh, sau khi chữa lành cho một người bệnh, Chúa Jêsus gặp lại anh ta trong đền thờ và nói rằng, *"Kìa, ngươi đã lành rồi, đừng phạm tội nữa, e có sự gì càng xấu xa xảy đến cho ngươi chăng"* (Giăng 5:14).

Vì họ đã được chữa lành bởi tình yêu và quyền năng của Đức Chúa Trời, họ nên tiếp tục sống bởi lời của Ngài và họ nên biết dâng lòng tạ ơn về ân sủng đó. Nhưng nếu họ lại phạm tội nữa, thì làm sao để Chúa bảo vệ họ được? Vì Chúa đã phải ngoảnh mặt khỏi họ và sẽ không gìn giữ họ nữa, bởi công việc của Sa-tan, họ lại phải mang bệnh nữa, và vì cớ họ đã xoay bỏ ân sủng của Đức Chúa Trời, bệnh của họ còn nghiêm trọng hơn lúc trước.

Khi Sống Trong Lời Ngài, Chúng Ta Được Quan Phòng

Như chuyện tình cờ xảy ra hồi tháng 11 năm 1982. Lúc ấy, lễ cầu nguyện thâu đêm tối thứ sáu kéo dài đến 6 giờ sáng hôm sau. Ngay sau nửa đêm, hai vợ chồng nọ ôm một cháu bé 5 tuổi đến nơi cầu nguyện. Cháu bé cứ khóc oà lên vì đau đớn. Họ sống ở Busan, cháu bé được chẩn đoán là bị ung thư tuyến tụy giai đoạn cuối.

Các bác sĩ cố phẫu thuật cho em, nhưng vì khối u lớn quá, họ không thể làm được. Khối u cũng phát triển trong dạ dày, nên rất nguy hiểm cho việc khâu vá sau phẫu thuật. Thật là một tình cảnh nguy khốn.

Tên em là Wonmi. Hàng ngày em phải dùng nha phiến trắng nhiều lần. Đó là cách duy nhất để em chịu đựng với các cơn đau. Wonmi nằm trong chiếc mặt nạ ô-xy và chỉ còn biết chờ chết. Người cô ruột, chị bố cháu, thuyết phục bố mẹ cháu rằng, "Nầy em, ở Seoul có một hội thánh đầy ơn sủng của Đức Chúa Trời. Chúng ta hãy đưa cháu tới đó để được cầu nguyện và Chúa sẽ chữa lành cho cháu." Bố mẹ cháu bé chẳng còn chút hy vọng nào, chỉ biết làm theo những gì chị mình bảo, họ đưa bé Wonmi đến hội thánh ở Seoul.

Tôi đã cầu nguyện cho bé gái đó 15 ngày. Khi được cầu nguyện lần đầu, bé đã khởi bị đau. Sau một vài ngày, công việc chữa lành đã xảy ra cách rõ rệt. Những cơn đau đã biến mất, cái bụng phình to của bé đã trở lại bình thường. Bấy giờ bố mẹ cháu đã bắt đầu có đức tin. Tôi khuyên họ rút chỉ các mũi khâu ở bệnh cho cháu, nhưng bởi đức tin, họ đã tự rút mà không phải đưa bé đến bệnh viện. Thật kỳ diệu, chỉ trong vài ngày, Chúa đã khiến cho vết thương trống của em được lành lặn trở lại.

Wonmi đã từng phải chịu sự hành hại của những cơn đau đến chết người, nhưng trong vòng mười ngày em đã được chữa lành. Em đã học được những bài hát ngợi khen khen và tập múa trong trường Chúa Nhật, em cùng bạn bè ca hát, nhảy múa. Ai thấy em vui vẻ cách hồn nhiên cũng muốn ngắm nhìn và vui theo. Bé rất thông minh và được mọi người yêu mến.

Họ ở lại hội thánh 15 ngày để được cầu nguyện, và sau đó trở về nhà mình. Khi cầu nguyện cho bố mẹ cháu bé, có lời Chúa phán cùng tôi rằng,

"Khi trở về nhà, họ phải giữ các điều răn của ta, thì con gái họ sẽ được khoẻ mạnh. Nhưng nếu họ không giữ các điều răn đó, Đức Chúa Trời sẽ ngoảnh mặt khỏi họ."

Tôi bảo họ, "Ông bà phải giữ ngày Sa-bát, dâng một phần mười đầy đủ, và hầu việc Đức Chúa Trời cách vui vẻ. Ông bà, là bố mẹ của cháu bé, phải giữ mười điều răn của Chúa hầu cho con gái mình luôn được khoẻ mạnh." Họ đáp cùng tôi rằng, "Cảm ơn mục sư! Đúng là chúng tôi phải làm như vậy. Tôi chưa thấy hội thánh có xe buýt lớn, khi về nhà, tôi sẽ gởi tặng hội thánh một chiếc."

Nhưng sau đó chẳng bao lâu, tôi nghe tin bé Wonmi đã chết. Bố mẹ em khi mới về, lúc đầu có đi hội thánh, nhưng sau đó họ đã quên luôn cả ngày của Chúa. Nhưng có điều đáng tạ ơn rằng linh hồn của Wonmi đã được cứu, em được sống hạnh phúc đời đời nơi thiên đàng là chốn không có nước mắt sầu não.

"Đức Chúa Trời Đã Chữa Lành Theo Như Đức Tin Của Họ"

Khi mới khởi sự chức vụ, lòng tôi tan nát khi nhìn thấy người ta xoay bỏ ân ủng của Đức Chúa Trời, rời khỏi hội thánh và trở lại với thế gian.

"Lạy Cha, họ đã gặp được Cha, biết được công việc của Ngài, và đã được chữa lành, làm sao họ có thể lìa bỏ Ngài như vậy?" Với tấm lòng tan vỡ, tôi đã cầu nguyện và khóc rất nhiều, một ngày nọ, tôi nghe Chúa phán rằng,

"Hỡi đầy tớ của ta, khi ta chữa lành mười kẻ phung, chín

người đã lìa bỏ ta và chỉ có một kẻ đến để tôn vinh Đức Chúa Trời nó. Cũng thể ấy, bởi đức tin, ngươi đã cầu xin Cha chữa lành cho chúng, nếu trong chúng chẳng có lẽ thật và sự sống, chúng sẽ xoay khỏi ân sủng mà rời bỏ hội thánh. Vậy nên, nếu chúng lắng nghe lời ta và có đức tin, chúng sẽ ở lại cùng ta. Vậy thì, nếu chúng được chữa lành bởi chính đức tin chúng, chúng sẽ không rời bỏ hội thánh. Vì cớ ngươi đã cầu xin, ta đã chữa lành chúng qua sự cầu xin ngươi. Bây giờ ngươi hãy thay đổi sự cầu nguyện như vậy; Họ sẽ được chữa lành theo như đức tin của họ."

Mục tiêu cuối cùng của đời sống Cơ Đốc Nhân là được cứu rỗi linh hồn và được vào nước thiên đàng. Vậy điều tối quan trọng là biết được ý muốn của Đức Chúa Trời và có đức tin để được vào nước thiên đàng. Khi Đức Chúa Jêsus chữa lành mười người phung, chỉ có một người trở lại với Ngài và tôn vinh Đức Chúa Trời (Lu-ca 17:11-19). Chín kẻ kia đã bỏ Chúa mà trở lại với thế gian. Chỉ có một người được cứu.

Người ta đến với hội thánh vì cớ họ đang có bệnh tật hoặc có nan đề trong cuộc sống, Nhưng khi họ tham gia thờ phượng, lắng nghe sứ điệp, dẫn đến hiểu được ý muốn của Đức Chúa Trời, có đức tin và lời sự sống. Ý muốn Đức Chúa Trời là chữa lành họ khi họ nhận lãnh Đức Thánh Linh, tin có thiên đàng và hỏa ngục, và có đức tin để được cứu. Nếu họ được chữa lành mà không có đức tin, ngoại trừ những người có lương tâm tốt, hầu hết họ đều trở lại với thế gian. Cuối cùng, họ chẳng được cứu. Từ đó, tôi đã đổi cách cầu nguyện, và thưa cùng Chúa rằng, "Lạy Chúa, tùy vào đức tin của họ, xin Cha cho họ được lành." Đức Chúa Trời sẵn sàng bày tỏ công việc chữa lành của Ngài khi đức tin họ được thể hiện ra.

Đức Tin Có Quyền Trên Thời Tiết

Ngày 1 tháng 8, 1983, mùa hè đầu tiên, chúng tôi tổ chức một chuyến đi tình nguyện đến đảo Daebu gần Inchon. Nhưng đêm trước chuyến tình nguyện, trời mưa nặng và có sấm sét dữ dội. Mỗi ngày chỉ có một chuyến phà đi đảo Daebu. Tôi cầu xin Chúa, "Hỡi Chúa, làm sao chúng con có thể đi tình nguyện trong khi trời cứ mưa như thế nầy? Xin Ngài khiến mưa phải tạnh!"

Chúng tôi lên kế hoạch khởi hành tại hội thánh lúc 5 giờ sáng, vậy nên, một số sinh viên ở xa đã ngủ lại tại hội thánh trong đêm đó. Tôi cũng muốn ngủ một chút trong tư thất, nhưng ngoài trời giông tố đến mức tôi không sao chợp mắt được. Tôi nghỉ lưng một chút, nhưng không sao ngủ được. Tôi thầm cầu nguyện trong lòng, lúc 3 giờ sáng Đức Thánh Linh bảo tôi chớ lo lắng. Tôi lên nơi thờ phượng để hướng dẫn buổi nhóm cầu nguyện rạng đông 4 giờ sáng, một vài thanh niên trẻ đã có mặt ở đó. Sau lễ cầu nguyện rạng đông, lúc đó là 4 giờ 55, nhưng bão tố trở nên dữ dội hơn. Thậm chí sấm sét và chớp nhoáng càng thêm hơn, những trận mưa lớn dội liên tục vào các ô cửa số.

Tôi bảo, "Hãy cùng nhau cầu nguyện cho tạnh cơn mưa nầy!" Vì họ đã chứng kiến nhiều dấu kỳ phép lạ xảy ra trong các buổi nhóm cầu nguyện thâu đêm tối thứ 6 hàng tuần, các sinh viên và thanh niên đã có đức tin khá tốt. Những người ở trong nơi thờ phượng, hết lòng cầu nguyện trong vài phút, nhưng sấm sét và chớp nhoáng vẫn cứ tiếp tục.

Tôi bảo họ, "Chớ lo lắng. Hãy mang hành lý xuống tầng thứ nhất. Khi bước chân của anh em vừa đến đó, thì mưa sẽ tạnh!"

Khi tôi mạnh dạn công bố điều đó, mọi người đều đồng thanh đáp lời "Amen." Tất cả đều đứng lên và đi xuống tầng một. Khi chân người đầu tiên trong hàng vừa chạm đến mặt đất bên ngoài sân, cơn mưa liền tạnh ngay, sấm sét và chớp nhoáng cũng không còn nữa. Qua kinh nghiệm nầy, Chúa đã ban cho chúng tôi một đức tin lớn, ấy là một ân tứ của Ngài.

Nhận Được Sự Bày Tỏ Về Những Phân Đoạn Kinh Thánh Khó Thông Giải Và 'Sứ Điệp Thập Tự Giá'

Sau khi mở hội thánh, tôi được mời chia sẻ tại rất nhiều buổi nhóm phục hưng. Tôi giảng lời Chúa gây dựng đức tin cho những người tham dự và trao cho họ cơ hội để hiểu về tình yêu của Đức Chúa Trời. Mỗi khi tôi cầu nguyện cho người bệnh, rất nhiều người được chữa lành. Những người què được đi, người mù được sáng, nhiều phép lạ xảy ra. Chúa cũng chỉ cho tôi biết những điều cần nói tại các buổi nhóm phục hưng. Tôi nói về Chúa Cứu Thế Jêsus, Đức Chúa Cha, đức tin đích thực và sự sống đời đời, phép lạ, sự sống lại, sự hiện đến lần thứ hai của Chúa, và về vương quốc thiên đàng.

Các buổi nhóm thường kéo dài từ thứ hai đến thứ năm. Bắt đầu lúc 6 giờ tối, và sứ điệp được giảng lúc 7:30. Tôi thường tiếp tục đến 11 giờ khuya hay nửa đêm, vì mục sư và khách dự thường yêu cầu tôi tiếp tục bài giảng. Sau buổi nhóm ban đêm, tôi thường ngủ vài giờ và hướng dẫn buổi nhóm cầu nguyện rạng đồng. Vào năm 1983, tôi đã đi khắp đất nước để chia sẻ trong các buổi nhóm phục hưng. Một ngày nọ, Chúa bảo tôi không chia sẻ trong các buổi nhóm phục hưng nữa mà hãy đến sườn núi để cầu nguyện.

Ngài muốn bày tỏ cho tôi về những phân đoạn Kinh Thánh khó thông giải. Tôi đã cầu nguyện 7 năm rồi để hiểu được những phân đoạn đó, và cuối cùng tôi nhận được sự bày tỏ từ Chúa. Vậy nên từ tháng 5, 1983, tôi không chia sẻ trong các buổi nhóm phục hưng nữa, tôi lên núi cầu nguyện Kwangju tại Kwangju, Kyeong-gi Do. Sau lễ tối Chúa Nhật, tôi đến đó để cầu nguyện cả ngày, đến thứ sáu, tôi trở về hội thánh để hướng dẫn buổi nhóm cầu nguyện thâu đêm. Và cuộc sống như vậy cứ thế kéo dài nhiều năm.

Chống Chọi Với Cái Lạnh Giá Mùa Đông Và Cái Nóng Bức Mùa Hè

Vào mùa hè, mặt trời rất gay gắt, vào mùa đông, nhiệt xuống đến âm 10 đến 15 độ C (xấp xỉ 10 độ F). Nhưng tôi chỉ đặt một chiếc mền lính lên tảng đá rồi cầu nguyện lớn tiếng về phía bầu trời. Ngay khi mùa đông giá rét, tôi vẫn lên núi cầu nguyện suốt ngày cho đến tối. Tôi đã chống chọi với mùa đông giá trọn cả ngày. Nếu nhiệt độ xuống đến âm 10 độ C, tôi không phải đổ mồ hôi dẫu có vật vã hết sức lực trong lời cầu nguyện.

Vì không có tiền, tôi không thể có được nơi ở ấm cúng. Tôi chỉ có được mỗi bánh than để sử ấm trong ngày. Không khí trong phòng thì lạnh buốt. Cửa sổ giấy bị rách thủng, gió lạnh cứ lùa vào. Trong phòng, tôi luôn sẵn sàng giấy mực để ghi ra những sự bày tỏ của Chúa về những phân đoạn Kinh Thánh khó thông giải. Căn phòng lạnh đến nỗi mực phải đông cứng lại. Trước khi muốn ghi ra điều gì, tôi phải tìm cách làm cho mực tan chảy ra. Vì không có mền đủ ấm, tôi phải ngủ tạm với chiếc mền lính. Buổi sáng, tôi dậy sớm và đi dự cầu nguyện rạng đông. Sau khi ăn sáng, tôi lên núi và cầu nguyện ở đó cả ngày.

Sự Bày Tỏ Về Những Phân Đoạn Khó Thông Giải Chứa Nhiều Ý Nghĩa

Thỉnh thoảng, để phá vỡ sự nặng nề, tôi tắm mình trong nước lạnh, rồi thì đọc Kinh Thánh và cầu nguyện trọn ngày. Không khí ở đây rất yên tĩnh, đến 7 giờ đêm thì mới có người đến dự lễ cầu nguyện buổi tối. Tôi vào phòng cầu nguyện, dốc hết lòng mình, cầu nguyện vật vã trong mồ hôi ướt đẫm. Chúa đã bày tỏ cho tôi về những câu Kinh Thánh mà tôi cầu nguyện trong ngày. Ngài bắt đầu giải bày cho tôi từ những phân đoạn khó hiểu nhất, tôi thấy ngọt ngào hơn cả sữa mật. Đặc biệt, sự dạy dỗ vô tận không sao đo lường được của Chúa ẩn chứa trong những câu đó. Chúng ta hãy xem một trong những phân đoạn khó thông giải mà Chúa đã tỏ bày cùng tôi. Trong Giăng đoạn 2, Chúa Jêsus tại tiệc cưới ở Cana và đã biến nước lã thành rượu. Thường, tại những tiệc cưới người ta say sưa và quá chén. Có người sẽ tự hỏi rằng không biết tại sao Chúa Jêsus là Đấng đến để cứu toàn nhân loại, lại đi bày tỏ một dấu lạ đầu tiên trong chức vụ mình tại tiệc cứ nầy.

Tiệc cưới là tượng trưng cho thời sau rốt là lúc mà người ta ăn uống say sưa và tội lỗi thắng thế. Dấu đầu tiên của Chúa Jêsus là điểm báo trước về sự khởi đầu và kết thúc chức vụ của

Ngài. Chúa Jêsus được mời dự một tiệc cưới tại Cana, điều nầy có nghĩa rằng khi con người thế gian mời mọc Ngài, thì cũng là để đóng đinh Ngài. Chúa để họ đóng đinh Ngài, và cuối cùng thì Ngài cũng đã chịu đóng đinh. Nước ở đầy tượng trưng cho nước vĩnh sinh (Giăng 4:14), nước nầy chính lời Chúa, là lời ban cho sự sống đời đời. Lời đó là Chúa Cứu Thế Jêsus Christ, Đấng đã đến thế gian trong thân vị con người. Rượu tượng trưng cho huyết báu Chúa Jêsus. Điều nầy nói rằng, Chúa Jêsus, ngôi Lời trở nên xác thịt đến với thế gian trong thân thể con người, sẽ phải chịu treo trên cây thập tự và sẽ phải đổ huyết báu trong tương lai. Chúa Jêsus đã xuống với thế gian đầy tội lỗi, sẽ phó tấm thân thánh khiết mình trên thập tự, để rồi nước và huyết từ thân thể Ngài sẽ phải đổ ra. Phân đoạn nầy nói lên tình yêu của Đức Chúa Trời được bày tỏ.

Hóa nước thành rượu, có nghĩa rằng huyết mà Chúa Jêsus đổ trên thập tự sẽ trở thành huyết ban cho sự sống đời đời. Rượu mà Chúa Jêsu đã làm tại tiệc cưới là một loại nước nho tinh khiết không có bất kỳ một thứ tạp chất nào để khiến người ta phải say sưa. Và người ta đã nếm thử rượu được làm ra từ nước nầy và thấy đó là loại rượu ngon. Điều nầy tượng trưng rằng khi uống huyết Chúa Jêsus, người ta sẽ trở nên vui vẻ và hạnh phúc vì tội lỗi họ được thanh tẩy, và hy vọng về nước thiên đàng.

Cuối cùng, phân đoạn nầy nói rằng, *"Dấu đầu tiên mà Chúa Jêsus đã làm tại Cana xứ Ga-li-lê nầy, nhằm tỏ ra sự vinh hiển và để cho các môn đệ tin Ngài."* Nhằm 'bày tỏ sự vinh hiển Ngài' ở đây có liên quan đến bốn sách Phúc-âm đề cập đến việc Chúa Jêsus sẽ chết trên thập tự giá, nhưng sau khi chịu chôn đến ngày thứ ba, Ngài sẽ bẻ gãy quyền lực của sự chết, và sống lại để bày tỏ sự vinh hiển Ngài. Do vậy, chỉ một sự diễn đạt nầy, nhưng đã hàm chứa rất nhiều ý nghĩa.

Các môn đệ bị tản lạc khi Chúa Jêsus chịu đóng đinh, thậm chí đến khi có người tận mắt thấy Chúa sống lại đến nói với họ rằng Ngài đã sống lại rồi, họ cũng chẳng tin. Chỉ khi chính họ gặp gỡ với Chúa Phục Sinh, thì họ bèn tin. Các môn đệ tin Chúa Jêsus không phải chỉ qua phép lạ đầu tiên trong chức vụ Ngài, mà là khi Ngài bày tỏ sự vinh hiển sau khi chịu đóng đinh, bẻ gãy quyền lực của sự chết, và sống lại. Qua dấu lạ đầu tiên mà Chúa Jêsus bày tỏ cho chúng ta, chúng ta có thể nhận biết rằng điều nầy là không nhằm mục đích tôn vinh đám cưới của thế gian.

"Sứ Điệp Thập Tự Giá", Sự Kín Dấu Từ Trước Vô Cùng

Khi bắt đầu hiểu ra ân sủng và tình yêu của Đức Chúa Trời trong lúc đọc bốn sách phúc âm viết về chức vụ Chúa Jêsus, tôi không sao cầm được nước mắt, đến mức không thể tiếp tục đọc được nữa. Tôi khóc rất nhiều với cảnh Chúa Jêsus trước quan tòa Pilate. Khi đọc đến chỗ Chúa Jêsus bị đánh, đầu phải mang mão gai, và chịu đóng đinh, tôi khóc oà lên một lúc rất lâu. Nước mắt cứ tràn ra, khiến tôi không thể đọc được nữa.

Ngay khi tôi có tự chế được bản thân, cũng phải tốn nhiều ngày mới có thể đọc xong bốn sách phúc âm nầy. Nhiều năm sau khi mở hội thánh, nước mắt vẫn cứ tràn ra khi mỗi lần đọc đến những phân đoạn như vậy. Và để dự tiệc thánh, tôi cũng phải cố cầm giữ nước mắt. Nhưng sau khi hoàn toàn hiểu được nguồn ơn phước mà Chúa đã dành cho chúng ta, nước mắt tôi không tuôn tràn ra nữa, vì rằng thật phước hạnh biết bao khi Chúa Jêsus phải gánh chịu con đường thập tự giá và đó là con đường cứu rỗi dành cho chúng ta. Bây giờ, tôi có thể đọc Kinh Thánh và dự tiệc thánh với lòng vui mừng và cảm tạ. Khi tôi hiểu được 'Sứ Điệp của Thập Tự,' là sứ điệp mà Chúa đã dạy tôi qua sự cảm động, tôi càng nhận biết sâu sắc hơn về tình yêu của Đức Chúa Trời.

Ấy là vào năm 1983, trong lúc đang cầu nguyện trên Núi Kwangju, Chúa cũng bày tỏ cho tôi về 'Sứ Điệp Thập Tự Giá.' Ngài tỏ cho tôi biết về lý do tại sao Chúa Jêsus là Cứu Chúa duy nhất của chúng ta, tại sao chúng ta được cứu khi chúng ta tin nhận Ngài làm cứu Chúa của mình, tại sao Đức Chúa Trời đã dựng nên cây biết điều thiện và điều ác, và Đức Chúa Trời nuôi dưỡng loài người chúng ta trên đất nầy. Ngài tỏ cho tôi biết rằng 'Sứ Điệp Thập Tự Giá' là một sự mầu nhiệm đã được kín giấu từ trước vô cùng. Ngài cũng chỉ ra và giải bày cùng tôi về những sự thiêng liêng đã được ghi lại trong sách Sáng Thế.

Đức Chúa Trời cũng cho tôi hiểu thấu và ghi nhận những ý nghĩa sâu xa cùng những phương cách để chúng ta dự phần vào bốn tánh thiêng liêng qua 'Chín Bông Trái Của Đức Thánh Linh,' 'Phước Thiên,' và 'Tình Yêu Thiên Thượng.'

Tôi Có Thể Dùng Lời Thiêng Liêng Để Nuôi Dưỡng Bầy Như Thế Nào?

Nếu tổ chức cầu nguyện tại một nơi nào đó trong một khoảng thời gian lâu, tin tức sẽ lan truyền ra và người ta sẽ đến rất đông để được cầu nguyện. Vì ngày càng nhiều người biết đến tôi, nên tôi phải chuyển qua nơi khác. Để có mối thông công với Chúa trong sự cầu nguyện như sứ đồ Giăng đã ghi lại sách Khải Huyền trên Đảo Bát -mô, tôi cũng cần đến một nơi vắng vẻ cách xa thế sự.

Thế là tôi đã đến một nơi ở Kangwon Do, và Jochiwon. Khi tôi cầu nguyện trong cái nóng bức của những ngày hè không quạt điện, ướt sũng mồ hôi, nhưng tôi chẳng hề phiền muộn hay phàn nàn.

Tôi có hai câu hỏi: "Làm sao để bầy chiên có thể hiểu đúng đắn về ý chỉ của Chúa và đáp ứng cho họ những sứ điệp thiêng liêng, hầu cho họ được nuôi dưỡng bằng sữa thiêng và có đức tin trọn vẹn?" và "Làm thế nào để tôi có thể cầu nguyện được nhiều hơn và nhận lãnh được quyền phép của Chúa là điều mà những tiên tri và sứ đồ đã thực hiện để tôi có thể hoàn thành sứ mạng đối với thế gian một cách diệu kỳ và xây dựng được Hội Thánh Huy Hoàng?" Vì tôi toàn tâm toàn ý tập trung vào những những mục tiêu nầy, tôi không còn thời gian để nghĩ đến những việc khác.

Tháng 5, 1984, một ngày trước ngày sinh nhật tôi khoảng vài hôm. Bà trợ tế cao niên Geumsun Vin là người lãnh đạo đương nhiệm của Đại Hội Đoàn Liên Hiệp Sứ Mệnh Phụ Nữ, đã giới thiệu cho tôi một ngôi nhà thuộc về một người quen của bà tại Kangwon Do, và tôi đã cầu nguyện ở đó một thời gian. Đó là một nơi mà tôi đã phải chèo thuyền để đến.

Vào thứ 6, tôi phải trở lại Seoul để chia sẻ sứ điệp trong buổi nhóm cầu nguyện thâu đêm và các lễ Chúa Nhật, Nhưng Chúa đã cảm động tôi ở lại đó để kiêng ăn cầu nguyện ba ngày. Sau ba ngày kiêng ăn, Chúa đã dạy cho tôi một cách tường tận về sự thiêng liêng và vương quốc thiên đàng. Tôi có thể có thời gian vui vẻ cùng các tín hữu, nhưng hơn cả điều đó, sau sự kiêng ăn cầu nguyện, Chúa đã ban cho tôi sự vui mừng với một ơn huệ quý báu và tuyệt vời hơn. Nội dung về vương quốc thiên đàng mà Chúa đã dạy cho tôi giống như một sứ điệp toàn diện. Nội dung đó đã kết hợp rất nhiều câu Kinh Thánh có liên quan gần gũi thành với nhau. Sau nầy, tôi rao giảng sứ điệp mà tôi đã nhận lãnh đó vào các lễ sáng Chúa Nhật trong nhiều năm, và đã được xuất bản thành hai quyển sách.

Ngay Cả Những Người Xóm Giềng Trong Chợ Cũng Nói Rằng "Hãy Đến Hội Thánh Manmin"

Có một khu chợ kế bên hội thánh. Vì hội thánh nằm bên lề chợ, sau khi ra khỏi xe buýt để vào hội thánh, nhiều người phải đi ngang qua chợ. Nên những người buôn bán trong chợ thường thấy người ta mang con cái trong tình trạng nguy cập đến sinh mạng, như vừa mới bị tai nạn giao thông.

Lúc bấy giờ, ở Hàn Quốc không có nhiều xe lăn như ngày hôm nay. Hễ khi nào nhìn thấy bệnh nhân trong tình trạng cấp cứu, mấy người buôn bán thường nói với nhau rằng, "Họ đang trên đường đến ông mục sư của hội thánh Manmin đấy!" Rồi một vài hôm sau, khi thấy những người bệnh đó mua hàng ở chợ, mấy người mua bán rất đỗi ngạc nhiên.

"Có phải bà là người ngày hôm qua tôi thấy khiêng trên cáng đó không?"

"Dạ, tôi đây."

"Vậy, làm sao mà bà có thể bước đi thế nầy được?"
"Ngày hôm qua tôi được chữa lành qua lời cầu nguyện."

Vì những người buôn bán rất thường thấy những sự việc như thế nầy, họ công nhận rằng Đức Chúa Trời là Đấng hằng sống. Nhưng khi chúng tôi mang phúc âm đến cho họ, thì họ nói rằng họ biết Đức Chúa Trời là Đấng hằng sống, nhưng họ quá bận rộn với việc kiếm sống và không thể tham gia nhóm họp với hội thánh được. Mặc dù không tham gia với hội thánh, nhưng mỗi khi thấy có người bị bệnh, họ nói rằng hãy đến với hội thánh Manmin.

Đức Chúa Trời Hành Động Cùng Chúng Ta

Chuyển Đến Nơi Thờ Phượng Thứ Hai

Khoảng một năm sau lễ khánh thành, nơi thờ phượng đã hết chỗ cho dân sự. Mỗi khi có lễ thờ phượng, các phòng cầu nguyện, hành lang, ngay cả phòng khách đều chật cứng người ta. vì đã hết chỗ, nên chúng tôi bắt đầu cầu nguyện để chuyển đến một nơi rộng hơn.

Chúng cần phải có một nơi ít nhất là 7,000 feet vuông (hơn 2,132m²), nhưhg các tín hữu trong hội thánh không đủ đức tin. Khi cầu nguyện cho một nơi thờ phượng mới, có lời Chúa phán cùng tôi rằng,

"Hãy đi và xây một lều tạm trên một nơi trống. Lều đó sẽ sụp đổ, nên phải xây lại. Rồi nó cũng lại sụp nữa. Sau đó, sự trù liệu của ta sẽ được bày tỏ."

Vào tháng 9, 1984, gần chợ có tòa nhà một tầng, trên mái còn để không. Chúa bảo tôi xây đến tạm tại đây, nhưng Ngài cấm tôi nói cho các tín hữu biết rằng chỗ nầy sẽ sụp đổ. Đương nhiên rằng việc xây dựng một công trình lâu dài trên mái nhà là bất hợp pháp. Tôi chỉ giải thích rằng việc xây dựng một nơi tạm thời nầy là ý muốn của Chúa và cho họ bắt đầu công việc xây dựng. Người chủ nhà đồng ý và bảo rằng, ông sẽ đến cơ quan địa phương có thẩm quyền để xin giấy phép xây nhà tạm.

Theo cách nghĩ của con người, việc xây cất một nơi tạm trên mái nhà để dùng vào việc thờ phượng là điều khó có thể chấp nhận được. Nhưng tôi chỉ làm theo lời Chúa. Tôi cũng biết rằng công trình tạm sẽ bị sụp đổ một khi nó vừa được cất lên. Sau khi các tín hữu vừa xây xong phần đặt gạch, công nhân dựng của cơ quan nhà nước liền đến và phá đổ ngay. Khi vừa xây lại lần nữa, họ lại đến phá đổ nữa. Với sự thể nầy, có một số tín hữu phàn nàn, nhưng hầu hết anh em đều ngửa trông nơi Chúa và hiệp lòng cầu nguyện khẩn thiết. Dân địa phương chứng kiến hết sự việc nầy, nghĩ rằng, "Nhà cầm quyền có cần phải quá tay như vậy không?" Rồi họ bắt đầu đem lòng thương xót cho hội thánh chúng tôi. Ngay cả những người buôn bán ở chợ cũng đã biết rất rõ về những công việc của Chúa đã xảy ra qua hội thánh Manmin. Khi các anh em tín hữu phải trải qua hoàn cảnh khó khăn nầy, lòng khao khát về một nơi thờ phượng lại càng nóng cháy hơn, và tất cả chúng tôi đều đồng một lòng. Như vậy, Đức Chúa Trời đã sẵn sàng cho một nơi mới.

Cho đến lúc đó, không có một tòa nhà nào để hội thánh chúng tôi có thể sử dụng được. Nhưng tại một điểm gần bên, có một tòa nhà khoảng 7,000 feet vuông đã xây xong và chúng tôi có thể sử dụng được. Chúa bảo chúng tôi chuyển sang nơi đó.

Lúc bấy giờ chúng tôi có khoảng 300 tín hữu, số tiền dâng hiến không đủ cho việc truyền giáo. Hầu hết chúng tôi đều không giàu có lắm, việc lo khoảng vài triệu won cũng không phải là chuyện dễ. Vậy nên, nếu ngay từ đầu tôi đề nghị cùng anh em tín hữu về một tòa nhà 7,000 feet vuông, thì ắt hẳn là họ đã phàn nàn rất nhiều. Chỉ cần thuê một nơi 40 triệu won (40,000 đô-la Mỹ). Chúng tôi cần 20 triệu won nữa cho việc chuyển đổi và sửa sang lại thành hội thánh. Với đức tin của các anh em tín hữu chúng tôi, điều đó rất khó làm thành được. Nhưng vì họ đã trải qua một lúc khó khăn thử thách, lòng khao khát của họ về một nơi thờ phượng mới đã tăng lên thêm, họ đã đồng lòng, hiệp sức cầu nguyện với cả tấm lòng khao khát. Dường như chúng tôi gom được số tiền cho việc chuyển đổi nơi thờ phượng chỉ trong chốc lát. Cuối cùng, vào ngày 31 tháng 12, 1984, chúng tôi thuê được một tòa nhà tại Dae-Bahng Dong, Dong-jak Gu, và đã có buổi nhóm đầu tiên tại đó. Chúa đã làm tăng trưởng đức tin của anh em tín hữu qua thử thách nầy.

Thiết Lập Tổ Chức Hội Thánh

Quy mô hội thánh được tăng trưởng mau chóng nhờ Chúa cứ thêm người mới vào. Đức tin của tín hữu cũng lớn nhanh bởi những công việc đầy quyền năng của Đức Chúa Trời đã cặp theo với những dấu kỳ phép lạ liên tục xảy ra. Một số người đến hội thánh chỉ để được chữa lành, nhưng cũng rất nhiều người với lòng khao khát lời sự sống.

Tháng mười, năm 1983, Trung Tâm Cầu Nguyện Manmin được thành lập. Đức Chúa Trời dẫn dắt nhà tôi, Boknim Lee, hướng dẫn các buổi cầu nguyện hàng ngày để chữa lành cho người bệnh về tinh thần cũng như thể xác, Ngài giao phó cho bà trách nhiệm của một chủ tịch trung tâm cầu nguyện. Bà hướng dẫn các buổi cầu nguyện chữa lành hàng ngày, và tập trung vào công việc cố vấn, thăm viếng chăm sóc các tín hữu, và cầu nguyện. Tháng giêng năm 1984, tổ chức 'Sứ Mệnh Cầu Nguyện Tận Hiến' được thành lập, với bổn phận cầu nguyện cho vương quốc và sự công chính của Đức Chúa Trời. Những người cầu nguyện tận hiến không những cầu nguyện mà còn tham gia các buổi cầu nguyện chữa lành cho người bệnh. Tháng 3, năm 1984, chúng tôi mở trường mầm non Manmin với sứ mệnh dành cho trẻ em. Trong vòng vài năm sau khi mở hội thánh, hình thức và cấu trúc tổ chức hội thánh đã được hình thành.

Tháng mười, 1985, trong lúc đang làm chủ tịch Trung Tâm Cầu Nguyện, nhà tôi khởi sự các buổi nhóm cầu nguyện hàng đêm với một vài người. Những buổi nhóm nầy là khởi đầu của tổ chức nhóm Cầu Nguyện Da-ni-ên ngày hôm nay, với hàng ngàn người nhóm lại cầu nguyện hàng đêm. Chủ tịch Bokkim Lee chú trọng đến việc kiêng ăn và cầu nguyện. Bà không tìm kiếm hạnh phúc riêng tư của gia đình, mà sống vì những người khác. Đức Chúa Trời đã hành động qua lời phán tỏ tường của Đức Thánh Linh và ban phước cho bà để bày tỏ những công việc đầy quyền năng. Ngay cả ngày hôm nay khi bà hướng dẫn nhóm Cầu Nguyện Đa-ni-ên hàng đêm, nhiều người kinh nghiệm được quyền phép Đức Chúa Trời và lời cầu nguyện của họ được nhậm đương lúc họ ngợi khen và cầu nguyện trong nơi thờ phượng. Qua nhóm Cầu Nguyện Đa-ni-ên nầy, tâm linh của các tín hữu được tăng trưởng mạnh mẽ. Đây là lực lượng thúc đẩy sự phục hưng của hội thánh.

Những người khao khát lời sự sống đến để lắng nghe những sứ điệp thiêng liêng, họ được bình an và yên nghỉ nơi Chúa. Những người được nhậm lời cầu nguyện và có nan để được giải quyết vẫn luôn chung thủy với hội thánh, khiến cho hội thánh càng thêm vững vàng.

Một Sinh Viên Y Khoa Với Khối U Trong Não

Sooyeol Cho được sinh ra trong một gia đình Cơ Đốc nhân. Anh có một căn bệnh đang phát triển trong người, có tên gọi, "u xơ yết hầu." Các mạch máu ở mũi tích tụ lại và trở thành khối u. Sau đó đã trở thành u não.

Lúc ấy, anh ta có một người bà con làm phó giám đốc Bệnh Viện Đại Học Quốc Gia Seuol. Anh ta đã chịu một ca phẫu thuật nghiêm trọng kéo dài 8 giờ. Nhưng sau khi phẫu thuật, anh ta vẫn còn bị tắc nghẽn ở mũi. Khi đến trường đại học, với sự giúp đỡ của y khoa, triệu chứng của anh càng thêm tệ hại hơn. Ba tháng sau phẫu thuật, mũi của anh bị nghẹt cứng, máu vẫn chảy rất nhiều như trước kia. Anh đến bệnh viện, bác sĩ bảo rằng bệnh đã tái phát.

Trước ca phẫu thuật vừa rồi, bác sĩ nói rằng khả năng khối u lan lên não là rất cao, và gốc rễ nó đã có sẵn ở não, và hiện giờ anh đang bị chứng u não. Vào tháng 12, 1984, anh nhận ra rằng mình không thể được chữa lành bởi y học. Anh đã biết về hội thánh chúng tôi và xin gia nhập cùng gia đình mình.

Tháng giêng, 1985, anh nhận được phước từ những buổi nhóm phục hưng, và cảm thấy khá hơn nhiều. Lúc đó, bác sĩ khuyên anh nên phẫu thuật lần hai, một mức độ nào đó anh nghĩ rằng bệnh anh cũng có thể lành được bằng các trị liệu y học.

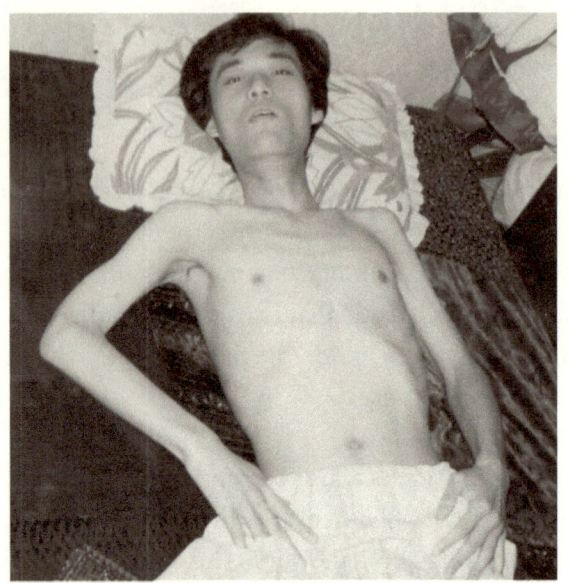

Sooyeol Cho đang bị bệnh viêm phổi

Ngày nay, ông là một mục sư khỏe mạnh

Nhưng đến năm 1986, khi anh nôn ra một lượng máu gấp mười lần trước đây, anh mới hoàn toàn thức tỉnh và nhận ra rằng mình chỉ có thể sống được bởi ân điển của Chúa. Anh bị kiệt sức bởi bệnh xuất huyết trực tràng.

Đương khi cầu nguyện tại Jochiwon trong các thường nhật, một hôm, trong sự cầu nguyện, tôi cảm nhận một nỗi buồn khó tả trong lòng, tôi nhận biết rằng Sooyeol Cho đang trong tình trạng cực kỳ khủng hoảng. Nước mắt tôi tuôn ra trong sự cầu nguyện cùng Chúa.

Lúc bấy giờ, có một bà trợ tế ở hội thánh tôi đang dốc lòng cầu nguyện, đã thấy một khải tượng, bà đang tha thiết nắm lấy vạt áo Chúa Jêsus để hỏi về sinh mạng của người trai trẻ nầy. Ngay sau đó, hễ khi nào anh ta trong tình trạng nguy kịch đến tính mạng, Đức Thánh Linh đều cho tôi biết, trong khi nhận được sự cầu nguyện của tôi, anh đã vượt qua được những cơn nguy khốn nầy. Từ đó, Sooyeol Cho bắt đầu có đức tin vào sự chữa lành thiên thượng, và anh ta đã trở nên khá hơn.

Nếu anh ta không cầu nguyện và Đức Thánh Linh ở cùng, khối u bướu trong mũi sẽ lớn ra và cổ họng bị tắc nghẽn, hoặc có cái gì đó giống cái lưỡi lòi ra khỏi miệng, hoặc khối u bướu trồi qua lỗ mũi. Những lúc đó, anh liền ăn năn và nhận được cầu nguyện của tôi, và anh được sạch. Qua quá trình nầy, người thanh niên đó đã nhận ra được những suy nghĩ xác thịt và những điều độc dữ trong lòng, anh ta bèn kiêng ăn và nghĩ rằng, "Nếu tôi phải chết, thì tôi chết."

Anh ta đã gắng hết sức để thay đổi chính mình. Cuối cùng, anh ta đã trở nên một người hoàn toàn khỏe mạnh. Hiện nay, anh là trợ lý mục sư của hội thánh. Anh có một gia đình hạnh phúc cùng vợ và một con trai.

Một Người Bị Chết Cứng Vì Ngộ Độc Khí Gas Carbon-Monoxyt

Tháng 2, 1985, vào một chiều thứ bảy, khi đang cầu nguyện trong phòng, tôi nghe bên ngoài có sự náo loạn và nghe có tiếng la lớn rằng một người đã bị chết rồi. Sau khi cầu nguyện xong, bước ra ngoài tôi thấy một người chị em của hội thánh bị chết vì ngộ độc gas carbon monoxyt.

Sau buổi cầu nguyện thâu đêm tối thứ sáu, trở về nhà, cô ta đốt một bánh than củi, rồi đi ngủ.

Đến 2 giờ chiều thứ 7, cô ta được phát hiện bị ngộ độc gas. Khi được phát hiện thì cô đã hít phải khí gas đã nhiều giờ liền, toàn thân tê liệt, nước bọt xùi ra đầy miệng. Một người hàng xóm đã thấy được và mang cô đến chỗ tôi, nhìn cô như dã chết hẳn rồi. Cô bị bất tỉnh, người đã cứng đơ và lạnh ngắt. Tôi đặt tay lên và cầu nguyện cho cô, "Trong danh Chúa Cứu Thế Jêsus Christ, ta truyền lệnh cho khí gas carbon monoxyt phải ra khỏi đây! Ra khỏi qua mắt, mũi, miệng, và các khe hở của cơ thể!" Khi tôi cầu nguyện xong và lấy tay ra khỏi cô, người cô bắt đầu có hơi ấm trở lại, rồi từ từ mở mắt ra. Sau đó thân thể cứng đơ của cô đã trở nên mềm lại. Người ta xoa bóp cho cô độ vài phút, cơ thể cô bắt cử động lại bình thường. Cô ngồi dậy và sức khỏe được phục hồi, và không phải chịu một hậu quả nào.

Nếu cô được đưa đi bệnh viện sau khi phát hiện, khả năng phục hồi là rất thấp, có sống chăng nữa, cô cũng chịu tổn thương và mang bệnh thiểu năng trí tuệ suốt đời. Nhưng Đức Chúa Trời toàn năng là Đấng làm cho sống lại cho dù đã chết rồi, đã bày tỏ quyền phép Ngài, và cô đã hoàn toàn hồi phục chỉ trong vài phút. Cô ta là Minsun Lee, sau nầy cô kết hôn với mục sư Jeon-hwan Cha ở hội thánh chúng tôi.

"Xin Hãy Đưa Tôi Đến Shindaebahng Dong."

Đôi khi tôi cũng cầu nguyện cho những người đã tắt thở. Vào tháng 6, 1985 có chuyện xảy đến với bé gái hai tuổi, Seung-ah, con bà trợ tế Seok-hee Cho. Trong lúc người mẹ đang nấu món xúc xích, bé gái theo níu tay bà. Bà bèn cho cháu một tí. Nhưng rồi ngay sau đó, bà không nghe thấy tiếng bé đi lại trong phòng nữa. Bà vội chạy sang phòng bên, thì thấy cháu bé đang nằm chết dưới đất, nước bọt ra đầy miệng, cố gắng hít thở hổn hển, da bé tái xanh.

Việc xảy ra quá bất ngờ, chỉ trong vài phút khiến bà quá đỗi ngạc nhiên. Bà vội vàng cõng cháu chạy đi đón taxi. Vì bà đã được tận mắt nhìn thấy những bệnh bất trị được lành, người chết sống lại đã xảy ra trong hội thánh, nên bà đã bày tỏ đức tin trước Chúa. Bà bảo tài xế taxi đưa bà thẳng đến Shindaebahng Đông. Người tài xế hỏi lại, "Ở gần đây cũng có rất nhiều bệnh viện, tại sao bà phải đưa cháu đi xa như vậy?"

"Không, ở Shindaebahng có một bác sĩ rất giỏi."

Lúc bà đến, tôi đang ở nhà nên tôi liền đặt tay cầu nguyện cho bé, tôi nghe từ lúc lên taxi, bé đã tắt thở và người cháu đã lạnh. Tôi khẩn thiết cầu xin Chúa trả lại linh hồn cho bé. Khi lời cầu nguyện vừa xong, cháu bé tỉnh dậy và bắt đầu thở trở lại. Từ đó em lớn lên khỏe mạnh và không phải chịu một hậu quả xấu nào. Hiện nay em là sinh viên trường Đại Học Kyung-hee, bố mẹ em đang làm chức vụ mục sư tại hội thánh Jinjoomun Manmin ở Sacheon, thuộc tỉnh Kyeong-nam.

Vết Bỏng ở Cấp Độ Ba Được Chữa Lành Bởi Quyền Phép Đức Chúa Trời

Vào Chúa Nhật, mồng 6, tháng tư, 1986, bà trợ tế cao tuổi Eun-deuk Kim, hồi đó bà 62 tuổi, bị tai nạn trong lúc đang làm bếp, có một nồi nước lớn đang sôi trên bếp để trụng bún.

Lúc bị trượt chân, bà vớ nhằm phải quai nồi, nước sôi trong

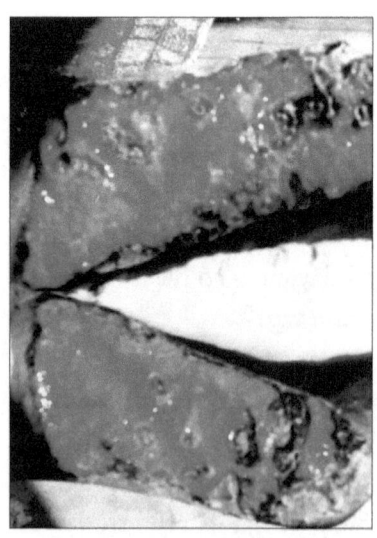

Bị bỏng độ 3 được chữa lành

nổi tràn ra, đổ lên ngực bà, bụng, tay, và chân, gây nên những vết bỏng rất nghiêm trọng. May mắn thay, đầu và mặt bà không bị bỏng.

Nghe tin, tôi vội xuống nhà bếp để cầu nguyện cho bà trong lúc bà đương nằm trên sàn nhà. Những vết bỏng nặng đến mức da bà bị chín đi và dính vào quần áo. Bà vẫn còn ngất xỉu. Bà không chịu nổi với cái nóng, nhưng khi tôi cầu nguyện cho bà, bà nói rằng, bà nghe hơi nóng đó đi ra khỏi người bà. Hơi nóng đi từ ngực trái qua phải rồi đi xuống, ra khỏi cơ thể bà qua chân phải.

Mặc dầu cái nóng đã ra khỏi, những chỗ bỏng trông giống thịt nướng, mấy chỗ da bị dính với quần áo, thịt bị rách ra. Thật

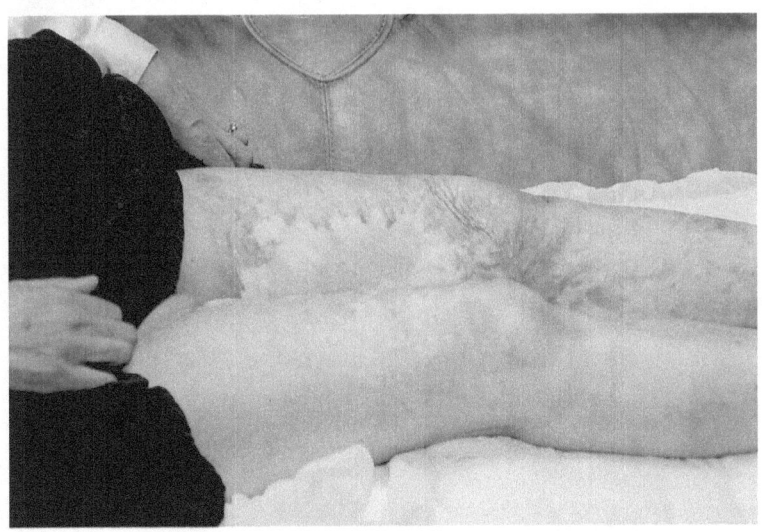

Được chữa lành hoàn toàn sau khi cầu nguyện, da thịt mới được phát triển trở lại

đáng thương. Trong trường hợp nầy, nếu đi bệnh viện, thì sinh mạng bà chẳng có gì đảm bảo. Nếu có sống được, cũng phải mất nhiều năm để da có thể cấy ghép và sinh ra lại. Cho dù có phải chịu nhiều lần phẫu thuật, thì bà cũng phải chịu nhiều hậu quả cùng những vết sẹo để lại. Bà được đưa đến chỗ tôi, mỗi ngày tôi cầu nguyện cho bà một lần. Bà không dùng bất kỳ một loại thuốc uống hay thuốc tiêm nào, Nhưng công việc chữa lành của Chúa đã khiến bà phục hồi cách nhanh chóng.

Những tế bào bị luộc chín và chết hoàn toàn hóa ra những lớp vảy như vỏ cây, khi lớp thịt mới tái sinh, lớp vảy đó được rớt ra. Lớp thịt mới được sinh ra từ những chỗ bị bỏng, những mạch máu mới được hình thành. Lớp da chết được hồi sinh. Những người đến thăm bà đã nhìn thấy toàn bộ sự diễn tiến này xảy ra. Bà trợ tế cao tuổi Eun-deuk Kim được chữa lành hoàn toàn trong ba tháng sau khi bị tai nạn. Bà đã hoàn toàn bình phục. Đến năm 2007, bà bước vào tuổi 82, và có một đời sống chăm chỉ, siêng năng.

Là Một Đầy Tớ Không Xứng Đáng

"Đức Chúa Jêsus phán như vậy rồi, thì được đem lên trời, ngồi bên hữu Đức Chúa Trời. Về phần các môn đồ thì đi ra giảng đạo khắp nơi, Chúa đồng hành với họ, và lấy các phép lạ cặp theo lời giảng mà làm cho vững đạo. Và họ nhanh chóng báo tin cho Phi-e-rơ và những người ở cùng ông về những gì đã được dặn bảo." (Mác 16:19-20)

Khi các môn đồ đi ra giảng đạo, Chúa đồng hành cùng họ.

Cùng một thể ấy, dường như khi tôi đặt tay lên người bệnh, nhưng thực ra đó là bàn tay nhuốm máu của Chúa đang làm thế tôi. Những người được ơn nhìn thấy khải tượng, hoặc những ai có ơn nhìn thấy những điều siêu nhiên làm chứng lại rằng, khi tôi đang cầu nguyện, Chúa đồng hành cùng tôi đặt tay lên những chỗ đau của người bệnh.

Tôi cầu nguyện cho người bệnh trong mọi lễ thờ phượng, nhiều người thấy các luồng lửa lớn đi ra từ hai cánh ta tôi. Đây chính là lửa thánh linh, đi vào các tín hữu theo như đức tin của họ mà thiêu đốt các bệnh tật mình. Đặt tay lên họ, bởi đức tin, tôi dốc lòng khẩn thiết cầu nguyện để họ được chữa lành, và những nan để được giải quyết, Đức Chúa Trời nhậm những lời cầu nguyện đó qua công việc nóng cháy của Đức Thánh Linh.

Sự Thần Cảm Của Đức Thánh Linh Nói Về Những Sự Sắp Đến

Được Tấn Phong Mục Sư

Tháng 5, 1986, bốn năm sau khi mở hội thánh, tôi được tấn phong mục sư. Chúng tôi dâng lễ Giao Phó Hội Thánh vào tháng sáu. Hôm ấy, các anh em tín hữu trao tặng tôi một chiếc chì khóa lớn bằng vàng làm biểu cho tình yêu và sự tin tưởng của họ. Điều nầy có nghĩa rằng tất cả quyền hành của hội thánh được giao hết cho tôi với cương vị của một mục sư, họ sẽ tin tưởng và nghe theo tôi. Tôi vẫn còn giữ món quà mà anh em tín hữu trao tặng với cả tấm lòng chân thành của họ, và xem nó như báu vật.

Sau lễ tấn phong, Chúa bảo tôi dâng lên Ngài 21 ngày cầu nguyện Đa-ni-ên. Với sự kiêng ăn và cầu nguyện, tôi đã cố gắng tương giao với Chúa tại nơi cầu nguyện ở Jochiwon. Sau đó, Chúa bắt đầu tỏ cho tôi biết về sách Khải Huyền là sách ghi lại những điều sẽ được hoàn thành trong những ngày sau rốt.

Bắt đầu từ lễ sáng Chúa Nhật, ngày 20, tháng 7, 1986, tôi khởi sự những loạt bài giảng về sách Khải Huyền. Những loạt bài đó kéo dài 4 năm cho đến ngày 20, tháng 12, 1989. Những người có hiểu biết ít nhiều về những sự thiêng liêng đã lắng nghe sứ điệp với sự vui mừng lớn lao, vì họ đang khao khát biết được sự thiêng liêng nầy.

Từ Khắp Nơi Người Ta Đến Dự Lễ Cầu Nguyện Thâu Đêm Thứ Sáu

Sau khi chúng tôi chuyển đến chỗ mới và tổ chức lễ nhóm phục hưng, chẳng bao lâu, hội thánh đã được đầy dẫy trở lại. Vì sự phục hưng xảy ra rất nhanh chóng, chúng tôi không có thời gian để xây cất cho hội thánh.

Năm 1987, chúng tôi thuê một tòa nhà ở Shindaebahng Dong, Dongjak Gu, và chuyển đến đó. Đây là nơi thờ phượng thứ ba. Ba tháng sau khi chúng tôi hoàn thành kỳ lễ phục hưng có liên quan đến việc kỷ niệm ngày chuyển đến nơi mới, và hội thánh đã được đầy dẫy trở lại. Lúc đó con số thành viên đã đăng ký tăng lên hơn 3,000. Chúng tôi sử dụng cả tầng hai và tầng ba để làm nơi thờ phượng, nhưng chúng tôi cũng không thể có đủ chỗ cho mọi người; vì hết chỗ, nên nhiều người đã đến rồi đành phải trở về.

Vào tháng 6, 1989, hội thánh chúng tôi đã trở thành một hội thánh cỡ lớn với 6,000 thành viên. Từ khi mở hội thánh, tôi chỉ chú trọng vào lời Chúa và cầu nguyện để hoàn thành sứ mệnh Chúa giao một cách trọn vẹn. Tôi đã giao lại nhiệm vụ chăm sóc tín hữu cho các trợ lý mục sư. Vào thời của những hội thánh đầu tiên, các sứ đồ ngày càng làm nhiều việc hơn khi hội thánh phát triển không ngừng, họ chọn bảy người trợ tế để làm các công việc trong hội thánh. Các sứ đồ chỉ chuyên tâm vào lời Chúa và cầu nguyện (Công Vụ 6:3-4). Cũng vậy, tôi không liên lụy đến việc tài chánh của hội thánh, và cũng có các bộ phận chăm lo công việc nữa.

Hàng năm, chúng tổ chức hội nghị các mục sư một hoặc hai lần để khích lệ và khiến họ trở nên những người thi hành chức vụ đầy quyền năng. Tôi thật lòng muốn có những mục sư đầy quyền năng là những người có thể được Chúa và các anh em tín hữu yêu mến hơn tôi, Vì vậy, tôi đã hết mình gây dựng ngày càng nhiều phụ tá mục sư.

Lễ Cầu Nguyện Thâu Đêm Tối Thứ Sáu đã được khắp nơi biết đến với sự đầy dẫy Thánh Linh, người ta đến với chúng tôi trong tình thần phi hệ phái. Thật phước hạnh biết bao khi trong đêm ấy họ được đầy dẫy Thánh Linh và trở về hội thánh riêng để phụng sự hội thánh mình vào ngày Chúa Nhật! Tôi khởi sự loạt bài giảng về sách Gióp, là sách Chúa đã bày tỏ cho tôi, vào lễ cầu nguyện thâu đêm tối thứ sáu, ngày 12, tháng 12, 1986. Những loạt bài nầy được kết thúc vào buổi nhóm cầu nguyện thâu đêm thứ sáu, ngày 11, tháng 12, 1992.

Đó là những sứ điệp thánh không giống với những sự thông giải khác về sách Gióp. Đó là một sứ điệp quý báu đã dò xét tấm lòng của một con người có tên gọi Gióp. Sứ điệp nầy giúp chúng ta thấy được sự độc dữ trong lòng của mình và những tấm lòng giả dối. Kể từ năm 1989, Chúa cũng cho tôi biết về 'Linh, Hồn, và Thể Xác' con người một các tường tận. Sau đó, Ngài dạy cho tôi về những 'Tầm vóc' khác nhau. Khi tôi đem những sứ điệp chia sẻ cùng các anh em tín hữu, mắt thiêng liêng của họ được mở ra, và tôi có thể nhận thấy được những thay đổi rõ rệt của họ. Đến lúc đức tin của họ được tăng trưởng, tôi phải chia sẻ với họ về những điều mới. Do vậy, tôi phải luôn đi vào những mức độ sâu hơn của lĩnh vực thiêng liêng.

Hãy Làm Thay Đổi Dù Chỉ Thêm Một Người Trở Nên Như Lúa Mì

Một ngày nọ, đương khi tôi cầu nguyện, có lời thương xót của Chúa đến cùng tôi rằng,

"Hỡi đầy tớ ta, hãy mau công bố quyển sách với những sứ điệp mà ta đã tỏ cho ngươi. Ngày nay có quá ít người có đức tin đích thực để có thể được cứu. Chúng nói rằng tin nhưng làm điều bất kính. Chúng đóng đinh ta lần nữa. Chúng là những kẻ chẳng tin nhưng nhầm tưởng rằng mình tin."

Chúa Jêsus phán, *"Khi Con Người đến, há sẽ thấy đức tin trên mặt đất chăng?"* (Lu-ca 18:8). Ngày hôm nay, tội lỗi và những điều bất kính ngày càng thêm nhiều đến mức khó tìm thấy người có niềm tin đích thực, đức tin thiêng liêng mà Chúa ưa muốn.

Khi đến mùa nông dân thu hoạch, họ chỉ thu gom lúa mì, còn rơm rạ thì dành cho lửa. Cũng thế ấy, Chúa ưa thích một hạt lúa mì hơn một đống rơm rạ. Ngài chỉ thu gom lúa mì vào nước thiên đàng của Ngài (Ma-thi-ơ 3:12). Ngài muốn chúng ta chăm chỉ cầu nguyện, và làm theo lời Ngài để loại bỏ những thèm khát của xác thịt để có cùng một tâm tình với Chúa, ấy là sự nên thánh trọn vẹn (1 Tê-sa-lô-ca 5:23).

Khi các anh em tín hữu trong hội thánh học biết về 'Tâm thần, Linh hồn, và Thân thể' và về những 'Tầm thước', họ bắt đầu hiểu được nền tảng của mình và cố gắng loại bỏ tội lỗi ra khỏi cuộc sống. Nếu không có người nói cho chúng ta biết về tội lỗi, thì dường như chúng ta chỉ biết rất ít về chúng. Nếu người ta không thức tỉnh về việc thỏa hiệp với thế gian, thì cuối cùng họ cũng chỉ là những tín đồ rơm rạ, là những người không thể được cứu. Do vậy, mục sư phải dạy cho các anh em tín hữu biết rõ về tội lỗi là gì.

Chỉ Nương Cậy Duy Chúa Cho Sứ Điệp

Khi sai các môn đồ của Ngài đi ra, Chúa Jêsus phán rằng, *"Song khi họ sẽ đem nộp các ngươi, thì chớ lo về cách nói làm sao, hoặc nói lời gì; vì những lời đáng nói sẽ chỉ cho các ngươi chính trong giờ đó, Ấy chẳng phải là tự các ngươi nói đâu, song là Thánh Linh của Cha các ngươi sẽ từ trong lòng các ngươi nói ra"* (Ma-thi-ơ 10:19-20). Trong năm tôi mở hội thánh là năm cuối của tôi ở trường thần học. Tôi phải làm những bài tập về nhà mà nhà trường đã cho. Hàng tuần, tôi cũng phải chuẩn bị hơn mười sứ điệp cho các buổi nhóm cầu nguyện rạng đông, cầu nguyện thâu đêm tối thứ sáu hàng tuần, và lễ thờ phượng vào sáng Chúa Nhật. Tôi cũng phải thăm viếng và cố vấn cho các anh em tín hữu, trực tiếp cầu nguyện cho người bệnh, tôi phải bận rộn luôn.

Thậm chí tôi không có thời gian để ghi những bài giảng của tôi xuống tập, nhưng khi cầu nguyện, Chúa chỉ cho tôi tựa đề của phân đoạn cần đọc. Khi cầu nguyện về phân đoạn đó, Chúa ban cho tôi sự thần cảm của Ngài trong bài bài giảng. Khi đứng trên bục giảng, lời Chúa tuôn tràn qua tâm trí tôi.

Ngày hôm nay, những lễ thờ phượng được phát sóng trực tiếp đi khắp nơi, trong nước cũng như ngoài nước qua đường truyền vệ tinh hoặc internet, Vì vậy tôi cần có những tập giấy chuẩn bị trước. Nhưng từ lúc hội thánh mới mở cho đến khi những bài giảng được phát sóng, tôi đã từng giảng không có tập vở hay sổ ghi chú.

Tôi Chỉ Là Một Đầy Tớ Không Xứng Đáng

Một ngày nọ, vào tháng tư, 1987, vì thiếu thời gian, nên không cầu nguyện đủ, tôi không được cảm động trong lúc giảng bài. Chính tôi cũng thấy bài giảng không được tốt. Sau bài giảng, tôi vô cùng ăn năn trước Chúa vì đã chưa cầu nguyện nhiều cho sứ điệp, khi phải đối diện với sự việc thế nầy, tôi nhận biết hết sức rõ ràng rằng, tôi chẳng làm được gì, nếu Chúa không ở cùng tôi, tôi chỉ là một kẻ vô tích sự. Nếu Chúa bỏ tôi, dù chỉ là giảng một sứ điệp tôi cũng không thể giảng nổi, tôi có cầu nguyện mấy chăng nữa, cũng chẳng có công việc chữa lành nào xảy ra, Đức Thánh Linh sẽ không vận hành trong lời giảng của tôi, và các tín hữu trong hội thánh cũng sẽ chẳng được thay đổi. Ngay cả khi tôi cố gắng để hoàn thành một số công việc, tôi cũng chỉ là một đầy tớ chẳng ra chi trước mặt Chúa. Do vậy, cho dù tôi có nhận lãnh được quyền phép lớn lao từ nơi cao và được Chúa sử dụng làm công cụ trong tay Ngài, tôi chẳng thể nào vì những sự đó mà đem lòng kiêu ngạo.

Tháng tư, 1987, tự truyện của tôi có tựa đề, *Nếm Thử Sự*

Sống Đời Đời Trước Khi Chết đã được xuất bản. Sách nầy đã được tái bản nhiều lần và bán rất chạy. Hiện nay sách nầy đã được dịch sang rất nhiều ngôn ngữ và đã phân phối đến nhiều quốc gia trên toàn cầu. Qua sách nầy, không sao tính hết được số người đã tin vào Đức Chúa Trời hằng sống, Đức Chúa Trời chữa lành, Đấng nhậm lời cầu nguyện, và là Đức Chúa Trời của tình yêu thương.

Soojung Maeng, đang sống ở Đức khi cô nhận được quyển sách nầy từ một mục sư nổi tiếng người Đức. Đọc xong cô ta có một cảm xúc sâu sắc. Khi sang Hàn Quốc, cô tìm đến hội thánh chúng tôi để cùng thờ phượng, cuối cùng, cô đã trở một thành viên thân thuộc của chúng tôi. Qua lời sự sống, cô kinh nghiệm được những thay đổi của chính cuộc sống mình. Lòng cô nóng cháy khát vọng rao truyền phúc âm, hiện nay, cô là một giáo sĩ tại Washington D.C., tận hiến cuộc sống cho việc truyền bá phúc âm.

"Đây Là Hệ Thống Truyền Thanh Cơ Đốc Nhân AM 837 Khz. Hôm nay, trong chương trình 'Bạn cùng tôi,' quý vị sẽ được nghe câu chuyện về Mục sư Jaerock Lee của Hội Thánh Manmin Joong-ang." Từ mồng một đến 30 tháng 6, trong chương trình có tên gọi 'Bạn cùng tôi' của đài truyền thanh CBS, lời chứng của tôi đã được dựng thành kịch bản và đã được phát sóng trong một tháng, mỗi ngày hai lần, sáng và tối. Qua chương trình nầy, rất nhiều người khắp nơi trên đất nước đã nhận lãnh ơn huệ của Chúa và biết đến tên tôi. Qua đó có rất nhiều người tin Chúa.

Vào ngày 18, tháng 8, tôi xuất hiện trong chương có tê gọi 'Xin Đổi Mới Tôi' trên đài CBS, và làm chứng về cuộc đời mình. Lúc ấy, nhà sản xuất yêu cầu không nhắc đến việc Chúa đã chữa lành tôi. Ông nói rằng sẽ một số người chống đối nếu chúng ta nói đến phép lạ. Tôi đã không đồng ý về điều nầy, nên chỉ mỉm cười rồi trở về. Sau cùng, trong lúc ghi băng phát sóng, tôi đã kể hết câu chuyện của mình và tiến trình Chúa chữa lành tôi. Nhưng ngay cả đến khi sau ngày đã được lên chương trình phát sóng, câu chuyện của tôi cũng không được phát thanh, tôi đến hỏi phát thanh viên về điều nầy. Họ định hủy cuốn băng đó, nhưng với sự giúp đỡ của một người khác, chúng tôi kịp thời tìm thấy, và nó đã được phát thanh trong một giờ. Tôi cảm thấy sẽ là điều rất tốt nếu họ chỉ việc phát thanh đúng như những gì đã kể lại.

Nói Tiên Tri Bởi Sự Cảm Động Của Đức Thánh Linh Để Gây Dựng Đức Tin

Đức Chúa Trời ban ân tứ Đức Thánh Linh cho chúng ta để ai nấy đều được sự ích chung (1Cô-rinh-tô 12:7). 1Co-rinh-tô 14:1-5 nói rằng, *"Hãy nôn nả tìm kiếm tình yêu thương. Cũng hãy ao ước các sự ban cho thiêng liêng, nhứt là sự ban cho nói tiên tri. Vì người nói tiếng lạ, thì không phải nói với người ta, bèn là nói với Đức Chúa Trời, bởi chẳng có ai hiểu (ấy là trong tâm thần mà người ta nói lời mầu nhiệm); còn như kẻ nói tiên tri, thì nói với người ta để gây dựng, khuyên bảo và yên ủi. Kẻ nói tiếng lạ tự gây dựng lấy mình; song kẻ nói tiên tri, gây dựng cho Hội thánh. Tôi ước ao anh em đều nói tiếng lạ cả, song tôi còn ước ao hơn nữa là anh em nói tiên tri. Người nói tiên tri là trọng hơn kẻ nói tiếng lạ mà không giải nghĩa để hội thánh được gây dựng."*

Sứ đồ Phao-lô muốn cho tất cả con cái Chúa đều có ân tứ nói tiếng lạ, ông cũng đặc biệt thúc giục anh em tín hữu nhận lãnh ân tứ nói tiên tri. Bởi sự cảm động của Đức Thánh Linh, đôi khi tôi cũng nói với anh em trong hội thánh về những điều hầu đến, để gây dựng và nhen nhúm đức tin trong trong họ. Lúc đang cầu nguyện trong lễ rạng đông, tôi thưa cùng Chúa rằng, "Lạy Cha, xin cho thêm một số người đến dự vào tuần tới." Sau đó, tôi công bố sẽ có một số người đến vào tuần tới. Lúc bấy giờ, con số anh em tín hữu trong hội thánh tăng lên rất mau chóng.

"Sẽ có 50 người trong buổi thờ phượng vào tuần tới."

Vào Chúa nhật đến, tôi nhờ anh em đếm số người tham dự. Con số đó vừa đúng 50.

"Tuần đến sẽ có 65 người tham dự."

Hàng tuần con số người tham dự đều tăng lên, cứ mỗi Chúa Nhật, tôi đều nói tiên tri, vào Chúa Nhật tới, anh em trong hội thánh sẽ đếm số người tham dự, và họ luôn được ngạc nhiên.

Nhưng khi con số người tham gia lên đến 80, thì hàng nhiều tuần liên tục, con số người tham dự không tăng thêm nữa. Khi cầu nguyện về điều nầy, tôi nhận biết rằng, kẻ thù là ma quỷ đang quấy phá không cho số người tham gia tăng lên hơn 100. Tôi cùng anh em tín hữu kiêng ăn cầu nguyện, và đã đuổi được kẻ thù ra khỏi hội thánh, từ đó, con số người tham gia bắt đầu tăng trở lại, cho đến ngày 10, tháng 10 là ngày thành lập hội thánh, con số người tham gia đã lên hơn 100.

Trong một số trường hợp đặc biệt, Chúa cho tôi biết trước về số tiền dâng. Ngay sau khi mở hội thánh, số tiền dâng hàng tuần của chúng tôi là 6 triệu won (6,000 US$). Vì chúng tôi luôn chú trọng đến sứ mạng truyền giáo, nên chúng tôi phải chi tiêu nhiều hơn thu nhập. Chúng tôi luôn bị thiếu hụt, điều kiện tài chánh của hội thánh cũng chưa tốt. Tôi bắt đầu cầu nguyện với Chúa về điều nầy. Khi tôi đang tha thiết cầu nguyện, Chúa đã hành động cách đặc biệt để giải quyết tình trạng khó khăn nầy. Bởi sự cảm động rất rõ của Đức Thánh Linh, Chúa cho tôi biết chính xác về số tiền dâng.

"Tuần đến, số tiền dâng sẽ là 33 triệu won (33, 000 US\$)."
Lời cầu nguyện của tôi được nhậm, tôi nói cho các nhân sự là những người có trách nhiệm về tài chánh của hội thánh, về khoảng tiền dâng với con số chính xác, nhằm gây dựng thêm đức tin trong họ. Nhưng họ chẳng bày tỏ phản ứng gì đặc biệt, có lẽ vì chẳng thể tin tôi. Lòng họ đầy sự nghi ngờ về việc tiền dâng sẽ tăng gấp năm lần trong một tuần.

Nhưng vào buổi chiều Chúa Nhật của tuần tiếp theo, khi các nhân sự của ban tài chánh đếm tiền dâng, họ báo cho tôi biết rằng số tiền chính xác là 33 triệu won. Từ đó, hễ khi nào gặp khó khăn tài chánh tôi đều cầu nguyện với Chúa, và mọi khi Chúa đều ban phước cho chúng tôi bội phần, nhờ đó chúng tôi có thể vượt qua khó khăn bởi ân điển của Ngài. Đặc biệt là khi Ngài ban cho chúng tôi nhiều lần hơn so với thường ngày, Chúa cho tôi biết trước, và tôi cũng nói để anh em trong ban tài chánh biết nữa. Tôi có thể thấy đức tin họ được tăng trưởng qua những lần như vậy.

Tôi Được Biết Về Những Sự Hầu Đến ở Hàn Quốc Và Thế Giới

Tôi luôn kêu cầu trong sự cầu nguyện và luôn ở trong sự đầy dẫy của Đức Thánh Linh. Dần dần Chúa cho tôi biết về những sự việc sẽ xảy đến, kể cả những sự rất kín nhiệm nữa. Chúa ban khải tượng cho Phi-e-rơ và khiến ông biết những sự hầu đến (Công Vụ 10), và Ê- tiên nhìn thấy sự vinh hiển Đức Chúa Trời và Chúa đứng bên hữu Đức Chúa Trời. Như thế, quyền phép Đức Chúa Trời làm thành mọi sự, dầu trong Cựu Ước hay Tân ước, hay ngày hôm nay, Ngài vẫn làm như Ngài đã từng làm.

A-mốt 3:7 nói rằng, *"Quả thật Chúa Giê-hô-va chẳng làm một việc gì mà Ngài chưa tỏ sự kín nhiệm Ngài ra trước cho tôi tớ Ngài, là các Đấng tiên tri."* Như đã nói, khi cầu nguyện, Chúa cho tôi biết trước về con số thành viên của hội thánh, về tình hình quốc gia và thế giới.

Trong lúc đang học ở trường thần học, vào ngày 26, tháng 10, 1979, một buổi sáng, bất ngờ tôi có một cảm giác trắc ẩn trong lòng. Tôi cầu nguyện về điều nầy. Sau đó, Chúa tỏ cho tôi biết rằng một ngôi sao lớn trong quốc gia sẽ bị băng hà. Ngài cho tôi biết rằng tổng thống Park Chung Hee sẽ qua đời. Tôi nói cho nhà tôi biết rằng sẽ có một tai họa lớn xảy đến, rồi trở lại trường thần học. Lòng tôi cảm thấy xót xa. Nước mắt tôi cứ đổ ra suốt ngày. Sáng hôm sau, tôi nghe tin tổng thống Park Chung Hee bị ám sát vào đêm trước.

Trừ Khi Ngài Không Bày Tỏ Sự Dấu Kín Cho Các Đầy Tớ Ngài Là Những Đấng Tiên Tri

Đức Chúa Trời cho tôi biết trước tình hình thế giới sẽ xảy ra như thế nào, đôi khi, Ngài cũng cho tôi biết về những nhân vật rất quan trọng. Năm 1984, Chúa cho tôi biết I.P. Gandhi, nữ thủ tướng Ấn Độ sẽ qua đời. Chúa cho tôi biết trước vài tháng trước khi sự kiện nầy xảy đến, và tôi cũng nói trước cùng các anh em trong hội thánh. Vào tháng 10 năm đó, tôi đọc báo và thấy có tin bà đã bị mấy người theo dòng Kikh ám sát.

Trong cùng năm ấy, Chúa cho tôi biết rằng tổng thống Reagan và thủ tướng Thatcher sẽ tái đắc cử. Ngài cũng bày tỏ cho tôi biết nguyên nhân họ tái đắc cử. Margaret Thatcher có tính quyết đoán như nam giới, cùng với sự nhu mì của mình, bà cố gắng để có cuộc sống không chỗ chê trách trước mặt Chúa. Bà không để tâm đến sự giàu có hay quyền lực, bà dùng tình yêu thương để phục đồng bào mình. Đức Chúa Trời cho tôi biết rằng hai con người là những người yêu nhân dân và đất nước, đó là lý do họ được nhân dân mình yêu mến.

Năm 1985, Tổng Thư Ký Đảng Cộng Sản Nga, K.U. Chernenko từ trần. Nhưng trước đó khá lâu, năm 1984, Chúa đã cho tôi thấy trước khải tượng về điều nầy. Để gây dựng đức tin cho các anh em trong hội thánh, tôi kể cho họ biết về điều tôi đã được báo trước. Mấy tháng sau đó, có tin trên báo về cơn bệnh ông, cuối cùng ông đã từ trần.

Bản Tuyên Ngôn 29/6 và Tiến Trình Dân Chủ Hóa

Ngày 29, tháng 6, 1987, ông Taewoo Roh, chủ tịch Đảng Công Lý Dân Chủ cho công bố bản Tuyên Ngôn 29/6. Sau cuộc tổng tuyển cử ngày 12, 2, 1985, đảng đối lập chỉ trích tính thiếu thực tế của tổng thống Doohwan Chun, người được trúng cử qua sự bầu cử gián tiếp, họ yêu cầu một cuộc bầu cử tổng thống trực tiếp. Họ khẳng định rằng, tổng thống của một quốc gia phải do nhân dân trực tiếp bầu lên.

Nhằm chống lại những phong trào đó, ngày 13, tháng tư, năm 1987, tổng thống Doohwan Chun cho ban bố điều lệnh "Bảo vệ Hiến pháp" để ngăn chặn mọi sự bàn tán về sự thay đổi hiến pháp và chuyển giao chính quyền theo luật pháp hiện hành. Vào ngày 10, tháng 6, ông chỉ đạo hội nghị Đảng Công Lý Dân Chủ và chọn ông Taewoo Roh làm ứng cử viên tổng thống của đảng mình, trong nỗ lực mở rộng quân đội của chính phủ. Trong tình trạng nầy, một sinh viên đại học, tên là Jongcheol Park bị chết sau vụ tra tấn của cảnh sát. Từ ngày 10, tháng 6, nhiều cuộc biểu tình lớn xảy ra trên toàn quốc. Ngày 26, tháng 6, hơn một triệu người từ 37 tỉnh thành đã biểu tình tuần hành cho đến nửa đêm. Vì không có đủ lực lượng cảnh sát để kiềm chế cuộc biểu tình, có lần chính phủ đã xem xét đến việc sử dụng lực lượng quân đội. Nhưng cuối cùng những người theo phái ôn hòa đã thắng thế. Họ chấp nhận yêu cầu của nhân dân về cuộc bầu cử trực tiếp, và bản tuyên ngôn 29/6 được công bố.

Ngày 15, tháng 6, 1987, khi đang hướng dẫn kỳ lễ phục hưng tại Hội Thánh Cheil ở Bupyoeng. Vào 18, tháng 6, thình lình Chúa ban cho tôi sự khải thị và linh cảm. Ngài cho tôi biết rằng một bản tuyên ngôn sẽ được ban hành và được chấp nhận. Nhờ sự cảm động mạnh mẽ của Đức Thánh Linh, Ngài đã cho tôi biết rằng sẽ có một sự thay đổi lớn xảy ra đối với đất nước, và tôi đã hiểu được rằng mọi sự sẽ diễn ra cách nhanh chóng.

Ngày tiếp theo, 19, tháng 6, tôi nói cho anh em trong hội thánh biết về những sự nầy, tôi chỉ sử dụng cách nói tắt-vắn bằng những chữ cái đầu, và tôi cho in những chữ đó trên bản tin vắn hàng tuần vào Chúa Nhật tới. Chính phủ đã bí mật bàn luận về sự nầy, và đây là điều rất khó để một thường dân có thể nghĩ đến.

Đăng Trước Những Diễn Tiến Trên Bản Tin Vắn Hàng Tuần Về Ngày 21, Tháng 6, 1987

Xét đến chính sự của chính quyền độc tài lúc bấy giờ, tôi đăng trên bản điểm tin vắn hàng tuần vào Chúa Nhật đến. Chúng tôi cũng có bản tin trong tuần nữa. Những chữ đầu đó là, viết bằng bản chữ cái Hangul, tiếng Hàn, "Min, Gey, Yak, Sei, Dae, Gye, Chong, Mo, Roh, Hu, Dae." Sau đó, Chúa Nhật, mồng 5, tháng 7, tôi giải thích những chữ nầy một cách cụ thể, trong buổi thờ phượng vào sáng Chúa Nhật.

Những chữ đó có nghĩa như sau: "Tổng thống (Dae) Chun ban bố sắc lệnh 'Bảo Vệ Hiến Pháp' nhằm ủng hộ ứng cử viên tổng thống(Hu) Taewoo Roh(Roh). Nhưng khi người nầy bị bắn(Chong) vào đầu(Mo), mọi kế hoạch(Gye) của 'Bảo Vệ Hiến Pháp' sẽ bị hỏng. Sự ảnh hưởng(Sei) của tổng thống(Dae) Chun bị suy giảm(Yak) bởi sự chống đối của nhân dân, và phải chấp nhận yêu cầu của họ, ông ta sẽ công bố Tuyên Ngôn 29/6. Sẽ có sự sửa đổi(Gey) về hiến pháp để tiến đến bầu cử trực tiếp, và sẽ khởi đầu cho tiến trình dân chủ hóa(Min).

Để biết thêm thông tin, xin xem 8 điều khoản của bản Tuyên Ngôn 29/6 như sau:

1. Sự chuyển giao quyền lực cách ôn hòa vào tháng 2, 1988 qua việc sửa đổi hiến pháp.

2. Một cuộc bầu cử sòng phẳng và công bằng được tiến hành theo luật bầu cử tổng thống sửa đổi.

3. Ân xá và phục hồi nhân quyền cho ông Daejung Kim.

4. Đạo luật tôn trọng nhân phẩm và cải thiện nhân quyền.

5. Cho phép tự do ngôn luận.

6. Quyền tự trị địa phương, tự do lập hội, và tự quản trong giáo dục.

7. Những đạo đạo luật đảm bảo tính đa đảng

8. Những đạo luật cương quyết trong việc trong sạch hóa xã hội

Kết Quả Bầu Cử Tổng Thống

Tháng 12, 1987, trước kỳ bầu cử tổng thống lần thứ 13, tôi đã cầu nguyện về điều nầy. "Lạy Chúa, ý Ngài thế nào? Theo Ngài thì người nào thích hợp nhất với chức vụ tổng thống? Cụ thể, ai sẽ được trúng cử?"

Chúa cho tôi biết rằng ứng cử viên Taewoo Roh sẽ trở thành tổng thống trong cuộc bầu cử đó. Sau đó, Ngài cho tôi biết, ứng cử viên Youngsam Kim sẽ được kiệu hoa rước vào Nhà Xanh, dinh thự tổng thống, sau đó ông Roh, và ứng cử viên Daejung Kim cũng được kiệu hoa rước vào Nhà Xanh.

Chúa cũng bày tỏ cùng tôi rằng nếu có sự hiệp nhất giữa Youngsam Kim và Daejung Kim, ứng cử viên Youngsam Kim sẽ thành tổng thống trước, sau đó Daejung Kim sẽ là tổng thống. Khi Chúa cho tôi thấy khải tượng, Ngài giải bày ý muốn của Đức Chúa Trời là hai ứng cử nầy nên hiệp nhất cùng nhau, nhưng vì cớ họ không đoàn kết trong cuộc bầu cử, nên ứng cử viên Taewoo Roh đã thắng cử tổng thống.

Chúa cũng cho tôi biết rằng ứng cử viên Roh sẽ giành được nhiều phiếu hơn như mong đợi, thứ nhì sẽ là ứng viên Youngsam Kim, và thứ ba sẽ là ứng viên Daejung Kim, ứng viên thứ tư Jongpil Kim chỉ có được vài phiếu. Ngài cũng cho tôi biết làm thế nào để hai ứng viên Youngsam Kim và Daejung Kim có thể hiệp nhau và nếu thế, ứng viên Youngsam Kim sẽ dẫn đầu trong cuộc bầu cử tổng thống.

Tôi viết một lá thư có nội dung như vậy và nhờ một anh em trong hội thánh mang đến Sangdo Dong để trao cho ứng viên Youngsam Kim, nhưng ông đã sang Busan để diễn thuyết cho chiến dịch vận động, nên người của tôi trao thư đó cho vợ ông. Bà nhận thư và đọc ngay, và nói rằng bà sẽ chuyển thư đến cho chồng. Chúng tôi giữ một bản copy thư đó tại hội thánh. Cuối cùng, vì cớ hai ứng viên đó không hiệp nhau nên ứng viên Taewoo Roh đã trúng cử tổng thống.

Chương 6

Sự Phát Triển Hội Thánh Và Những Thử Thách

Sự Tước Đoạt Quyền Được Nói Và Chiếc Búa Gãy

Thực ra, Hiệp Hội Hội Thánh Thánh Khiết Hàn Quốc là hệ phái mà trước đây hội thánh chúng tôi thuộc về. Từ khi mở hội thánh, tôi đã làm hết mình để hợp tác với hệ phái nầy, và hội thánh tôi liên tục phát triển.

Sau Sự Liên Hiệp Với Một Hệ Phái Khác

Vào ngày 13, tháng 12, 1988, hệ phái chúng tôi và Hội Thánh Thánh Khiết Hàn Quốc ở Anyang đã liên hiệp nhau, và chúng tôi đã sáp nhập với Anyang. Lúc đó mục sư Taekgoo Sohn, giáo sư dạy tôi ở trường thần học, là chủ tịch Hiệp Hội Hội Thánh Thánh Khiết, chính ông là người khởi xướng ra sự liên hiệp giữa các hội thánh nầy. Lúc bấy giờ, hội thánh chúng tôi đang có một tầm nhìn phát triển. Khi hội thánh thành viên thứ năm của chúng tôi được thành lập tại Suwon, ông hội trưởng của hệ phái nầy đã không chấp nhận danh hiệu của hội thánh thành viên chúng tôi. Họ nói rằng sẽ có vấn đề với danh hiệu 'Manmin' ở trong hội thánh thành viên của chúng tôi, và chúng tôi phải đổi tên thành "Hội Thánh Suwon Deokwoo".

Vào tháng 12, 1989, tôi nhận một lá thư chính thức từ tổng hội nói rằng sẽ có một cuộc thẩm vấn, vậy tôi phải có mặt lúc 11 giờ sáng. Ngày 18, tháng 12, tôi có mặt tại văn phòng tổng hội lúc 10.30 sáng, nhưng đến trưa vẫn không thấy có thông báo thay đổi nào. Qua buổi chiều, tôi được gọi sang phòng khách. Ở đó có sáu mục sư là các thành viên của tổng hội. Vừa thấy tôi, họ bắt đầu hỏi ngay. Tôi nghĩ rằng đây là cuộc họp mặt giữa các mục sư, chúng ta nên bắt đầu bằng sự cầu nguyện hay thờ phượng. Vậy nên tôi cảm thấy rất thất vọng vì sự việc đã không diễn ra như vậy. Họ khai hỏa bằng một loạt những câu hỏi và lời buộc tội;

"Tôi nghe nói ông bảo rằng Chúa Jêsus sẽ tái lâm trong 3 hoặc 4 nữa, điều đó là thật chăng?"

"Tôi chưa hề nói điều đó."...

"Ông nói dối! Ông là một mục sư dối trá."....

Tôi lặng người với những câu hỏi đó. Họ bảo tôi không cần phải giải thích, mà chỉ cần trả lời 'Có' hoặc 'Không'.

"Ông nói dối giỏi như vậy, hèn chi ông đã lừa phỉnh được hàng ngàn con chiên. Ông nghĩ rằng chúng tôi không thể có được rất nhiều thành viên bằng cách nói dối sao?" "Họ nói rằng ông nhận được nhiều sự mặc khải... vậy, ngoài 66 sách trong

Kinh Thánh, còn có lời nào khác chăng?"...

"Điều đó chẳng hề có như vậy."

"Kẻ dối trá!... Ông không cho anh em trong hội thánh đi làm, ông khuyên học sinh nghỉ học!"

"Tôi chưa hề làm vậy..."

"Ông nhảy múa như phù thủy trên bàn thờ?..."

"Tôi không hề làm điều đó..."

Những câu hỏi lố bịch như vậy cứ tiếp diễn. Tất cả những câu hỏi nầy đều bắt đầu tư những hiểu nhầm. Họ không để tôi giải thích những lời buộc tội đó. Có một mục sư mà tôi sẽ gọi là 'Mục sư S', là người đã hỏi và đưa ra cho tôi chín điều khoản được chuẩn bị sẵn. Tôi không ngờ rằng những câu hỏi buồn cười, lố bịch đó là phần mở đầu của phiên xét xử. Chín điều khoản đó được gởi đến cho hội thánh chúng tôi. Họ bảo nếu tôi không sửa đổi đúng theo chín điều khoản đó, họ sẽ xét xử theo tinh thần cuộc họp thẩm vấn. Những điều khoản đó gồm: Cấm việc mua bán sách tự truyện của tôi, *Ném Thử Cuộc Sống Đời Đời Trước Khi Chết*; cấm việc mua bán các cuốn băng bài giảng của tôi; Cấm việc sử dụng danh hiệu 'Manmin' khi chúng tôi thành lập hội thánh thành viên; cấm nhảy múa lúc thờ phượng (nhảy theo các bài hát ngợi khen). Tất cả các điều nầy là không thể chấp nhận được đối với tôi.

Liên quan đến 'thư chính thức', Tôi đệ trình những câu trả lời cùng những sự giải thích rõ ràng, cụ thể. Nói thêm rằng tôi viết là thư nầy vì tôi chẳng tìm thấy có điều gì nghịch với lời Chúa, nếu có gì sai, xin chỉ cho tôi biết. Sau nhiều tháng, tổng hội đáp cùng tôi rằng họ đã quyết định bác bỏ phản ứng của tôi mà không đưa ra bất kỳ lý do nào.

Tước Đoạt Quyền Được Nói

Tổng Giáo Hội họp lại hai ngày, từ 30 tháng tư đến mồng một tháng năm. Tôi đến tham dự với tư cách là một thành viên trong ban đại diện giáo hội. Có hai thành viên khác trong ban là trưởng lão của hội thánh tôi. Nhưng tôi chẳng thể tìm thấy chiếc ghế có tên mình trong đó. Tôi nhận ra rằng có một kế hoạch dứt phép thông với tôi. Cố gắng tìm xem thử có thấy tên tôi đâu không, nhưng không thấy tên mình nữa. Trong danh sách ban thành viên cũng không còn. Không còn ghế, có nghĩa rằng cũng đã mất quyền được nói. Nhưng vì tôi phải cho họ biết sự thật, tôi theo dõi cuộc họp từ phía sau.

Khi cuộc họp tổng hội bước sang ngày 1, tháng 5, tên tôi được đề cập tới. Mục sư 'S', trưởng ban thẩm vấn, bắt đầu sự kết tội tôi. Họ không cho tôi quyền được nói trước cuộc họp, sau đó, theo chương trình nghị sự sắp đặt trước, họ tiếp tục cuộc họp. Tất cả những gì nói về tôi đều sai sự thật, chẳng hạn:

"Mục sư Jaerock Lee nói rằng ông ta biết ngày Chúa Tái Lâm. Điều nầy đã được viết ra như vậy trong sách tự truyện của ông."
Tôi chưa bao giờ nói rằng tôi biết ngày Chúa Tái Lâm. Tôi không biết chính xác là ngày nào, và dĩ nhiên là tôi không viết điều nầy trong sách tự truyện của mình, nhưng vì lúc đó những người tham gia không thể đọc được sách tôi trong khi cuộc đang

diễn ra, họ chỉ biết tin vào những gì đã đưa ra và phải tham gia biểu quyết. "Bởi vì mục sư Jaerock Lee quá sai trật, chúng ta hãy rút phép thông công với ông ta. Nếu anh em nào đồng ý, xin đưa tay lên."

Trong cuộc họp để đưa ra biểu quyết rút phép thông công với tôi, hầu hết 300 thành viên trong ban đã bỏ về, chỉ còn lại khoảng 90 người. Trong đó có chừng 30 người đưa tay lên, họ là những người đã đồng ý trước việc nầy. Người của tôi có tính số người đưa tay lên. Con số đó là 30. Nhưng ông chủ tọa công bố rằng, "Có 48 thành viên đã đưa tay tán thành, con số nầy là hơn một nửa, vậy điều nầy là hợp lệ." Ông ta liền gõ búa, thế là tôi đã bị rút phép thông công khi chỉ có 30 người trong số 300 thành viên đồng ý.

Chiếc Búa Gãy

Khi ông chủ tọa gõ búa, cổ búa gãy ra và rơi xuống đất. Rõ là chuyện không bình thường. Nhìn cổ búa gãy ra, tôi biết rằng việc đoán xét nầy là điều không đúng trước mặt Chúa. Tôi, với tư cách là một nạn nhân, không được phép nói một lời. Lúc ấy, Trưởng Lão Boaz Jungho Lee, khi vừa được quyền nói, bèn thưa rằng,

"Mọi điều đã nói ra cho đến giờ đều không đúng. Làm sao để ông xét xử một người mà không hề nghe họ một lời? Ông ấy đang có mặt ở đây, chúng ta chẳng nên nghe ông ấy sao?"

"Rồi chúng tôi sẽ để cho ông ấy nói. Hãy trở về vị trí của anh."

Nhưng, người chủ tọa vẫn không cho tôi cơ hội để tự bào chữa, mặc dù ông ta đã hứa. Ngay cả khi Trưởng Lão Lee đã trở lại chỗ ngồi, tôi cũng không được phép nói, ông bắt đầu lớn tiếng tranh cãi,

"Thưa chủ tọa, tôi trở về chỗ ngồi chỉ vì ông hứa rằng sẽ để cho mục sư Jaerock Lee được nói, nhưng cớ sao ông không làm vậy?"

Vị chủ tọa chẳng hề để ý đến sự phản đối của Trưởng Lão Lee. Mọi việc kết thúc cách nhanh chóng. Chỉ chờ để có một cơ hội để nói, tôi đã ngồi đó từ sáng sớm, trong 7 giờ chịu đựng rất nhiều sự khinh miệt, nhưng cho đến phút cuối tôi cũng không có được cơ hội đó. Thậm chí để cho một bản án tử hình được thuyết phục, họ vẫn cho tử tội một cơ hội để tự bào chữa. Ngay cả một quốc gia độc tài hoặc trong phiên tòa của đảng cộng sản, họ vẫn lắng nghe kẻ bị tình nghi. Nhưng họ đã chẳng cho tôi một cơ hội để nói, mặc dù tôi đã bị vùi dập một cách sai lầm trong giáo phái.

Kinh Thánh Dạy Về Sự Kiện Cáo

Kinh Thánh dạy rằng đừng chấp một đơn nào kiện một trưởng lão mà không có hai hoặc ba người làm chứng (1Ti-mô-thê 5:19). Đối với một đầy tớ Đức Chúa Trời, một mục sư, rõ ràng họ nên để cho tôi một cơ hội để tự bào chữa. Nhưng họ đã hoàn toàn không cho tôi nói dù chỉ một lời, rồi đơn phương kết tội tôi. Tệ hại hơn, những lời buộc tội của họ chẳng có gì thật cả mà chỉ toàn là những chuyện bịa đặt.

Khi Đa- vít bị vua Sau-lơ truy sát, là người đã đem lòng ganh ghét với ông, có lần Đa-vít có cơ hội lấy mạng Sau-lơ, nhưng Đa-vít đã không làm vậy. Ông nói rằng, *"Nguyện Đức Giê-hô-va chớ để ta phạm tội cùng Chúa ta, là kẻ chịu xức dầu của Đức Giê-hô-va, mà tra tay trên mình người, vì người là kẻ chịu xức dầu của Đức Giê-hô-va."* Mặc dù Sau-lơ đã bị Chúa lìa bỏ, nhưng ông đã từng là người được Chúa xức dầu. Chỉ có Chúa mới có quyền trên đầy tớ Ngài là kẻ đã từng được Ngài xức dầu, nhưng họ chỉ việc làm theo ý riêng mình mà rút phép thông công với tôi.

Tôi Có Thể Tránh Điều Đó Bằng Cách Nói 'Vâng' Một Lần

Có mấy mục sư trong giáo hội cảm thấy rất hối tiếc cho tôi, họ khuyên rằng, "Mục sư, vì cớ hội thánh phát triển quá nhanh, ông đã trở thành đối tượng của sự ganh ghét. Tại sao ông không nói 'Vâng' một lần với những mục sư trưởng là những người đang kiện cáo ông? Chỉ cần nói 'Vâng' một lần! Nếu họ nói cô-la là rượu nho thì cũng nói 'Amen.'" Tôi không thỏa hiệp với sự bất chính như vậy, tôi chỉ đi theo con đường ngay thẳng. Tôi nhớ đến Đa-ni-ên khi ông sắp sửa bị ném vào hang sư tử, ông chẳng hề thỏa hiệp với sự bất chính. Sau đó tôi nghĩ đến lúc ba bạn của Đa-ni-ên cũng không chịu thỏa hiệp ngay cả khi họ bị quăng vào lò lửa hừng. Khi nghĩ đến điều nầy, tôi không nương cậy vào thế gian, chỉ nương cậy vào duy Chúa.

Khi tin tức nầy lan truyền đến hội thánh của chúng tôi, hàng trăm anh chị em đã đến gặp hai người mục sư là người đã dẫn dắt phong trào rút thông công với tôi, nhằm kháng nghị. Đồng thời, nhiều mục sư khác biết được sự thật cũng gọi đến mấy mục sư đó để phản đối. Sau đó, chủ tịch hệ phái nầy yêu cầu tôi đến gặp ông ta. "Tôi sẽ bỏ qua mọi sự đã xảy ra mà không ghi nhớ đến, chỉ cần nói với tôi một điều," ông tiếp tục, "Sau đó, tôi sẽ phục hồi danh dự của anh và chúng ta trở lại mối quan hệ đã có từ trước. Chỉ nói với tôi rằng ông sẽ nói 'Vâng' với chín điều khoản và thừa nhận chúng." Nhưng tôi không thể thừa nhận điều không đúng. Làm sao tôi có thể thỏa hiệp với điều sai trật chỉ vì nỗi lo sợ bị rút phép thông công? Tôi cảm thấy quá tồi tệ và buồn rầu suốt cả tuần lễ đến nỗi đã sụt mất bốn kilogram. Khi nghĩ đến hai người mục sư đơn phương kết tội tôi, tôi không sao khỏi buồn rầu và cảm thấy hối tiếc cho họ. Một trong những mục sư, tôi sẽ gọi là "Mục sư K", là một trong những chủ tịch của hệ phái nầy, thường nói rằng, "Hội Thánh Manmin Joong-ang theo Kinh Thánh thì không phải là dị giáo."

Tôi đã cho xuất bản quyển sách có tựa đề Thiên Đàng sẽ tuyên bố sự công chính và sẽ gởi đến cho nhiều hội thánh trên toàn đất nước Hàn Quốc, không phân biệt hệ phái. Sau khi sự nầy xảy ra, đương lúc cầu nguyện, có lời Chúa phán cùng tôi,

"Ngươi có thể tự mình rời khỏi hệ phái để khỏi phải chịu hổ thẹn vì bị rút phép thông công. Nhưng ngươi đã không làm vậy để không tự mình phản bội hệ phái mình. Ta ưa thích những con cái và đầy tớ như vậy. Ngươi đã chọn con đường ngay thẳng, ngươi sẽ sớm trở thành người đứng đầu hiệp hội các hội thánh."

Đức Chúa Trời đã dẫn dắt chúng tôi thành lập một hệ phái mới hầu cho chúng tôi có thể tránh được những cấm đoán vô lý và xây dựng vương quốc Đức Chúa Trời với tất cả sức lực mình. Mồng 1, tháng 7, 1991, Tổng Liên Hội Hội Thánh Thánh Khiết

Hàn Quốc được thành lập, và tôi đã được bầu làm chủ tịch. Sau khi chúng ta vượt qua những thử thách lớn lao, tôi có thể cảm nhận được rằng Chúa đã ban tặng cho tôi quyền năng lớn lao hơn.

Hướng Dẫn Các Buổi Nhóm Phục Hưng Trên cả Nước

Từ khi được tấn phong mục sư 1986, tôi được mời làm diễn giả tại nhiều buổi nhóm phục hưng khắp nơi trên cả nước. Từ năm 1987, hàng tháng tôi nói về đề tài phục hưng trong hệ phái kể cả trong tỉnh phận Pohang và Daegu. Hầu hết tôi nói về sự quặn thét trong lời cầu nguyện với Chúa và tại sao Jêsus là Cứu Chúa duy nhất của chúng ta. Cả hai đều nằm trong chủ đề 'Sứ Điệp Thập Tự Giá'.

Vào ngày thứ hai và thứ ba của kỳ lễ phục hưng, nhiều mục sư nhận được phước từ những lời giảng về sứ điệp, khi họ hiểu được ý nghĩa thiêng liêng chứa đựng trong lời Chúa, không như lúc ban đầu của kỳ lễ, họ đến cảm ơn tôi với thái độ khiêm tốn.

Bà Trợ Tế Boonhan Cho Được Chữa Lành Khỏi Bệnh Zona

Tháng 3, 1990, tôi được mời đến một hội thánh tại Daegu. Tôi cũng ghé đến nhà thăm bà trợ tế cao tuổi Boonhan Cho. Lúc đó bà 77 tuổi, đang chịu khốn khổ nặng nề bởi bệnh zona. Hồi đó, cháu nội của bà là Trợ tế Joonha Hwang đang là sĩ quan quân y tại thành phố Jinhae, ông cũng là tiến sĩ y khoa tại trường Đại Học Hàn Quốc. Trợ tế Joonha Hwang là người thành tín, nhiều lần ông đã nghỉ công tác để chăm sóc nội mình. Có lúc bà cũng từng đến với hội thánh chúng tôi với lòng khao khát lời hằng của Đức Chúa Trời. Trên da bà cũng có nhiều u nhọt mưng mủ và vỡ ra, chúng gây ra chứng thấp khớp bởi tác dụng phụ. Các viruses chui vào các dây thần kinh gây rất nhiều đau đớn tới mức bà phải kêu rên cả ngày đêm. Bà không thể cử động được và phải nằm luôn. Chân tay bà co rút lại. Việc ăn, việc ngủ của bà là cực kỳ khó khăn. Bà bị suy nhược chỉ còn da và xương. Bà chỉ còn mốn chết thật nhanh. Và nỗi khổ của những người thân đang bên cạnh bà cũng không kém.

Tôi đặt tay cầu nguyện cho bà, vừa dứt lời, thình lình bà la lớn, "Ma quỷ đang ra khỏi!" rồi bà đưa cánh tay phải lên. Vì bà đang phải khốn đốn với bệnh zona từ phía phải của cổ và vai, và việc cử động cánh tay phải của bà lại càng khó khăn hơn. Nhưng bà liền đứng lên, bà cảm nhận rằng con quỷ gây bệnh zona đã ra khỏi bà. Bà hoàn toàn được chữa lành.

Kể cả con rể bà, là giáo sư Trường Đại Học Quốc Gia Kyungpook ở Daegu, con gái bà cũng mong muốn chăm sóc bà, nhưng cô đã thuê nhà ở Seoul gần hội thánh, và có một cuộc sống cơ đốc nhân khỏe mạnh trong một thời gian dài trong sự đầy dẫy Đức Thánh Linh.

Bất Chấp Sự Quấy Phá Chống Nghịch Phong Trào Liên Hiệp Phục Hưng Tại Daegu

Mồng 4 tháng 5, 1990, tôi được mời làm diễn giả tại Núi Cầu Nguyện Joo Ahm Trung Tâm Thành Phố Daegu. Do Liên Hiệp Sứ Mệnh Truyền Giáo Tỉnh Kyeong Sang tổ chức. Người đến tham dự rất đông, không còn chỗ trống, họ phải ngồi cả bên trên lẫn bên dưới bàn thờ. Vẫn còn nhiều người không vào được nơi thờ phượng. Nên chúng tôi cho tháo cất các ô cửa sổ cho những ai đến dự phải ở ngoài. Ngay cả các thành viên trong ban hợp ca cũng không thể vào được, họ phải hát từ phía ngoài. Bởi ơn Chúa, nhiều mục sư cũng đến dự, nhiều công việc chữa lành xảy ra.

Thấy kỳ lễ rất thành công, người tổ chức đã tổ chức một lễ nhóm lớn hơn vào năm tiếp theo. Họ thuê Phòng Thể Dục Dụng Cụ Daegu. Nhiều tổ chức truyền giáo cầu nguyện ủng hộ kỳ lễ nầy. Nhưng hệ phái đã buộc tội tôi cố tìm cách quấy phá kỳ nhóm họp nầy. Một tuần trước kỳ nhóm, vào buổi thờ phượng và cầu nguyện thâu đêm tối thứ 6, có lời Chúa đến cùng tôi. Lời đó bảo rằng tất cả các thành viên trong hội thánh phải kiêng ăn một ngày vào Chúa Nhật đến nhằm trục xuất linh của hội Sa-tan. Đến lúc nầy, tôi vẫn chưa biết điều gì đang diễn ra ở Daegu. Vào thứ bảy, tôi nhận một bản tường trình từ những anh em trong ban chấp sự hội thánh, khi họ sang thăm Daegu và hay được những gì đang diễn ra.

Trong một nỗ lực quấy phá kỳ nhóm, hệ phái đã buộc tội tôi gởi một lá thư chính thức đến ông chủ tọa uỷ ban tổ chức, một sự thúc ép, và một số tổ chức có liên quan khác nói rằng tôi đã bị kết tội là dị giáo và đã bị rút phép thông công. Sau đó, phía giáo hội của hệ phái "J" là những mục sư đã từng ủng hộ kỳ nhóm, đã gởi thư chính thức đến các hội thánh họ và nói rằng, "Vì mục sư Lee đã bị xem là dị giáo, chúng ta cũng sẽ kết tội những ai ủng hộ kỳ nhóm nầy vì tính dị giáo của nó." Vì cớ nầy, nhiều mục sư và tổ chức ủng hộ là những người đã từng cầu nguyện cho kỳ nhóm nầy đã không còn ủng hộ được nữa. Có rất nhiều lời đồn giả dối xảy ra, kể cả lời đồn rằng kỳ nhóm nầy đã hủy bỏ.

Ngày 18, tháng 3, 1991, kỳ nhóm bắt đầu, mà không có cơ hội nào để nói lên sự thật về tình hình hội thánh chúng tôi. Những tổ chức trước đây ủng hộ nhưng vì tin vào những lá thư đã được tung ra nên quay lưng với chúng tôi. Bất chấp sức ép từ phía giáo hội của hệ phái đó, nhiều mục sư đã tham gia vào tiến trình của kỳ nhóm. Thật ơn phước biết bao! Vì Chúa cảm động anh chị em hội thánh chúng tôi, họ đã sang đây để lo chuẩn bị cho kỳ nhóm. Thật không ngờ rằng kỳ nhóm do chính hội thánh chúng tôi tổ chức, nhưng có rất nhiều người tham gia, và được hoàn thành trong ân điển của Chúa. Kẻ thù là ma quỷ cố phá huỷ kỳ nhóm nầy, chúng đã mang đến rất nhiều sự chống đối ghê gớm, nhưng Chúa đã biết hết các tư tưởng và mưu mô toan tính của loài người, Ngài khiến chúng tôi kiêng ăn trước đó. Cuối cùng thì Ngài đã hành động vì sự tốt đẹp cho mọi sự.

"Đã vậy thì chúng ta sẽ nói làm sao? Nếu Đức Chúa Trời vùa giúp chúng ta thì còn ai nghịch với chúng ta?... Ai sẽ kiện kẻ lựa chọn của Đức Chúa Trời? Đức Chúa Trời là Đấng xưng công bình những kẻ ấy. Ai sẽ lên án họ ư?...Trái lại, trong mọi sự đó, chúng ta nhờ Đấng yêu thương mình mà thắng hơn bội phần" (Rô-ma 8:31-37).

Chuyển Đến Nơi Thờ Phượng Mới Bởi Đức Tin

Tháng 3, 1987, nơi thờ phượng của chúng tôi không còn đủ chỗ cho anh chị em trong hội thánh nữa vì số lượng đã tăng lên quá nhanh. Chúng tôi cầu nguyện để có một chỗ mới lớn hơn. Ở Shindaebahng 2 Dong, nơi mà hội thánh chúng tôi đã bắt đầu, một tòa nhà mới đã được xây xong, chúng tôi đến thuê tầng hai và ba của nó.

Từ ngày 13 đến 17, tháng tư, chúng tôi tổ chức các buổi nhóm phục hưng kỷ niệm sự kiện chuyển đến nơi thờ phượng mới. Với tựa đề: "Không Phải Hễ Ai Gọi Ta Là 'Chúa', 'Chúa' Thì Sẽ Được Vào", và tôi đã giảng về Ân điển, Đức Thánh Linh, sự Thành tín, và Cuộc Sống Đời Đời. Ba tháng sau, kể từ các buổi nhóm phục hưng, nơi thờ phượng gần 1,600 yard vuông (1,462.5m²) đã đầy dẫy người đến tham dự!

Khi Chúng Tôi Quặn Thét Trong Sự Cầu Nguyện

Cũng như ngày hôm nay, các thành viên hội thánh chúng tôi đã cầu nguyện 3 giờ mỗi ngày, vào buổi Nhóm Cầu Nguyện Hàng Đêm Đa-ni-ên. Chúng tôi cho gắn vật liệu cách âm Styrofoan vào các khung cửa sổ để không cho âm thanh lọt ra ngoài. May thay, phía trước nhà thờ chỉ là một khu chợ chứ không phải khu dân cư.

Có một lần, trong cuộc họp dân phố khu vực đó, có người nêu lên vấn đề tiếng ồn từ hội thánh lọt ra bên ngoài. Nhưng một thành viên trong hội liên hiệp phụ nữ nói rằng; "Ngay cả giữa mùa hè họ cũng đóng hết các cửa sổ lại, họ còn gắn chất liệu cách âm vào các khung cửa sổ nữa. Đối với tôi những âm thanh từ những lời cầu nguyện ấy như những lời hát ru." Họ không bàn thêm nữa. Có lần, một công dân đến đồn cảnh sát để phàn nàn. Sau khi nghe chuyện, cảnh sát trả lời cùng người đó rằng, "Bà đang ngủ, còn những người ấy họ đang thức để cầu nguyện cho đất nước mình, thì có sự gì với bà chăng?" Người thưa kiện ấy không nói gì thêm nữa.

Vượt Qua Sự Khủng Hoảng Bởi Ân Điển Chúa

Chúa không muốn chúng ta dừng lại một chỗ và tự mãn với mọi thứ. Ngài cho phép thử thách xảy đến để chúng ta có thể tiến đến những vị trí lớn lao hơn. Tháng tư, 1988, không chỉ nơi thờ phượng mà tất cả các văn phòng, cầu thang, và ngay cả hành lang đã chật ních người đến tham dự các lễ thờ phượng. Lúc ấy, ở tầng hầm của tòa nhà là những siêu thị. Vì việc mua bán không tốt, họ phải đóng cửa dần. Chúng tôi cũng có hợp đồng mua tầng hầm nầy, nhưng bất ngờ, các thương gia ở đó đã tìm cách chống lại việc nầy. Họ tung tin bịa đặt rằng hội thánh đã làm đủ cách để đuổi những ai đến đây mua bán.

Những người nầy đã hành lễ Saman (pháp sư) trước cổng hội thánh vào các Chúa Nhật, họ đánh trống ầm ỹ theo điệu cổ truyền Hàn Quốc. Ngay khi chúng tôi gọi cảnh sát, cũng chẳng ích gì, vì cảnh sát chỉ đến khi mọi việc đã xong. Chính quyền địa phương đứng đằng sau sự việc nầy. Lúc bấy giờ, ông 'S' là một thành viên đảng đối lập, nhiều lần đến với hội thánh chúng tôi và chúng tôi thân nhau. Ông ta được tôi cầu nguyện trước kỳ bầu cử, và đã đắc cử. Sau đó, có một ứng viên của đảng đa số bị thất cử, nghĩ rằng, vì hội thánh chúng tôi ủng hộ đảng đối lập, nên rất khó cho ông ta trong các lần bầu cử đến. Do vậy, ông đã cậy sự ảnh hưởng của chính quyền quận, cảnh sát, nhằm xua đuổi hội thánh của chúng tôi. Sau một thời gian khá lâu, tôi mới hay được sự việc là như thế. Các nhân sự hội thánh nói rằng họ không thể chịu đựng thêm nữa, họ sẽ đến văn phòng chính quyền quận để phản đối. Họ cũng muốn có một hành động hợp pháp, nhưng tôi đã can ngăn không để họ làm bất cứ điều gì như vậy. Tôi khuyên họ rằng, lời Chúa dạy chúng ta hãy lấy ân nghĩa để báo đáp sự ác.

Anh chị em trong hội thánh làm theo lời tôi. Họ chịu đựng sự chống nghịch của dân địa phương và tìm cách phục vụ họ. Nhưng sau một thời gian, sự bắt bớ trở nên khắc nghiệt hơn. Bộ phận dân phòng địa phương 'Dong', văn vòng chính quyền quận, đại diện khu vực địa phương, chủ tịch hội liên hiệp phụ nữ, ngay đến các trưởng lão cũng kéo đến để quấy phá sự thờ phượng, và bên trạm cứu hỏa ngày nào cũng đến kiểm tra đồ đạt chúng tôi nhằm gây khó khăn.

Tôi quỳ gối xuống trước mặt Chúa và cầu nguyện. Rồi một ngày nọ, tôi nghe những người đang tìm cách xua đuổi hội thánh chúng tôi rằng họ muốn gặp tôi. Khi tôi đến văn phòng dân sự, thấy ở đó có mặt hơn 10 đại diện từ nhiều bộ phận của khu vực.

"Xin mục sư hãy cứu chúng tôi! Chúng tôi phải khốn đốn quá nhiều. Chúng cảm thấy như đang sa vào hỏa ngục."... "Chúng tôi cũng muốn chuyển sang nơi khác, nhưng chưa có nơi đủ rộng, hơn nữa, chúng tôi cũng chưa có đủ tiền."... "Thưa mục sư, ông cần bao nhiêu tiền cho việc chuyển hội thánh?"

Họ kể lại cho tôi biết sự việc, tôi có thể hiểu rằng đây là công việc của Chúa đã xảy đến với họ. Trong số những kẻ cầm đầu việc chống đối để xua đuổi hội thánh chúng tôi, có rất nhiều người thình lình ngã bệnh, họ mắc đủ thứ bệnh. Tin nầy đồn ra rất nhanh. Nhiều nghe tin thì rất sợ hãi. Những kẻ rất tích cực trong việc cầm đầu phong trào chống đối chúng tôi cảm thấy như họ đang sa vào hỏa ngục. Vì không chịu nổi với sợ hãi nầy, nên họ muốn gặp tôi. Họ đưa cho tôi 300 triệu won (300,000 US$), vào lúc ấy, đây chính là số tiền chúng tôi cần để chuyển hội thánh. Ngay cả vài chục ngàn đô-la chúng tôi cũng chẳng có, vậy nên, đây là một số tiền rất lớn.

Khi vua A-bi –mê -léc đón nhận Sa -ra, nghĩ rằng bà là em gái của Áp –ra -ham, Chúa đã hiện đến trong giấc mơ để báo cho ông biết rằng Sa -ra là vợ của Áp –ra -ham, và truyền lệnh cho ông trả bà lại cho Áp –ra -ham. A-bi –mê -léc không những trả Sa-ra lại mà còn gởi thêm chiên, bò, và tôi tớ tặng cho Áp –ra -ham nữa (Sáng Thế 20). Khi Chúa vừa giúp, Áp –ra -ham đã vượt qua sự khủng hoảng và được đối xử hậu hĩ. Cũng thế ấy, hội thánh chúng tôi đã vượt qua những khắc nghiệt nhờ vào sự can thiệp của Đức Chúa trời.

Đức Chúa Trời Sắm Sẵn Đất Cho Chúng Tôi

Chúng tôi xin Chúa một mảnh đất hơn 54,000 feet vuông (1,645m² vuông). Gần nhà thờ có một tòa nhà rộng khoảng 6,000 yard vuông (5,484m²), chúng tôi chăm chỉ cầu nguyện để chuyển đến tòa nhà nầy. Nhưng một hôm vào năm 1990, Học Viện Không Quân, đơn vị tọa lạc tại Công Viên Boramae ra thông báo chuyển đi nơi khác, và nơi đó sẽ trở thành công viên. Chính quyền thành phố Seoul định bán phần đất nầy cho các nhà đầu tư tư nhân. Tôi nhận biết rằng Đức Chúa Trời đã sắm sẵn mảnh đất tại công viên Boramae cho hội thánh chúng tôi. Ở đây có rất nhiều tiện lợi. Đó là lý do Chúa đưa chúng tôi đến Shindaebahng Dong để mở hội thánh. Khi chúng tôi cầu nguyện để chuyển đến công viên Boramae, Chúa bảo cùng tôi rằng, "Ta đã trao nơi đó cho ngươi, hãy đến mà nhận lấy. Toàn thể dân sự hội thánh ngươi phải bày tỏ đức tin. Sau khi ngươi thắng hơn và chúc phước cho đất, ta sẽ lo liệu mọi bề." Hội thánh chúng tôi cũng dự phần vào giá chào bán, nhưng với đức tin của các thành viên hội thánh chúng tôi lúc đó thì dù chỉ mua 4,000 yard vuông (3,656m²) cũng là việc khó. Chỉ có vài mươi người bày tỏ đức tin.

Đức Chúa Trời đưa dân sự Israel vào xứ Canaan, nhưng họ không vào được vì cớ bất tuân. Chỉ con cháu họ mới vào được. Vì chúng tôi không bày tỏ đủ đức tin, Chúa đã đưa chúng tôi sang nơi thứ hai ở Guro Dong. Ngài sắm sẵn một tòa nhà tại khu công nghiệp, có diện tích khoảng 10,000 yard vuông (9,410m²).

Lễ Kỷ Niệm Nơi Thờ phượng Mới Và Những Sự Quấy Rầy Liên Tục

Khu công nghiệp liên hợp Guro là nơi đưa Hàn Quốc tiến đến công nghiệp hóa. Lúc bấy giờ ở đây có rất nhiều nhà máy. Hội thánh thứ tư của chúng tôi, hội thánh Guro Dong, trước đây từng là nhà máy kỹ nghệ điện tử. Tôi đến gặp người chủ trước khi công ty nầy phá sản.

Ông ta nói với tôi rằng, "Thưa mục sư, tôi muốn được xây dựng nơi thờ phượng của hội thánh Manmin tại khu liên hợp nầy." Ông chỉ mới gặp tôi lần đầu, nhưng nói rằng ông muốn xây dựng hội thánh Manmin Joong-ang tại khu liên hợp công ty của ông. Tôi nhận lời và tin những gì ông đã nói, tôi đáp lời, 'Amen.' Sau đó nhà máy kỹ nghệ điện tử Shin Ae bị phá sản, ông chủ bỏ sang Hoa Kỳ. Bà trợ tế Shin Ae Hyeon trở nên CEO trong chỗ ông ta. Nhưng vì món nợ khổng lồ, một cuộc biểu tình của người lao động xảy ra, công nhân đòi lương chưa thanh toán của họ, bà gặp phải một thời khó khăn. Nên bà cầu nguyện cho công ty nầy được sử dụng vào công việc của Chúa bởi một trong những người mục sư nổi tiếng nào đó. Lúc ấy, Chúa nhậm lời cầu nguyện của bà và phán rằng, "Hãy nhường đất cho Mục sư Jaerock Lee, là người ta yêu mến." Sau khi tìm hỏi khắp nơi, cuối cùng, bà đã biết được tôi. Khi nhận điện thoại của bà, tôi đến Jongsan, nơi bà đã từng hướng dẫn lễ nhóm phục hưng, để trịnh trọng chào bà. Tôi đã từng kinh nghiệm được sự chữa lành của Chúa tại hội thánh của bà vào năm 1974. Sau đó, tôi chính thức gặp bà chỉ một lần. Rồi chúng tôi không còn gặp nhau nữa, nên bà cũng chẳng còn nhớ đến tôi.

Bà nói cho tôi biết những gì mình đã trải qua để tìm đến gặp tôi. Chúa cảm động tôi và tôi quyết định mua khu liên hợp đó. Chúng tôi cần 10 tỉ won (10 triệu US$), để giải quyết ngay vấn đề với người lao động, chúng cần 2 tỉ won (2 triệu US$).

Buổi Thờ Phượng Kỷ Niệm Nơi Thờ Phượng Mới

Vào ngày 10, tháng 2, 1991, chúng tôi rời hội thánh Shindaebahng Dong đi đến Guro Dong, và chúng tôi tổ chức buổi thờ phượng để kỷ niệm. Tôi trả cho các chủ nợ và các khoản lương chưa thanh toán. Sau đó, chúng tôi bắt đầu sửa chữa tòa nhà lại thành công trình của hội thánh.

Khi chuyển đến, chúng tôi chỉ có 300 triệu won (300,000 US$) mà chúng tôi có được từ ngôi nhà trước. Vậy, chúng tôi nhìn vào tình hình thực tế, chúng tôi không thể lãnh đạo nhiều người trong bước đầu được. Nhưng tin chắc rằng Đức Chúa Trời đang dẫn dắt chúng tôi, chúng tôi bước đi bởi đức tin. Một năm sau khi chúng tôi chuyển đến, tòa nhà nầy lại được ngân hàng treo bản bán đấu giá lần nữa, nhưng chúng tôi không có tiền mua. Ngân hàng bảo; "Ông là người có hội thánh, đã giải quyết rất nhiều tình huống khó khăn của công ty đã gặp phải nan đề với liên đoàn lao động; và ông đã bỏ ra rất nhiều tiền để cải tiến thành hội thánh. Nhưng ông biết ai sẽ là người đầu cơ vào mảnh đất nầy chăng?" Họ bảo chúng tôi mua nó khi giá đất hạ. Nhưng sự thật thì không phải vậy. Có một công ty nọ bỏ tiền ra mua công ty liên hợp nầy để làm một phần trong kế hoạch đầu cơ bất động sản của họ. Họ yêu cầu chúng tôi dọn đi nơi khác. Nhưng chúng tôi không biết chuyển đi đâu được, vì chưa có nơi nào để đến.

Ngày 15, tháng 2, 1992, công ty đã mua khu liên hợp nầy mang đế 100 người thi hành công vụ để dọn đồ đạt chúng tôi ra ngoài. Một số nhân sự hội thánh bị đánh đập trong lúc ngăn cản họ làm việc nầy. Lẽ tất nhiên là công ty nầy đã đem luật tố tụng tội phạm ra để chống lại chúng tôi, và bảo rằng chúng tôi đã phạm luật. Qua tất cả sự việc nầy, Chúa khiến cho người của chúng tôi càng yêu mến và cầu nguyện cho hội thánh nhiều hơn. Ngài cảm động tấm lòng những người mua khu đất nầy, nên họ đã ký một giao kèo mới cùng chúng tôi. Chúng tôi bắt đầu hoàn trả giá đất của khu liên hợp đó cho chủ mới.

Những Quấy Phá Chống Lại Chiến Dịch Truyền Bá Phúc Âm Tại Seoul

Từ ngày 18 đến 21, tháng 5,1992, 'Chiến Dịch Truyền Bá Phúc Âm Seoul' được tổ chức tại hội thánh chúng tôi nhân dịp '1995 Quốc Gia Thống Nhất và Uỷ Ban Tổ Chức Chiến

Dịch Khải Hoàn.' Chiến dịch nầy được tổ chức bởi Quốc Gia Thống Nhất và Phong Trào Truyền Bá Phúc Âm với sự ủng hộ từ Kukmin Ilbo, Tập Đoàn Phát Thanh Viễn Đông(FEBC), Hệ Thống Truyền Thanh Cơ Đốc Nhân, Báo Chí Cơ Đốc Nhân, Báo Chí Hội Thánh Hàn Quốc, và Văn Phòng Tuyên Úy Cảnh Sát. Kẻ thù là ma quỷ lại lần nữa đứng lên hòng phá hủy kỳ nhóm họp.

Có một số mục sư được mọi người biết đến kể cả mục sư Hyeon Gyoon Shin và Jaechul Hong sẽ là những diễn giả sắp đến, đã chịu sức ép không được thuyết giảng trong kỳ nhóm sắp đến. Lại nữa, có mấy người nói rằng tôi là kẻ dị giáo và đã từng bị rút phép thông công khỏi hệ phái. Nếu họ tham gia thuyết giảng trong kỳ nhóm họp nầy, họ sẽ phải đối diện với sự chống đối về sau. Nhưng có một số diễn giả biết tôi là mục sư trung tín với phúc âm, trọn lòng với Chúa Jêsus, họ không chịu khuất phục trước sức ép đó. Với công việc của Đức Thánh Linh, kỳ nhóm đã tổ chức thành công. Cũng năm ấy, từ ngày 14 đến 17 tháng 9, 'Chiến Dịch Liên Hiệp Truyền Bá Phúc Âm Thành Phố Seoul' được tổ chức tại hội thánh chúng tôi do Hiệp Hội Phong Trào Phục Hưng Cơ Đốc Nhân chỉ đạo, có tám mục sư tham gia diễn thuyết trong kỳ nhóm nầy trong đó có cả mục sư Jongman Lee.

Làm Hòa Với Hội Thánh Thánh Khiết (Angyang)

Tháng hai, 1992, Hội Thánh Cơ Đốc Nhân Thánh Khiết Hàn Quốc (Angyang), là hội thánh đã buộc tội tôi, bắt đầu dụng kế chống lại hội thánh chúng tôi khi chúng tôi thành lập một hệ phái độc lập và phát triển rất nhanh. Mục sư 'Y' lúc bấy giờ là chủ tịch của hệ phái nầy đã nhiều lần tung ra những tin đồn thất thiệt đến tòa báo và Ban Cố Vấn Cơ Đốc Nhân Hàn Quốc. Từ khi những vu khống kiểu nầy xảy ra, nó không chỉ là sự phỉ báng mà còn phá hỏng chức vụ truyền bá phúc âm. Cuối cùng, chúng tôi quyết định rằng, những đại diện hội thánh chúng tôi sẽ kiện mục sư 'Y' về tội phỉ báng.

Bấy giờ mục sư 'Y' phải chịu phạt và sẽ bị vào tù. Ông ta rất thất vọng, nhiều lần ông nhờ giáo sư thần học của tôi trước đây, mục sư Taekgu sohn, để xin tôi hủy bỏ sự tố tụng. Mục sư Taekgu sohn xin chúng tôi rút lại vụ kiện và làm hòa, vì cớ mục sư 'Y' đã hứa rằng sẽ không liên lụy vào liên hiệp hội thánh nữa, mà chỉ chú trọng vào chức vụ của mình.

Mục sư 'Y' là người đã cao tuổi, tôi cảm thấy ông ấy thật đáng thương. Khi tôi muốn chấp nhận lời đề nghị của mục sư Taekgu Sohn để rút lại đơn kiện, người luật sư chịu trách nhiệm trong vụ kiện nầy đã phản đối mạnh mẽ ý định đó. Ông ta khuyên tôi không nên rút lại đơn kiện, vì ông đã điều tra những hành động của họ trước đây, và nếu vấn đề không được giải quyết cách cơ bản, họ sẽ lại ngựa quen đường cũ. Mặc dù luật sư đã khuyên vậy, nhưng tôi vẫn ký một thỏa thuận chung và đồng ý rút lại đơn kiện.

Khi đó là ngày 20, tháng tư, 1993, cả hai chúng tôi gặp nhau và ký thỏa thuận. Chúng tôi vẫn còn giữ lá thư đó, mục sư 'Y' đã viết và ký một giấy có nội dung như sau: "Tôi rất hối tiếc vì đã phát tán tài liệu làm mất danh dự Mục sư Jaerock Lee và Hội Thánh Manmin Joong-ang. Tôi hứa sẽ không để tái phạm những việc tương tự như vậy nữa, và tôi sẽ chỉ chú trọng đến chức vụ của mình." Tôi xin bãi nại vụ kiện và tha thứ cho ông, nhưng như lời của luật của tôi đã đoán trước, lẽ ra ông ta đến nói lời cảm ơn với chúng tôi, ông ta lại tiếp tục phá hội thánh chúng tôi. Ông ta chống chế rằng, "Tôi không nói lời xin lỗi với tư cách là chủ tịch một hệ phái, nhưng chỉ ở mức độ cá nhân mà thôi."

Kinh Thánh Nói Về Dị Giáo

Vì sự phục hưng nhanh chóng, tôi được mọi người biết đến, nhưng rồi người ta cũng bắt đầu nghĩ tôi là một kẻ dị giáo vì cớ họ tin theo sự buộc tội của Hội Thánh Cơ Đốc Nhân Thánh Khiết Hàn Quốc. Những người chưa hề gặp tôi, chưa nghe tôi giảng, hoặc chưa từng đến hội thánh chúng tôi, nhưng họ có thể xét đoán tôi chỉ qua lời người khác. Ngay cả trong Kinh Thánh, sứ đồ Phao-lô là người rất mực yêu mến Chúa Jêsus, và rao giảng phúc âm trọn đời cũng đã bị bắt bớ và kết tội 'điên khùng' 'kẻ gây loạn' và 'một đầu đảng của phe người Na-xa-rét' (Công vụ 24:5).

Để sáng tỏ điểm nầy, chúng ta hãy xem Kinh Thánh nói về dị giáo, theo 2Phi-e-rơ 2:1, *"Dẫu vậy, trong dân chúng cũng đã có tiên tri giả, và cũng sẽ có giáo sư giả trong anh em; họ sẽ truyền những đạo dối làm hại, chối Chúa đã chuộc mình, tự mình chuốc lấy sự huỷ phá thình lình."* Ở đây, 'Chúa đã chuộc mình' nói đến Chúa Cứu Thế Jêsus Christ. Vì vậy, trước khi Chúa Jêsus chịu đóng đinh, sống lại, và hoàn thành sứ mạng của Đấng Cứu Thế, không có một từ dị giáo nào được ghi trong Kinh Thánh. Đó là lý do tại sao trong Cựu Ước, cũng như bốn sách phúc âm, Ma-thi-ơ, Mác, Lu-ca, Giăng chẳng hề có đề cập đến "dị giáo".

Trong bốn sách phúc âm, thậm chí các thầy thông giáo, người Pha-ri-si, thầy tế lễ, và thầy cả thượng phẩm cũng không dùng từ 'dị giáo' ngay cả lúc họ đang bắt bớ Chúa Jêsus. Chỉ sau khi Chúa Jêsu sống lại, hoàn thành sứ mạng của Đấng Christ, 'những kẻ chối Chúa đã chuộc mình' mới xuất đầu lộ diện, và chỉ trong sách 2Phi-e-rơ, Kinh Thánh mới cảnh báo chúng ta về những kẻ dị giáo. Danh xưng Jêsus nghĩa rằng "Đấng sẽ cứu dân mình ra khỏi tội" (Ma-thi-ơ 1:21), và Christ có nghĩa "Đấng Chịu Xức Dầu." Chỉ sau khi Chúa Jêsus chịu đóng đinh, sống lại, hoàn thành sứ mạng của một Đấng Christ và trở thành Đấng Cứu thế.

Bởi vậy, để kết thúc sự cầu nguyện, chúng ta không nói; "Trong danh Chúa Jêsus, tôi cầu nguyện," mà nói rằng; "Trong danh Chúa Cứu Thế Jêsus Christ tôi cầu nguyện," vì lời nầy mang ý nghĩa thiêng liêng hoàn hảo hơn. Như 1Giăng 2:22 nói rằng; *"Ai là kẻ nói dối, há chẳng phải là kẻ đã chối Đức Chúa Jêsus là Đấng Christ hay sao? Ấy đó là kẻ địch lại Đấng Christ, tức là kẻ chối Đức Chúa Cha và Đức Chúa Con!"* Vậy là hễ kẻ nào chối bỏ Chúa Ba Ngôi (Đức Chúa Cha, Đức Chúa Con Jêsus Christ, và Đức Thánh Linh) thì được xem là dị giáo. Thật là một điều tà vạy lấy làm không ngay thẳng trước mặt Đức Chúa Trời khi đoán xét hay kết tội một cách thiếu thận trọng một hội thánh hoặc một cá nhân nào là người anh em tin nhận Chúa Jêsus làm Cứu Chúa.

Kết tội một hội thánh, nơi mà công việc của Đức Thánh Linh

xảy xả ra trong danh Chúa Cứu Thế Jêsus Christ, là đoán xét và chống lại Đức Thánh Linh. Kinh Thánh cảnh báo rằng đây là trọng tội không được tha thứ. Đức Thánh Linh là một trong Ba Ngôi Đức Chúa Trời, nếu có ai nói rằng công việc của Đức Thánh Linh là công việc của ma quỷ, thì nói rằng Đức Chúa Trời là ma quỷ và kỳ quái, thì làm sao để loại người nầy có thể được cứu? Trong Ma-thi-ơ từ 12:22 trở đi, Chúa Jêsus chữa lành cho người bị mù và điếc vì bị quỷ ám. Người Pha-ri-si thấy vậy liền buộc tội Chúa rằng; *"Người nầy chỉ nhờ Bê-ên-xê-bun là Chúa Quỷ mà trừ quỷ đó thôi."* Chúa Jêsus đáp cùng họ; *"Ấy vậy, ta phán cùng các ngươi, các tội lỗi và phạm thượng của người ta đều sẽ được tha; song lời phạm thượng đến Đức Thánh Linh thì sẽ không được tha đâu. Nếu ai nói Phạm đến con người, thì sẽ được tha, song nếu ai nói phạm đến Đức Thánh Linh, thì dầu đời nầy hay đời sau cũng sẽ chẳng được tha"* (Ma-thi-ơ 12:31-32).

Khi người Pha-ri-si buộc tội công việc của Đức Thánh Linh được bày tỏ qua Chúa Jêsus bởi quyền phép Đức Chúa Trời, thì họ đã báng bổ công việc của Đức Thánh Linh. Đây là tội chết và không được tha thứ, họ sẽ chẳng thể được cứu.

Sự Thử Thách Đổ Huyết Cho Đến Chết

Tháng 6, 1992, Vì phải trải qua rất nhiều nan đề trong hội thánh đến mức tôi không còn biết tâm sự với ai, tôi mất ngủ và không chẳng thể nghỉ ngơi được trong nhiều ngày liền. Tôi bị kiệt sức không thể gượng lại được. Đặc biệt, khi có một số phụ tá mục sư và nhân sự không cầu nguyện nữa, liên tục bất tuân để làm theo ý riêng. Cuối cùng, Chúa đã cho phép sự thử thách xảy ra. Vì cớ tôi nói rằng một gánh nặng quá lớn đang chất trên người tôi, nên suýt nữa tôi bị chảy máu não. Khi anh chị em trong hội thánh bị bệnh, thì tôi cầu nguyện cho họ. Nhưng nếu tôi ngã bệnh chảy máu não thì sao? Chúa đã làm như vậy trước khi tôi ngã bệnh xuất huyết não, Ngài khiến cho một mạch máu lớn trong mũi bị vỡ và để cho tôi xuất huyết.

Vào thứ bảy, ngày 13, tháng 6, 1992, tôi phải chịu trách nhiệm làm lễ cho một đám cưới, tôi định đi ra ngoài. Đột nhiên bị chảy máu cam, nên phải nhờ một mục khác làm thay. Máu tuôn ra qua hai mũi và miệng. Trong buổi chiều hôm ấy, tôi bị chảy máu cam khoảng một giờ rưỡi. Tối đến, bị chảy máu hơn một giờ nữa. Tôi phải ngồi gục đầu xuống. Nếu ngước lên, máu từ phía sau cổ họng chảy ra làm tôi nghẹt thở.

Sáng Chúa Nhật, khi chuẩn bị tắm rửa, tôi lại bị xuất huyết nữa, nên không thể đến hội thánh được. Một lượng máu rất nhiều xuất ra qua hai mũi và chảy xuống cổ nữa. Trong lúc đang xuất huyết, tôi tự hỏi rằng, không biết một lượng máu nhiều như vậy xuất ra từ đâu.

Hơn 100 phụ tá mục sư và nhân sự hội thánh nghe tin, vội đến thăm tôi. Trước hết, họ dùng khăn giấy lau sạch máu giúp tôi, sau đó đến khăn vải, nhưng vì máu cứ liên tục chảy ra, họ không thể làm gì được với những thứ đó, tôi đã có một chậu rửa phía trước mặt. Vì họ biết tôi chẳng muốn nương cậy vào phương pháp thế gian, nên chẳng ai bàn đến chuyện đưa tôi đi bệnh viện.

Bỗng dưng tôi muốn được nghe những bài thánh ca và nói với những anh chị em đang có mặt ở đó. Trong lúc lắng nghe những khúc nhạc thánh ca, tôi cảm thấy bình yên vô cùng, lòng nôn nả muốn được về thiên đàng. Trong chốc lát tôi trở nên bất tỉnh. Nhưng tôi có thể cảm nhận rằng tâm linh tôi càng trở nên trong sáng trongt tình trạng đầy dẫy Thánh Linh.

Bước Ngoặc Của Sự Lựa Chọn Giữa Sự Sống Và Cái Chết

Vào giây phút đó, trong sự thần cảm rất rõ ràng, Chúa cho tôi biết rõ về tình trạng thuộc linh của những người đang có mặt tại đó. Tôi bảo họ trục xuất sự kiêu ngạo và giả dối là những thứ mà Chúa rất ghét ra khỏi đây, tôi nói lời cuối cùng với người nhà. Sau đó, tôi thấy cả hội chúng của hội thánh bắt đầu cầu nguyện cho tôi.

Tim ngừng đập, và cũng không còn hơi thở trong tôi nữa. Lúc tôi bất tỉnh, tôi cảm nhận được linh hồn mình đang lìa khỏi xác. Tôi nghe Trưởng Lão Boaz Jungho Lee cùng một số người khác cầu nguyện rằng, "Lạy Chúa, xin cho mục sư chúng tôi sống lại" họ khẩn thiết trong nước mắt. Họ nói rằng khi sờ cổ tay tôi, mạch đã ngưng hẳn, sờ lên ngực thì thấy đã lạnh ngắt. Lúc đó, Chúa có đến cùng tôi.

"Hỡi đầy tớ ta, ngươi sẽ đến cùng ta hay trở lại hoàn thành sứ mạng của mình?"

"Thưa Chúa, con muốn được ở bên Ngài."

Lúc bấy giờ chúng tôi đang sống trong một căn nhà thuê hàng tháng. Tôi chẳng có nhà riêng hay tài khoản nào ở ngân hàng. Thế nhưng tôi chẳng lo gì cho vợ và các con, mà chỉ muốn được về thiên đàng. Bấy giờ Chúa bèn cho tôi nhìn thấy hai cảnh tượng. Sau khi tôi về với Chúa, kẻ thù là ma quỷ đến phá huỷ hội thánh. Nơi thờ phượng bị sụp đổ, nhiều anh chị em tín hữu như chiên tan lạc và trở lại với thế gian, trở lại với con đường sự chết. Một số anh em hướng về cổng thiên đàng với sự kiêng ăn và cầu nguyện, nhưng hầu hết hội chúng đều sai lạc, và bắt đầu hướng đến thế gian và con đường dẫn đến hỏa ngục. Lúc ấy tôi tỉnh lại.

"Thưa Chúa, xin cho con trở về. Con muốn được đứng trước Ngài cùng các anh chị em trong hội thánh sau khi chúng con xây dựng được Hội Thánh Khải Hoàn."

Tôi cầu nguyện với lòng khát khao được sống. Lúc bấy giờ có một luồng sáng từ trên cao và một sức mạnh đến trên tôi. Trong chốc lát, tôi ngồi dậy, và xin nước uống. Sau đó, tôi nhận biết rằng nước tôi uống vào đã hóa thành huyết trongt cơ thể tôi. Tôi đứng lên và đi vào phòng khách. Một số người không vào được phòng tôi, đang cầu nguyện và than khóc ở đó. Thấy tôi, họ rất đỗi ngạc nhiên và vui mừng. Tôi đến bắt tay và chuyện trò cùng họ. Mặt tôi trở lại hồng hào. Không có dấu hiệu nào cho thấy tôi đã xuất huyết đến chết. Lúc nầy sự minh mẫn của tôi vẫn chưa trở lại hoàn toàn. Chỉ nhớ một cách chung chung, không cụ thể về những gì đã xảy ra.

Từ lúc đó, hễ bị xuất huyết, thì tôi uống nước ngay. Thường thì tôi thích uống nước ngọt hơn, nhưng giờ thì tôi muốn uống thật nhiều nước. Vì cớ bị ra huyết nhiều, tôi sẽ chết nếu không được kịp thời chuyển máu. Nhưng Chúa đã hóa nước thành rượu, tôi tin rằng bởi quyền phép của Chúa, nước sẽ hóa thành huyết mỗi khi tôi uống nước vào. Vì biết rằng sự xuất huyết của tôi cũng nằm trong sự trù liệu trước của Chúa, tôi chẳng cần phải cậy vào thuốc men của đời nầy. Tôi chỉ hoàn toàn tin cậy vào Đức Chúa Trời toàn năng, nên đã phó thác mọi sự trong tay Ngài.

Tôi chẳng hề có ý đi đến bệnh viện hầu cho mạng sống tôi được thêm ra. Nếu Chúa muốn cất linh hồn tôi, thì chẳng còn lý nào để tôi phải cố gắng để sống. Chỉ bởi ý Chúa thì tôi mới chết. Tôi biết rõ Đức Chúa Trời toàn năng hơn bất kỳ một người nào khác, và tôi đã từng cầu nguyện chữa lành cho nhiều người bệnh bởi quyền phép của Ngài, nếu tôi chẳng được chữa lành bởi đức tin, thì làm sao tôi có thể dạy được hội chúng nhận lãnh sự chữa lành bởi đức tin? Tôi vui vẻ đối diện với cái chết, để lại lời cuối cho gia đình trong sự bình an, nhưng vì Chúa chưa muốn cho tôi chết, Ngài làm cho tôi sống lại trong giây phút.

Vượt Qua Sự Thử Thách Của Áp –ra -ham

Từ lúc cơn xuất huyết đã ngừng trong tối hôm ấy, tôi dùng bữa tối và đi vào nơi cầu nguyện. Nhưng tối đó, tôi lại bị xuất huyết một giờ rưỡi nữa. Tôi không thể ăn, hoặc nằm gì được. Nếu nằm, máu trong tim tôi sẽ trào ra, nên tôi phải ngồi nghiêng một bên và đầu cuối xuống. Vào Chúa Nhật, tôi vẫn ở trong nơi cầu nguyện. Tôi dùng băng vi-đi-ô trong buổi thờ phượng với bài giảng "Đức Chúa Trời là Đấng Chữa Lành" mà tôi đã giảng hôm trước. Vào lúc 'Cầu nguyện chữa lành cho người bệnh', Tôi đặt tay lên đầu mình và cầu nguyện, tức thì sự xuất huyết ngưng hẳn. Qua kinh nghiệm nầy, một lần nữa tôi nhận biết và rất ngạc nhiên về quyền năng của việc cầu nguyện cho người bệnh.

Tính lại thời gian bị bệnh xuất huyết của tôi là 8 ngày, trong đó có 10 lượt xuất huyết khác nhau, thời gian ra huyết là 24 giờ. Đây là thời gian đủ để xuất hết huyết của một cơ thể ra hết trong nhiều lần. Khi bị xuất huyết, tôi uống nước, và nước hóa thành huyết, điều nầy đã liên tục xảy ra trong 8 ngày. Chúa đã rèn thử tôi trong 8 ngày, Nhưng tôi chẳng hề phàn nàn hay giận dữ như Gióp. Tôi chỉ tạ ơn. Nếu như chết, tôi được về bên Chúa, và sẽ được sống hạnh phúc nơi thiên đàng, vậy tôi chẳng có lý do nào để buồn.

Vì phải ra huyết nhiều mỗi khi nằm, tôi phải luôn ngồi trong tư thế cuối đầu xuống. Tôi suy nghĩ rất nhiều. Chúa đã ban cho tôi rất nhiều quyền phép, nhưng tôi đã không dẫn dắt hội chúng vào đức tin một cách xứng đáng, tôi không quản lý nhân sự một cách phải lẽ, và tôi cũng chưa xây dựng được hội thánh. Càng nghĩ tôi càng ăn năn trước Chúa. Tôi trải qua 8 ngày không ngủ với tấm lòng ăn năn trước Ngài.

Vì tôi sẵn sàng cảm tạ Chúa mà trao mạng sống mình cho Ngài khi được gọi, Chúa làm tôi tỉnh lại trong 8 ngày. Sau đó Ngài cho tôi biết rằng, cũng giống như Áp –ra – ham vượt qua thử thách dâng con trai một của mình là Y -sác, tôi cũng đã vượt qua thử thách dâng chính mạng sống của mình. Khi vượt qua thử thách nầy, sự tin tưởng Chúa dành cho tôi trở nên mạnh mẽ hơn, và Ngài ban phước để tôi bày tỏ nhiều công việc đầy quyền năng hơn. Sự Kiện nầy cũng là cơ hội khiến cho nhân sự và các thành viên trong hội thánh tỉnh thức lại, để hội thánh được đặt trên nền đá vững chắc.

Mặc Dầu Tôi Đã Cảnh Báo Về Thời Hạn Ngày Tận Thế

Năm 1984, ngay sau khi hội thánh chúng tôi được mở, tôi giảng về những dấu hiệu ngày sau rốt qua những điều tôi nhận biết được bởi sự thần cảm của Đức Chúa Trời. Tôi giải thích về mối quan hệ giữa hai miền Nam và Bắc Triều Tiên và về con số '666', và sự liên kết Châu Âu thành một quốc gia, ... Nhưng lúc bấy giờ mối quan hệ giữa Nam và Bắc Hàn đang trong tình trạng xấu, và thậm chí thẻ tín dụng lúc đó cũng chưa mấy người biết đến, nên anh chị em trong hội thánh cảm thấy xa lạ với những gì tôi nói ra.

Chúa Jêsus thương xót mà nói rằng, "Khi Con Người đến, Ngài sẽ còn thấy sự trung tín trên đất nầy chăng?" Vì vậy, tôi đã gắng hết sức để gây dựng đức tin trong anh em tín hữu nhằm khiến họ trở nên hạt lúa mì thật là những kẻ có đức tin đích thực trong thời sau rốt nầy. Nhưng khi giảng về những dấu hiệu ngày sau rốt, người ta lại nghĩ rằng chính tôi đã đặt hạn định cho sự cuối cùng của lịch sử. Những mục báo nói về tôi trên báo và tạp chí và trên đài phát thanh, lần nữa, tôi lại được mọi người biết đến.

Có một số bài báo đã phát hành nói những điều mà tôi không hề nói như vậy, có một mục sư 'L' đã công bố thời hạn ngày tận thế và nói rằng tôi cũng đã từng công bố điều tương tự như ông ta. Hầu hết các tòa báo đều có thiện chí với những những bài báo nói đến tôi, Nhưng có một ông 'T' của tạp chí hàng tháng buộc tội rằng tôi đã công bố ngày Chúa tái lâm. Nhưng vì biết rằng khi đến hỳ hạn thì mọi thứ sẽ được bày ra, nên tôi không có một phản ứng chính thức hay lời bào chữa nào.

Tất cả các bài giảng của tôi đều được ghi băng, và luôn được bán rộng rãi. Từ lúc mở hội thánh, tôi luôn dạy hội chúng phải biết tỉnh thức trong đời sống Cơ Đốc Nhân của mình như năm người nữ đồng trinh khôn ngoan được trích trong đoạn 25 của sách Ma-thi-ơ. Sau đây là một số đoạn trích từ những bài giảng ngắn gọn của những bắt đầu của hội thánh cho đến nửa năm 1992 là những ví dụ của sự giảng dạy của tôi có liên quan đến vấn đề trên.

"Ngày hôm nay, một số chúng ta đã đọc sách báo hoặc nghe những người khác nói, có ai trong chúng ta tin rằng Chúa sẽ đến vào ngày 10 hay ngày 28 tháng 10 nầy chăng? Chúng ta chẳng nên tin vào điều đó! Chúng ta có bao giờ nghe tôi nói rằng sự đó sẽ xảy đến vào năm 1992 nầy chăng? Chẳng hề có như vậy. Tôi chỉ giảng về lời Chúa, và tôi chỉ khuyên dạy chúng ta phải loại bỏ tội lỗi, sống trong sự sáng và công chính để được trở nên giống Chúa, và từ bỏ bổn tính xác thịt để được như nàng dâu xinh đẹp của Chúa, bằng lời cầu nguyện và nước mắt của tôi. Cho dù ngày mai Chúa sẽ đến, tôi cũng khuyên anh em hãy trồng một cây táo cho ngày hôm nay." (Trích trong buổi thờ phượng vào Chúa Nhật, 19 tháng giêng, năm 1992, "Hãy Tỉnh Thức")

"Trong Ma-thi-ơ chương 24, các môn đệ hỏi Chúa về sự hiện đến của Ngài và những dấu hiệu ngày sau rốt. Chúa Jêsus dạy cho họ về những dấu hiệu trong thời kỳ Ngài sẽ tái lâm. Đó chính là lý do chúng ta biết được những dấu hiệu ngày sau rốt... Nghe thấy người ta công bố tháng 10, 1992, một số người bị lừa phỉnh, một số người khác thì cho là điên khùng. Còn chúng ta thì nghĩ sao? Nếu chúng ta yêu Chúa và biết được ý chỉ của Ngài, Chúng ta chẳng có can hệ gì với những lời công bố như vậy. Chúng ta chẳng cần phải nghe những điều như vậy. Chúng ta được cứu bởi đức tin, không phải bởi cớ chúng ta biết ngày giờ nào Chúa sẽ trở lại. Jêsus là Cứu Chúa của chúng ta, Ngài đã cứu chuộc tội lỗi chúng ta, nên chúng ta chỉ được tha tội bởi đức tin, trở nên con cái của Đức Chúa Trời, và được vào nước thiên đàng. Nhưng họ lại nói rằng chúng ta được cứu chỉ khi nào chúng ta tin và công bố ngày giờ, bằng không thì chúng ta chẳng thể được cứu. Thật là một sự lố bịch biết dường nào! Dựa vào Kinh Thánh thì điều nầy là hoàn toàn sai trật."

(Trích từ buổi thờ phượng vào Chúa Nhật, ngày 31 tháng 5, 1992, "Những Dấu Hiệu Nào Sẽ Được Tỏ Ra?"

Chương 7

Đức Chúa Trời Mở Rộng Bờ Cõi Chức Vụ

Cánh Cửa Truyền Bá Phúc Âm Cho Thế Giới Được Mở Rộng

Tại Chiến Dịch Truyền Bá Phúc Âm Thế Giới Bởi Đức Thánh Linh

Tháng năm, 1992, tôi được mời đến tham dự buổi cầu nguyện quốc gia hàng năm và ăn điểm tâm cùng tổng thống và các chính khách then chốt là những người đã đến dự. Tôi đến đó cùng Ban Đồng Ca Nissi của hội thánh. Ngày 14 và 15 tháng 8 năm ấy tôi tham gia vào việc tiến hành 'Chiến Dịch Bùng Nổ Thánh Linh Toàn Cầu 1992', là chiến dịch được tổ chức tại Quảng Trường Yoido. Chiến Dịch Bùng Nổ Thánh Linh Toàn Cầu nầy được tổ chức với tựa đề 'Thế Giới Với Đức Thánh Linh' và là một kỳ đại hội có qui mô lớn với hơn một triệu người tham dự. Hội thánh chúng tôi đến tham dự gồm 200 thành viên của đội đồng ca, Đội Hợp Ca Nissi, 400 tình nguyện viên đến phục vụ điều hành giao thông, và bảo vệ an ninh khu vực chiến dịch.

Tại kỳ đại hội, tôi gặp Mục Sư Gwangsam Rah, là chủ tịch

Câu Lạc Bộ Thánh Linh của Washington D.C và chủ tọa thường trực của Chiến Dịch Truyền Bá Phúc Âm Bởi Đức Thánh Linh. Ông là bạn cùng trường hồi còn ở trung học phổ thông của tôi và đang làm chức vụ tại Washinhton D.C. Từ ngày tốt nghiệp chúng tôi chưa gặp lại nhau, bấy giờ chúng tôi gặp nhau ở đó với tư cách là mục sư.

Ông nói rằng ông không biết những tình nguyện viên đó đến từ hội thánh nào, và ông lấy làm ngạc nhiên khi biết rằng những người đó đến từ hội thánh chúng tôi. Qua kỳ đại hội nầy, chức vụ tôi bắt đầu mở rộng đại lục Mỹ Quốc.

Chiến Dịch Liên Hiệp Truyền Bá Phúc Âm Tại Washington D.C

Năm 1993, Chúa mở rộng cánh cửa truyền giáo ra thế giới. Nhận lời mời đến làm diễn giả tại 'Chiến Dịch Liên Hiệp Truyền Bá Phúc Âm tại Washington,' được tổ chức bởi Hiệp Hội Các Hội Thánh Washington D.C và Hàn Quốc từ ngày 6 đến ngày 8 tháng 8, 1993. Có rất nhiều lời thỉnh cầu đến hướng dẫn các buổi nhóm tại nhiều quốc gia, nhưng tôi không thể đáp lời hết được. Vì là thủ đô Hoa Kỳ, tôi cảm thấy rằng đây là ơn phước đến từ Chúa, nên đã quyết định nhận lời đến đó.

Ban tổ chức Chiến Dịch Liên Hiệp Washington D.C nói rằng trong kỳ đại hội nầy họ có kế hoạch gây dựng đức tin đích thực cho những người Hàn Quốc sống tại đây và cho họ kinh nghiệm được sự thay đổi trong đời sống của mình qua công việc của Đức Thánh Linh. Đại hội được tổ chức tại phòng thể dục dụng cụ Trường Trung Học Wheaton với sự giúp đỡ của liên đoàn 180 hội thánh ở Đông Bắc kể cả Washington D.C., New York, và Baltimore. Kỳ đại hội được đầy dẫy Thánh Linh trong suốt cả ba ngày.

Vào ngày đầu, tôi giảng về 'Sứ Điệp Thập Tự Giá,' ngày thứ hai, 'Niềm Tin Xác Thịt Và Đức Tin Thiêng Liêng,' vào ngày thứ ba, 'Phước Hạnh Của Sự Sống Đời Đời.' Những người đến dự khiêm nhường khát khao lời Chúa và đón nhận sứ điệp trong những tiếng đáp lời 'Amen.'

Kêu Gọi Mọi Người ở Trong Sự Sáng

Sau khi chiến dịch tại Washington kết thúc một cách thành công, một lần nữa tôi được mời làm diễn giả với tư cách của một chủ tịch danh dự tại 'Chiến Dịch Truyền Bá Phúc Âm LA 1993' do hiệp hội người Hàn tại phố Hàn Quốc tổ chức, kỷ niệm lần thứ 20 'Ngày Phố Hàn Quốc' vào ngày 19, tháng 9 cùng năm. Trước chiến dịch nầy, Chúa đã cho tôi cầu nguyện rất nhiều để chuẩn bị cho sự kiện nầy. Tôi đã dành thời gian đặc biệt để cầu nguyện cho đại hội nầy. Tôi đã dành 3 tuần tại núi cầu nguyện để chuẩn bị, tôi đã quặn thét nhiều trong sự cầu nguyện.

Ban tổ chức 'Chiến Dịch Truyền Bá Phúc Âm LA' yêu cầu tôi rao giảng một sứ điệp yên ủi những người Hàn Quốc đang sống tại đó, nhưng tôi không làm vậy. Những gì họ cần không phải là sự yên ủi. Họ cần phải ăn năn vì đã không sống xứng đáng với một Cơ Đốc Nhân, họ phải giữ ngày Chúa được thánh và xứng đáng sống trong sự sáng.

Ngày 29, tháng tư, 1992, một đám đông người Mỹ gốc Phi tại khu vực LA, và người Hàn Quốc đang sống ở đây với những tổn thương nặng nề và cảm giác bị ngược đãi. Nguyên nhân chính gây nên vụ việc nầy là nạn phân biệt chủng tộc cách trắng trợn, nhưng đám đông đã xông vào đánh cắp và phát hỏa cách bừa bãi đốt cháy hầu hết các cửa hàng của người Hàn Quốc ở đó. Nhiều gia đình người Hàn bị tổn hại nặng nề cả về vật chất lẫn tinh thần.

Kinh Thánh dạy rằng, nếu chúng ta sống theo lời Chúa, lòng chúng ta được thay đổi để nên chân thật và có một đức tin trọn vẹn, tinh thần chúng ta sẽ được sung mãn và thịnh vượng, và mọi sự đều tốt đẹp với chúng ta, chúng ta sẽ được khoẻ mạnh. Ấy là, nếu chúng ta sống theo lời Chúa, chúng ta sẽ được che chở khỏi mọi tai họa. Tôi dùng phân đoạn 4: 11-12, trong sách công vụ, với đề tài sứ điệp là, "Tại Sao Jêsus Là Cứu Chúa Duy Nhất Của Chúng Ta?" Tôi giảng về sứ điệp của thập tự giá và cố gắng hun đúc đức tin trong họ. Tôi kêu gọi họ trở thành những Cơ Đốc Nhân chân thật là những người đặt lời Chúa lên trên hết mọi sự trong đời sống mình.

Tôi cũng được mời đến giảng tại hội thánh ở Irvine. Sau các buổi nhóm đó, ngày 21, tháng chín, tôi được mời đến Hội Đồng Thành Phố LA. Các thành viên hội đồng đã làm gián đoạn tôi trong một lúc để nhờ tôi cầu nguyện, vậy, tôi đã cầu nguyện chúc phước cho họ. Hôm đó tôi nhận được quyền Công Dân Danh Dự tại Hạt LA, và nghe nói rằng đây là lần đầu tiên họ làm như vậy. Tôi tham dự vào cuộc 'Diễu Hành Xe Hoa,' là sự kiện nổi bật của Ngày Hội Los Angeles Hàn Quốc, tôi được ngồi trên xe diễu hành. Lời cầu nguyện mà tôi đã dâng lên, cùng với sự kiện được đi trên xe diễu hành đã xuất hiện trước công chúng và được tường thuật lại qua mạng lưới KTAN, KATV, KTE, và trên các tờ nhật báo Hankook, Joong-ang, và đây cũng là dịp tiện để tôi được mọi người ở nơi nầy biết đến. Tất cả đều là sự ban cho của Đức Chúa Trời.

Những Bài Giảng Được Phát Sóng Một Cách Sống Động

Từ tháng ba, 1990, các bài giảng của tôi bắt đầu được phát sóng qua một chương trình có tên gọi 'Nơi Xa Xăm, Tin Tức Tốt Lành' của Tập Đoàn Phát Thanh Viễn Đông. Chương trình nầy được phát thanh vào Trung Hoa và một số vùng ở Nga. Từ đó, tôi nhận được rất nhiều thư cảm ơn từ những người Hoa gốc Hàn, và một số trong họ đã viếng thăm hội thánh chúng tôi.

Từ tháng tám năm đó, nhiều bài giảng của tôi được phát thanh tại khu vực Washington D.C. qua đài phát thanh Hàn Quốc. Từ tháng 12, năm 1992, những bài giảng của tôi được Hệ Thống Truyền Thanh Cơ Đốc Nhân Busan phát sóng qua chương trình 'Đây Là Phúc Âm', vào tháng 10, 1993 được phát trên Hệ Thống Truyền Thanh Cơ Đốc Nhân Iri, và kể từ đầu tháng hai, 1994 Hệ Thống Phát Thanh Cơ Đốc Nhân Cheongju bắt đầu phát thanh các bài giảng của tôi hàng tuần. Hàng năm, tổng thời lượng phát sóng các bài giảng của tôi được tăng lên. Hàng tuần thời lượng phát thanh dành cho các bài giảng của tôi là hơn 900 phút. Tôi phải ghi âm lại mỗi bài giảng của mình, đây là một công việc đòi hỏi nhiều nỗ lực. Từ 20 đến 22 tháng năm, 1994, tôi giảng tại đại hội dành cho người Hàn Quốc tại Washington và Baltimore do Hệ Thống Radio Cơ Đốc Nhân Washington (WCRS) tổ chức. Sau sự kiện nầy, trưởng lão Yeong Ho Kim, Giám Đốc Điều Hành(CEO) của WCRS yêu cầu tôi làm chủ tọa của đài WCRS, và tôi đã nhận lời đề nghị của ông ta.

Nhiều thính giả của đài WCRS đã bày tỏ sự hưởng ứng rất nhiệt tình, và qua đó tôi được mọi người ở khu vực biết đến. CEO Trưởng lão Kim, , đã chuyển nhiều lời phản ứng từ phía bạn nghe đài đến tôi, họ nói rằng những sứ điệp mà tôi đã giảng là phúc âm thuần khiết. Ông rất vui mừng với những phản ứng đầy thiện chí như vậy từ phía thính giả.

Đức Tin Là Bảo Chứng Của Những Điều Được Hy Vọng Đến

Được Công Nhận Là Một Trong 50 Hội Thánh Hàng Đầu Thế Giới

Tháng hai, 1991, khi chúng tôi chuyển đến nơi thờ phượng mới ở Guro Dong, chúng tôi đã tổ chức Hai Tuần Đại Hội Phục Hưng Đặc Biệt. Vào ngày cuối của kỳ lễ Phục Hưng, buổi nhóm cầu nguyện thâu đêm thứ sáu, số lượng thành viên đăng ký lên hơn 10,000 người. Chúa đã sai người đến với chúng tôi từ hải ngoại, xuyên văn hóa, có nền kinh tế và địa vị xã hội khác nhau. Sau 6 tháng, nơi thờ phượng đã trở nên đầy dẫy. Sau ba năm, hội thánh không còn chỗ trống để chứa thêm người nữa.

Vào ngày 11 tháng hai, 1993, tờ nhật báo chính thức Hàn Quốc và báo chí Cơ Đốc Nhân đã tường thuật lại thông báo về 50 hội thánh hàng đầu thế giới do *'Tạp Chí Cơ Đốc Nhân Thế Giới'* có trụ sở tại Hoa Kỳ bầu chọn, hội thánh chúng tôi nằm trong số 50 hội thánh đó. Chỉ qua một thời gian ngắn là 10 năm kể từ ngày mở hội thánh, Chúa đã cho phép hội thánh chúng tôi phát triển ngang tầm với hội thánh tầm cỡ thế giới. Điều nầy chẳng bởi tay tôi, nhưng Đức Chúa Trời là Đấng làm nên mọi sự, tôi chỉ biết dâng lời cảm tạ và tôn vinh danh Ngài là Cha Thiên Thượng của chúng ta.

Bất Kỳ Điều Gì Chúng Ta Cầu Nguyện Với Hy Vọng

Châm ngôn 29:18 nói rằng, *"Đâu thiếu sự mặc thị, dân sự bèn phóng tứ; Nhưng ai giữ gìn luật pháp lấy làm có phước thay."* Sự mặc thị đó là những gì Đức Chúa Trời cho chúng ta biết qua các tiên tri của Ngài. Nếu chúng ta không có sự mặc thị, chúng ta sẽ sống phóng túng, ấy là chúng ta sẽ không gìn giữ luật pháp Chúa, mà làm theo ý riêng mình, rồi đi vào con đường hủy diệt.

Đương khi tôi kiêng ăn cầu nguyện 40 ngày, ngay trước khi mở hội thánh. Chúa đã cho tôi thấy những giấc mơ và khải tượng. *Chúa đồng hành cùng chúng ta cả về ý chí lẫn công việc vì sự ưa thích của Ngài.* Ngài cho tôi thấy những giấc mơ và hướng dẫn tôi. Tôi cầu nguyện rất nhiều với Chúa rằng một khi mở hội thánh, Ngài sẽ cho hội thánh chúng tôi dự phần vào sứ mạng truyền giáo toàn cầu, và là hội thánh được Ngài yêu mến.

Để hoàn thành sứ mạng truyền giáo ra thế giới, trước hết chúng tôi phải gây dựng nhân sự. Tôi đã phải xây dựng rất nhiều lãnh đạo là những người ngay thẳng trước mặt Chúa, không chỉ được sử dụng cho sứ mạng truyền giáo trong nước mà còn được sai phái ra hải ngoại nữa. Tôi cầu nguyện để xây dựng được thật nhiều mục sư xuất sắc. Hồi còn ở trường thần học, những sinh viên thần học bấy giờ chỉ lau dọn nhà tắm của hội thánh, lên bản tin vắn hàng tuần, và làm mọi công việc khó nhọc của mục sư và tín hữu hội thánh. Nhưng thường thì họ chẳng được khen ngợi gì. Nếu có phạm lỗi lầm, họ bị các ông mục sư quở trách thậm tệ, và có thể bị đuổi ra khỏi hội thánh. Tôi rất lấy làm tiếc khi nhìn thấy những sinh viên thần học bị rơi vào tình cảnh như vậy. Sau khi mở hội thánh, tôi tài trợ học phí và chi phí sinh hoạt cho sinh viên thần học trong hội thánh chúng tôi. Tôi muốn giúp đỡ họ hầu cho lòng họ khỏi vướng bận với thế gian, để được trưởng dưỡng thành những mục sư đầy quyền năng. Chúa cảm động lòng tôi để dấy lên nhiều mục sư. Nhưng vì tình trạng tài chánh của hội thánh chưa được khá giả, nên việc nầy chẳng dễ đối với chúng tôi. Đôi khi những anh chị em có trách nhiệm về tài chánh trong hội thánh cũng đâm ra phiền lòng. Tôi thuyết phục họ và cố giúp họ hiểu về công việc để họ an tâm.

Song, để hoàn thành sứ mệnh truyền giáo ra thế giới, tôi cũng cần một đội ngợi khen đầy ơn, tôi cầu nguyện trong khải tượng về điều nầy. Khi tôi kiêng ăn trong 40 ngày, tôi thấy những đội ngợi khen hướng dẫn ngợi khen thờ phượng trong mỗi buổi nhóm. Mọi khi, tôi xin Chúa, "Lạy Chúa, khi con mở hội thánh, xin cho con nhiều đội ngợi khen tuyệt vời." Bởi đức tin, tôi ngửa trông điều nầy. Sau đó, tôi xin Chúa không chỉ đội ngợi khen mà còn một đội hợp ca để tôn vinh Chúa nữa. Như 1Sử Ký 23:5 đã nói, *"Bốn ngàn người ngợi khen Đức Giê-hô-va bằng nhạc khí của Đa-vít đã làm đặng ngợi khen."* Chúng ta thấy có bốn ngàn người dùng nhạc khí để ngợi khen trong Đền Thờ Đức Chúa Trời. Thi Thiên 150 khuyên chúng ta hãy thổi kèn, gảy đàn sắt đàn cầm, hãy đánh trống cơm, gảy nhạc khí bằng dây và thổi sáo, hãy dùng chập chỏa dội tiếng, mã la kêu rền mà ngợi khen Ngài!

Khi tôi cầu nguyện xin Chúa một đội hợp ca, tôi đã chờ đợi

sự chỉ dạy của Chúa hằng nhiều năm. Chúa đã kêu gọi nhiều nhạc công chuyên nghiệp, chuyên nhiều loại nhạc cụ khác nhau. Chúa cho họ được trưởng dưỡng trong lời sự sống, cảm động lòng họ để họ thấy giấc mơ. Thông thường những nhạc sĩ có những nhân cách rất đặt biệt, việc người ta sẽ tận hiến bản thân cũng như những gì họ đã học được để tôn vinh Đức Chúa Trời là điều không dễ làm. Nhưng, có rất nhiều nhạc sĩ chuyên nghiệp là những người chỉ muốn tôn vinh Đức Chúa Trời với lòng cảm tạ về những ân sủng của Ngài, và họ đã thành lập một đội hợp ca. Đó là Đội Hợp Ca Nissi. Ngày mồng một, tháng ba, 1992, chúng tôi tổ chức lễ thành lập, từ đó họ rất năng động trong hiệp hội các hội thánh. Họ đã tham gia trong Chiến Dịch Khải Hoàn được tổ chức ở Quảng Trường Yoido, các buổi hòa nhạc khác do các hội thánh tổ chức, và những buổi hòa nhạc từ thiện khác trong cũng như ngoài Hàn Quốc.

Chúa cũng ban cho tôi những đội đồng ca rất xinh đẹp. Hiện nay, chúng tôi có hơn 20 đội ngợi khen, họ dâng vinh hiển lên Chúa với sự ngợi khen không chỉ ở Hàn Quốc mà còn nhiều quốc gia khác.

Hãy Đánh Trống Và Nhảy Múa Để Ngợi Khen Ngài

Giấc mơ hoàn thành sứ mệnh truyền giáo ra thế giới dẫn đến việc thành lập không chỉ đội ngợi khen mà còn đội nhảy múa nữa. Tôi suy gẫm lời Chúa để tìm xem kiểu thờ phượng nào làm Cha vui lòng. Tôi nhận thấy được điều nầy qua những gì Đa-vít đã nói. Đa-vít đã nhảy múa trong sự vui mừng tràn đầy khi Hàm Giao Ước của Đức Giê-hô-va trở lại với mình (2Sa-mu-ên 6:12-23). Nhưng Mi-canh, vợ người, khinh bỉ người trong lòng và chê trách người. Đa-vít đáp với Mi-canh rằng, *"Ấy là tại trước mặt Đức Giê-hô-va, là Đấng đã chọn lấy ta làm hơn cha nàng và cả nhà người, lập ta làm vua chúa Y-sơ-ra-ên, là dân của Đức Giê-hô-va; phải, trước mặt Đức Giê-hô-va, ta có hát múa"* (2Sa-mu-ên 6:21). Mi-canh là người đã khinh chê Vua Đa-vít nhảy múa trước mặt Đức Chúa Trời, bà bị rủa sả và bị son sẻ. Điều rõ ràng đối với chúng ta là, thà làm theo lời Chúa để đẹp lòng Ngài hơn là e sợ những lời người ta.

Họ Nhún Nhảy, Diễn Trò Phù Thủy!

Vào tháng ba, năm 1986, chúng tôi thành lập 'Đội Múa Thánh Nhạc.' Đội nầy sẽ tôn vinh Chúa với điệu múa truyền cảm được thực hiện theo những bài hát ngợi khen, nhằm khiến người xem có những hy vọng về nước thiên đàng. Danh hiệu 'Đội Múa Theo Thánh Nhạc' được đổi thành đội 'Nghệ Thuật Truyền Giáo.'

Ngày nay, văn hóa nhảy múa Cơ Đốc Nhân trở nên rất quen thuộc nhờ vào sự trợ giúp của nhiều phương tiện, nhưng vào thời đó thì rất hiếm. Hội thánh chúng tôi thành lập 'Uỷ Ban Ngợi Khen.' Họ tổ chức nhiều sự kiện và dấy lên nhiều ca sĩ, vũ công, và diễn viên chuyên nghiệp. Nhưng vì hội thánh chúng tôi phát triển rất nhanh chóng, một số người đã đem lòng ganh ghét, để rồi đồn ra những tin giả dối và bịa đặt. Từ đó, có lời đồn rằng, "Họ nhún nhảy trò phù thuỷ, múa may trong mọi lễ thờ phượng!" Trông thật kỳ quặc. Hàng năm chúng tôi chuẩn bị thực hiện các tiết mục múa cho nhiều sự kiện đặc biệt hay các buổi tiệc thánh, đội múa chúng tôi trình diễn trước hội chúng. Nhưng có vài lời đồn thất thiệt tung ra rằng chúng tôi đã bị các ác linh nắm giữ và múa may trong mọi buổi thờ phượng.

Bất chấp những lời đồn đại thất thiệt nầy, 'Đội Múa Thánh Nhạc' chúng tôi đã được mời đến Chiến Dịch Liên Minh Soviet Halleujah 1991 của mục sư Hyeon Gyoon Shin. Đây là lần đầu họ thực hiện một sự trình diễn mang tính quốc tế, dâng vinh hiến lên Chúa bằng các điệu múa đầy sức truyền cảm của mình. Từ đó, qua các tiết mục múa, họ được nhiều người trong nước cũng như ngoài nước yêu mến và hâm mộ. Hiện nay họ vẫn đang tiếp tục chức vụ tôn vinh Chúa của mình.

Phát Hiện Tài Năng

Hiện tại, trong hội thánh có nhiều đội trình diễn nghệ thuật. Tài năng của họ được lớn lên trong Chúa và rất năng nổ trong chức vụ của mình. Vào ngày mồng một tháng 6, 1991, một trong những đội nghệ thuật của hội thánh chúng tôi tham gia 'Thi Thánh Nhạc Quốc Gia Lần Thứ 10' do tập đoàn phát thanh viễn đông tổ chức, đội chúng tôi đã đoạt giải Quán Quân. Vào ngày 17 tháng 6, 1995, trong kỳ thi lần thứ 14, 'Tiếng Vang Đội Đồng Ca Sự Sáng' của hội thánh chúng tôi đã giành giải Quán Quân. 'Tiếng Vang Đội Đồng Ca Sự Sáng, lúc đó gồm 3 thành viên, một trong 3 thành viên đó là Soojin, con gái thứ ba, cũng là con út của chúng tôi. Chúa đã kêu gọi Soojin hầu việc Ngài từ khi em còn bé, Soojin đã tốt nghiệp khóa thần học và đang là mục sư phục vụ tại hội thánh.

Ngày 17 tháng tư, 1993, có một buổi hòa nhạc Cơ Đốc Nhân dành cho những trẻ em là chủ của gia đình, đội Đồng Ca Nissi của chúng tôi cũng được mời đến trình diễn ở đó. Trong năm đó, đội Đồng Ca Nissi, cùng với 'Đội Nghệ Thuật Truyền Giáo' cùng các đội ngợi ken khác được mời đến biểu diễn tại 'Buổi Thờ Phượng Đặc Biệt dành cho Công Cuộc Truyền Bá Phúc Âm của những nhà Khởi Xướng,' được tổ chức tại phòng hội nghị của Văn Phòng Công Chúng của Những Nhà Khởi Xướng Hàng Đầu. Vào ngày 6 tháng 11, 1993, đội 'Ca Sĩ Pha Lê' của chúng tôi đã tham dự vào cuộc 'Thi Thánh Nhạc Quốc Gia Lần Thứ Tư' do Hệ Thống Truyền Thanh Cơ Đốc Nhân tổ chức và đã đoạt Giải Vàng.

Hợp Tác Chức Vụ Giữa Hiệp Hội Các Hội Thánh

Sự Biến Đổi Và Phát Triển của năm 93-94

Vì dân sự hội thánh chúng tôi đã tham gia công việc tình nguyện của rất nhiều sự kiện do giới Cơ Đốc Nhân tổ chức, rất nhiều tổ chức muốn trao cho tôi những địa vị cao. Nhưng vì có nhiều mục sư là những thâm niên chức vụ hơn tôi, và vì tôi cũng chỉ muốn trợ giúp họ từ phía sau hậu trường, tôi không muốn nhận những địa vị mà họ trao cho. Tôi đã nhiều lần từ chối, nhưng e rằng họ cho tôi kêu ngạo khi từ chối quá nhiều lời đề bạt, tôi yêu cầu họ hạ địa vị xuống một bậc và sau đó tôi nhận lời. Trong nhiều sự kiện, nếu tên tôi có ghi sẵn trên ghế, thì tôi phải ngồi đó, bèn không có vậy, tôi luôn ngồi dãy sau cùng. Tôi rất ngại khi ngồi vào vị trí trung tâm, trong khi chung quanh tôi là những mục sư cao niên hơn chức vụ hơn tôi. Tôi thấy rất thỏa mái khi ngồi vào dãy ghế sau cùng. Hiện nay, tôi vẫn chú trọng vào lời Chúa và sự cầu nguyện hơn là những hoạt

Tại Chiến Dịch Bùng Nổ Đức Thánh Linh Toàn Cầu

Chuyến dịch truyền bá phúc âm của những nhà khởi xướng

Buổi hòa nhạc trong nhà tù

Mục Sư Tiến Sĩ Jaerock Lee giảng tại Buổi Nhóm Kiêng ăn Cầu Nguyện Cứu Quốc

Chiến Dịch Seoul Hallelujah (tại Hội Thánh Manmin)

Chiến Dịch Khải Hoàn Vì Sự Tái Thống Nhất Đất Nước Hàn Quốc (Tại Yeoido)

động bên ngoài. Nên trong nhiều trường hợp, các phụ tá mục sư, trưởng lão của hội thánh đã tham gia sự kiện thay tôi. Vì tôi khó hòa nhập với đám đông, nên không dự đại hội nhiều, và cũng ít quan hệ với những mục sư khác, có thể một số người ngoài cuộc không hiểu rõ về tôi, cho rằng tôi là kẻ kêu ngạo. Nhưng hễ khi nào có sự thỉnh cầu về sự hợp tác trong một số sự kiện liên hiệp giữa các hội thánh, tôi đều giúp đỡ hết mình để sự kiện đó được thành công.

Vào ngày 21 tháng 6, 1993, tôi cầu nguyện đặc biệt cho sự kiện 'Vận Động Toàn Quốc Đi Xe Đạp và Đại Chiến Dịch Imjingak vì sự Tái Thống Nhất Đất Nước.' Đội Hợp Ca Nissi, đội đồng ca, và những tình nguyện viên của hội thánh chúng tôi đã đến tham gia. Cũng năm ấy, từ 18 đến 21 tháng 10, Chiến Dịch Truyền Bá Phúc Âm Khu Vực Seoul đang trong tiến trình chuẩn bị cho Đại Chiến Dịch Khải Hoàn Tái Thống Nhất Đất Nước được tổ chức tại hội thánh chúng tôi. Bốn mục sư nổi danh tại Hàn Quốc làm diễn giả, họ nhấn mạnh rằng chúng tôi sẽ tái thống nhất đất nước bằng phúc âm. Vào ngày 24 tháng 11 cùng năm, tôi được mời làm diễn giả cho Buổi Nhóm Cầu Nguyện Tái Thống Nhất Đất Nước được tổ chức tại Núi Cầu Nguyện Haneolsan. Tôi chia sẻ sứ điệp và cầu nguyện cho những người tham dự, và có rất nhiều công việc chữa lành đã xảy ra.

Tôi cũng chú tâm đến Sứ Mệnh Khai Sáng cho những người đang trong tù hoặc vừa mãn hạn tù trở về. Ngày 28 tháng hai, 1994, lần thứ hai, 'Chiến Dịch Và Chức Vụ Xây Dựng Quốc Gia Công Chính của ủy Ban Cơ Đốc Nhân Hàn Quốc' được tổ chức tại Hội Thánh Trưởng Lão Myung Sung, dưới sự chỉ đạo của ủy Ban Xây Dựng Quốc Gia Của hiệp Hội Cơ Đốc Nhân, với chủ đề, "Lời Chúa, Tình Yêu, Và Sự Gây Dựng." Tôi là một trong những đồng chủ tịch của hiệp hội đó, tôi chịu trách nhiệm đọc phân đoạn Kinh Thánh. Các đội ngợi khen và Hợp Ca Nissi cùng các đội múa đã dự phần vào chiến dịch vì sự vinh hiển của Đức Chúa Trời. Ngày 24 tháng ba năm ấy, nhân lễ kỷ niệm lần thứ 40 hàng năm của Hệ Thống Phát Thanh Cơ Đốc Nhân (CBS), 'Lễ Hội Sứ Mệnh Đồng Ca lần thứ 11' được tổ chức tại sảnh đường chính của Trung Tâm Sejong. Đội đồng ca và Hợp Ca Nissi của chúng tôi đã tham gia trình diễn trong lễ hội nầy. Ngày 20 tháng 6, 1994, 'Đại Chiến Dịch Imjingak vì sự Tái Thống Nhất Đất Nước' do Hội Đồng Trung Tâm Truyền Giáo Thế Giới tổ chức, lúc đó mục sư Hyeon Gyoon Shin làm chủ tịch, tôi chịu trách nhiệm trong phần cầu nguyện đại diện.

Ông mục sư chủ tọa Hyeon Gyoon Shin rao giảng dưới đề tài ' Con Đường Tái Thống Nhất Đất Nước qua Phúc Âm,' kêu gọi các hội thánh hiệp một trong tinh thần phi hệ phái. Hàng trăm thành viên ở hội thánh chúng tôi đã tình nguyện tham gia vào các công việc như đồng ca, hợp ca, giữ gìn trật tự và điều khiển giao thông. Từ 20 đến 22 tháng 6, Đại Chiến Dịch Truyền Bá Phúc Âm Thế Giới Khu Vực Trung Tâm Seoul vì sự Tái Thống Nhất Đất Nước đã được tổ chức tại hội thánh chúng tôi, do mục sư Homun Lee làm diễn giả.

Ngày 14 tháng 7, 'Đại Chiến Dịch Thánh Linh Seoul 1994' do mục sư Jongjin Pee, chủ tịch đại diện tổ chức tại Nhà Thi Đấu Thể Thao Olympic. Reinhard Bonnke rao giảng sứ điệp, tôi cầu nguyện chúc phước. Mồng 5 tháng 9 cùng năm, tôi tham gia 'Chiến Dịch Nữ Lãnh Đạo Cơ Đốc Nhân' được tổ chức tại Nhà Thi Đấu Thể Thao Olympic, do ủy Ban Chiến Dịch Khải Hoàn Tái Thống Nhất Đất Nước chỉ đạo, và tôi đã tham gia tường thuật lại lịch sử của tổ chức.

Chuyến Viếng Thăm Dinh Thự Tổng Thống 'Blue Hose' và Chiến dịch Khải Hoàn

Ngày 29 tháng 7, 1995, với tư cách là chủ tịch thường trực của Uỷ Ban Tái Thống Nhất Đất Nước & Phong Trào Liên Hiệp Truyền Bá Phúc Âm, tôi đã cầu nguyện đặc biệt trong buổi 'Nhóm Kiêng Ăn Cầu Nguyện cho Quốc Gia và Dân Tộc'. Cũng vào ngày 12 tháng 8, 1995, mười mục sư là những lãnh đạo của 'Chiến Dịch Khải Hoàn Tái Thống Nhất Đất Nước Trong Hòa Bình' nhân kỷ niệm hàng năm lần thứ 50 ngày Hàn Quốc độc lập, tôi được mời đến dinh thự tổng thống Blue House. Nghe nói chúng tôi sẽ có một giờ để nói chuyện và để nghị với tổng thống. Ngày trước đó, tôi cầu nguyện cùng Chúa để biết những điều cần nói với tổng thống. Nhưng không thấy Chúa đáp lời. Tôi cầu nguyện cho cuộc gặp gỡ nầy, nhưng chẳng nghe thấy gì từ Đức Thánh Linh. Thật là một điều khá khác thường vì chẳng có lời phán nào ra từ Đức Thánh Linh.

Lúc 11 giờ, buổi sáng ngày 12 tháng 8, chúng tôi có cuộc gặp gỡ tại Blue House, và tôi đã nhận biết được lý do tại sao lời cầu nguyện của tôi cho cuộc gặp gỡ nầy không được nhậm. Chúng tôi có cuộc họp với tổng thống Young Sam Kim, nhưng chúng tôi chẳng có một cơ hội nào để bàn chuyện hay để nghị. Ông tổng thống cứ nói liên tục từ đầu đến cuối cuộc gặp mặt. Chúng tôi chỉ biết cầu nguyện rồi trở về.

Chúng tôi đến quảng trường Yoido để tham dự Chiến Dịch Khải Hoàn Tái Thống Nhất Đất Nước trong hòa bình được khai mạc lúc 2 giờ chiều. Đến nơi, tôi thấy anh chị em trong hội thánh chúng tôi đang làm những công việc tình nguyện như điều khiển giao thông, đậu xe, giữ gìn trật tự nơi diễn đàn, và một số anh chị em khác trình diễn trong đội Hợp Ca Nissi.

Bí Quyết Của Việc Phát Triển Hội Thánh Là Gì?

Hy Vọng Và Khải Tượng Của Mục Sư Hyeon Gyoon Shin

Ngày năm tháng 12, 1994, tôi được mời đến 'Trung Tâm Huấn Luyện Truyền Giáo Phục Hưng' của Phong Trào Liên Hiệp Truyền Bá Phúc Âm Quốc Gia và chia sẻ sứ điệp tại đó, vào ngày 8 tháng 12, chương trình phát thanh đặc biệt lần thứ 4,500 của đài CBS với tựa đề 'Hãy Làm Mới Chúng Tôi', kỷ niệm lần thứ 40 hàng năm, được tổ chức tại hội thánh chúng tôi. Tôi chia sẻ sứ điệp với chủ đề 'Tiếng Nói Của Chân Lý', thúc giục đài phát thanh hoàn thành nhiệm vụ của một tiên tri thực thi công lý và hòa bình qua những sứ điệp được phát đi. Mục Sư Hyeon Shin là người rất yêu mến hội thánh chúng tôi. Nay ông đã qua đời, ông là tổ phụ của những nhà phục hưng Hàn Quốc, là một ngôi sao lớn trong giới Cơ Đốc Nhân Hàn Quốc hơn 40 năm. Ông rất mực yêu mến tôi và hội thánh chúng tôi. Ông bày tỏ hy vọng và khải tượng đối những hội thánh Hàn Quốc với những sứ điệp nhấn mạnh Đức Thánh Linh và sự tái thống nhất Hàn Quốc, ông có một khả năng hài hước tuyệt vời. Ông được nhiều người, kể cả các khác hệ phái, yêu mến. Vì ông biết tôi là nạn nhân của việc lạm quyền hệ phái, ông đã đến thăm hội thánh chúng tôi nhân lễ kỷ niệm vào tháng 10, 1992, và đã cầu nguyện chúc phước cho chúng tôi. Từ đó ông đến với chúng tôi trong nhiều dịp và nhiều buổi nhóm khác, và khích lệ chúng tôi với những sứ điệp đầy quyền năng.

Bí Quyết Của Việc Phát Triển Hội Thánh Là Gì?

Nhiều mục sư, kể cả tromg và ngoài nước, rất ấn tượng và cảm động bởi cung cách trọng thị và lịch thiệp của các thành viên hội thánh chúng tôi, họ thường hỏi tôi về bí quyết phát triển hội thánh. Người ta cứ hỏi tôi rằng, "Thưa mục sư, tôi chẳng thấy một sự tổ chức hay huấn luyện đặc biệt nào ở hội thánh ông, xin cho tôi biết bí quyết nào giúp ông phát triển hội thánh vậy? Làm sao để các tình nguyện viên có thể làm các công việc tự nguyện rất mực tử tế như vậy?" Tôi thật ra chẳng dạy họ điều gì. Chính họ hoàn thành công việc bởi ân điển của Chúa.

Có thể có nhiều quan điểm khác nhau về việc phát triển hội thánh. Một số mục sư nói rằng, "Chúa chỉ cho chúng tôi con số nhiều thành viên nầy," hoặc "Qui mô nầy là vừa đủ cho hội thánh chúng tôi." Kinh Thánh cho chúng ta biết rằng những hội thánh đầu tiên, là hội thánh được Chúa ưa thích, có số người được cứu tăng lên hằng ngày. Vì cớ ý muốn của Đức Chúa Trời là mọi người đều được cứu rồi (1 Ti-mô-thê 2:4), các hội thánh đầu tiên đã làm theo ý chỉ của Chúa, đã có số tín hữu tăng lên mỗi ngày (Công vụ 2:47). Nếu tôi nghe có hội thánh nào đang phát triển, tôi hết sức vui mừng. Vì mỗi hội thánh đều được thiết lập bởi chính huyết Chúa chúng ta, tôi cầu nguyện cho hội thánh và mục sư đó.

Ngày 23 tháng hai, 1995, Thông Công Cầu Nguyện giữa các Mục Sư Hàn Quốc tổ chức Hội Nghị Mục Sư Quốc Gia lần thứ 149 tại hội thánh chúng tôi. Khoảng 1,000 mục sư tham dự. Tôi giảng về bí quyết phát triển hội thánh. Đồng thời vào năm 1996, tại hội nghị mục sư Hawaii và hội nghị mục sư Argentina, tôi đã giảng về một số yếu tố cốt lõi của việc phát triển hội thánh.

Thứ Nhất, Mục Sư Và Hội Thánh Phải Nhận Được Tình Yêu Từ Chúa

Châm Ngôn 8:17 nói rằng, *"Ta yêu mến những người yêu mến ta, phàm ai tìm kiếm ta sẽ gặp ta."* Để tỏ lòng yêu Chúa, (1Giăng 5:3). có chép, *"tức là chúng ta vâng giữ điều răn Ngài."* Chúa Jêsus cũng đã phán rằng, *"Hễ ai có các điều răn ta và vâng giữ chúng, ấy là những kẻ yêu mến ta. Và ai yêu mến ta, ắt Cha ta sẽ yêu mến người, và ta sẽ yêu mến người và sẽ tỏ chính ta cho người."* (Giăng 14:21).

Thứ Nhì, Chúng Ta Phải Cầu Nguyện

Để thi hành chức vụ thành công, chúng ta phải mặc lấy quyền năng Đức Chúa Trời từ trên cao qua sự cầu nguyện. Các bậc gia trưởng đức tin là những người hoàn thành ý chỉ của Chúa, đều là những chiến binh cầu nguyện. Các sứ đồ trong thời những hội thánh đầu tiên nói rằng, "Còn chúng tôi luôn cầu nguyện không thôi và làm theo thiên chức của lời Chúa." Họ giao tất cả các công việc giúp đỡ, chăm sóc trong hội thánh cho các trợ tế, họ chỉ chú tâm vào lời Chúa và sự cầu nguyện. Khi cầu nguyện, chúng tôi phải quặn thét, kêu cầu với tất cả tâm chí và sức lực mình (Giê-rê-mi 33:3). Trong Sáng Thế 3:17, Đức Chúa Trời phán cùng A-đam, là người đã phạm tội, *"Trọn đời ngươi phải chịu khó nhọc mới có vật đất sanh ra để mà ăn."* Chỉ khi nào người ta làm lụng khó nhọc đổ mồ hôi thì mới có thể thu hoạch được vụ mùa, ngay trong sự thiêng liêng, lời cầu nguyện của chúng ta chỉ có thể được nhậm khi chúng ta cầu nguyện với tất cả tấm lòng và đổ mồ hôi trán. Ngày nay, hàng ngàn tín hữu đến hội thánh cầu nguyện hàng đêm. Điều tương tự cũng diễn ra như vậy tại nhiều hội thánh địa phương, hội thánh thành viên, và tại các tư gia trên toàn cầu.

Thứ Ba, Chúng Ta Phải Có Đức Tin Thiêng Liêng

Đức tin ở đây là đức tin được ban cho từ nơi cao, khiến chúng ta có thể thật sự tin tưởng trong lòng. Là thứ đức tin biến sự không có trở nên có, với đức tin nầy thì không sự gì là không thể. Chúng ta không thể có loại đức tin nầy bằng sự hiểu biết về Kinh Thánh như một thứ kiến thức hoặc chỉ là một Cơ Đốc Nhân lâu năm. Đây là đức tin được Chúa ban cho từ nơi cao, nó chỉ dành cho những ai làm theo lời Đức Chúa Trời. Kinh Thánh nói rằng đức tin không có việc làm là đức tin chết. Chỉ khi nào chúng ta cầu nguyện với loại đức tin thiêng liêng nầy thì bất kỳ lời cầu nguyện của chúng ta cũng sẽ được nhậm, như có nói trong Ma-thi-ơ 21:22, *"Trong khi cầu nguyện, các ngươi lấy đức tin xin việc gì bất kỳ, thảy đều được cả."* Lời cầu nguyện cho việc phát triển hội thánh của chúng ta cũng sẽ được nhậm nữa.

Thứ Tư, Chúng Ta Phải Nghe Được Tiếng Phán Và Nhận Được Sự Chỉ Dẫn Của Đức Thánh Linh

Đức Thánh Linh ngự trong lòng con cái Đức Chúa Trời là những kẻ được cứu, và Đức Thánh Linh chỉ dẫn chúng ta theo ý muốn của Đức Chúa Trời. Nếu chúng ta nghe được tiếng phán và nhận được sự hướng dẫn của Đức Thánh Linh một cách rõ ràng, chúng ta sẽ có thể nhìn rõ con đường phát triển của hội thánh. Hầu cho có thể nghe được tiếng phán của Đức Thánh Linh, trên hết mọi sự, chính bản thân người mục sư phải chiến đấu chống lại tội lỗi, mang chúng đến chân thập tự là nơi Chúa đổ huyết, và quăng xa mọi bổn tánh độc dữ trong lòng. Đây là cách mà con người sẽ bẻ gãy mọi tư tưởng xác thịt và rập khuôn suy nghĩ của trí óc, là những thứ nghịch lại và là kẻ thù của Đức Chúa Trời. Ngay cả khi lời Chúa không hòa hợp với những điều chúng ta nghĩ và tin, chúng ta cũng phải làm theo lời của Ngài.

Thứ Năm, Chúng Ta Phải Noi Gương Theo Những Hội Thánh Đầu Tiên

Trong sách Công Vụ, các hội thánh đầu tiên đã làm chứng về sứ điệp của thập tự giá. Họ thực hiện lời Chúa và đã bày tỏ rất nhiều dấu kỳ phép lạ. Vì đã có rất nhiều công việc đầy quyền năng của Chúa đã xảy ra qua các sứ đồ, nhìn thấy những phép lạ, nhiều người đã tin nhận phúc âm, và hội thánh đã phát triển rất nhanh chóng.

Sứ Mệnh Trong Nước Và Hải Ngoại Ở Mức Độ Toàn Vẹn

Khởi Sự Sứ Mệnh ở Châu Phi

Tháng giêng, 1994, Mục Sư Charles Macom của Hội Thánh Ngũ Tuần Tanzania đến thăm hội thánh chúng tôi. Ông ta được cảm động bởi sứ điệp, khi về nước, ông đã rất ấn tượng về hội thánh chúng tôi. Từ ngày 4 đến ngày 6 tháng 7, 1994, tôi nói chuyện trong 'Hội Nghị Lãnh Đạo Hội Thánh Châu Phi' do Liên Hiệp Hội Thánh Ngũ Tuần Tanzania tổ chức, tại Dar Es Salaam, thành phố thủ đô của Tanzania. Tôi rất đau lòng khi nhìn thấy nhiều người sống ở Châu Phi phải chịu khốn khổ với nghèo khó và đủ thứ bệnh tật kể cả AIDS, vì tôi biết rằng mọi người đều được giải phóng khỏi mọi sự rủa sả và sống một cuộc sống khỏe mạnh kể cả về vật chất lẫn tinh thần nếu họ sống trong lời Chúa.

Trong kỳ hội nghị nầy, Chúa đã tỏ cho chúng tôi rất nhiều sự kỳ diệu. Khi đội chúng tôi đến Tanzania, những mục sư địa phương nói rằng, "Thưa mục sư, chúng tôi thấy rất lạ. Thời gian nầy là lúc ở chúng tôi không có mưa, nhưng ngay trước lúc ông đến, thì trời lại đổ mưa, và bấy giờ thời tiết rất trong sạch, không có chút bụi nào. Chúng tôi thấy Chúa nắm quyền điều khiển trên thời tiết nữa." Từ hôm đội chúng tôi đến sân bay cho đến ngày về, Chúa luôn che chở nơi nào chúng tôi bằng những đám mây giữa những ngày nắng nóng, ban đêm, Chúa cho mưa xuống nên thời tiết rất dễ chịu. Để cho các lãnh đạo hội thánh có đức tin đích thực, tôi giảng về 'Sứ Điệp Thập Tự Giá.' Họ đã hiểu được lời Chúa và cảm nhận sự sống trong đó, họ phản ứng lại bằng giai điệu rập ràng, với những tràng vỗ tay và các điệu nhảy múa. Tôi thấy họ vô tư như trẻ con. Nhiều người thừa nhận rằng đức tin của họ đã được đổi mới, họ lấy lại sự tin chắc và đức tin như những mục sư.

Sau hội nghị, tôi đến bộ tộc Masai ở Tanzania. Tộc trưởng cùng nhiều dân làng ra chào đón chúng tôi. Khi có khách đặc biệt, họ thường thết đãi bằng huyết bò. Nhưng vì biết rằng Chúa cấm ăn, uống huyết, nên họ đã mời chúng tôi uống cola.

Để hun đúc đức tin trong họ, tôi làm chứng về chính tôi đã

Tại một ngôi làng của bộ tộc Masai

gặp gỡ Chúa như thế nào. Lời chứng đó được dịch sang tiếng Anh, Swahili, và tiếng Masai một cách liên tục. Mục sư, Tiến sĩ Myongho Cheong dịch sang tiếng Anh. Trước khi bước vào chức vụ, ông từng là giáo sư Văn Học Anh tại trường Đại Học Hoseo. Sau đó ông có tâm ý cho sứ mệnh truyền giáo tại Châu Phi, và đã thiết lập một trung tâm truyền giáo tại Nairobi, Kenya. Hiện nay, Mục sư, Tiến sĩ Myongho Cheong đang giảng dạy về Phúc Âm Thuần Khiết Năm Mặt cho 54 quốc gia tại Châu Phi để đánh thức tâm linh họ.

Nhật Bản, Một Mảnh Đất Cằn Cỗi Phúc Âm

Cũng năm nầy, cánh cửa truyền giáo đến Nhật Bản được mở ra. Từ ngày 5 đến 8 tháng 11, 'Đại Hội Sứ Mệnh Phục Hưng' được tổ chức tại sân bóng chày, đây là sân vận động lớn nhất ở Nhật Bản, 'Đội Múa Hàn Quốc' của hội thánh chúng tôi đã trình diễn hết sức truyền cảm và duyên dáng, đã cảm động được tấm lòng những người Hàn sống ở Nhật đến tham dự. 'Đội Múa Hàn Quốc' cũng đã được mục sư Hyeongyoon Shin mời đến biểu diễn tại 'Chiến Dịch Trung Hoa & Nhóm Cầu Nguyện Tái Thống Nhất Đất Nước Tại Núi Baekdu' vào tháng 7 cùng năm.

Vào tháng 7, 1994, mục sư Seungkil Ryu được phái đến Nhật Bản làm giáo sĩ, và đây là khởi đầu sứ mệnh của chúng tôi tại Nhật Bản. Từ 22 đến 23 tháng 11, 1994, chúng tôi mở một chiến dịch tại Trung Tâm Văn Hóa Ganae, Ida, Nhật Bản, với khoảng 1,000 người đến dự, dưới chủ đề, 'Xin Lửa Thánh Linh Hãy Đổ Xuống' do Hội Thánh Ida tổ chức (do Yoshikawa Noboru làm mục sư) và được nhiều hội thánh tại Ida ủng hộ. Tôi rao giảng sứ điệp với chủ đề, 'Chứng Cứ Lịch Sử Của Sự Sống Lại', và thúc giục những người đến dự tin chắc về sự sống lại của Chúa Jêsus để có một đời sống Cơ Đốc Nhân với hy vọng phục sinh. Ngày thứ hai, tôi giảng đề tài làm sao để gặp được Đức Chúa Trời hằng sống. Sau sứ điệp, tôi cầu nguyện cho người bệnh, rất nhiều dấu hiệu về công việc nóng cháy của Đức Thánh Linh đã xảy ra. Tôi chỉ biết dâng lời tạ ơn Chúa. Mục sư Yoshikawa Noboru, chủ tọa chiến dịch nầy đã nói rằng, "Nhiều tín đồ người Nhật được cảm động bởi những sứ điệp thánh sâu sắc của Ms, Ts Jaerock Lee, và đây là sự hiếm thấy ở Nhật Bản. Rất nhiều tín đồ người Nhật cho rằng công việc chữa lành chỉ xảy ra vào thời Chúa Jêsus. Nghe sứ điệp được rao ra từ Ms, Ts Jaerock Lee với quyền năng từ Chúa, nhiều người được chữa lành và nhân đó gặp gỡ được Chúa."

Tôi còn nhớ có một bệnh nhân được chữa lành trong chiến dịch nầy. Tên anh ta là, Yoshizawa Motohia. Anh là một kỹ sư máy ép, trong một vụ tai nạn nghề nghiệp, anh phải chịu phẫu thuật trên lưng, do những hậu quả sau phẫu thuật, anh đi lại rất khó khăn, anh đã tham dự chiến dịch nầy trong sự đau đớn dữ dội đó. Ngày đầu tiên, sau khi nghe sứ điệp, anh đã bắt đầu có đức tin. Ngày hôm sau, anh đến chỗ khách sạn tôi ở để nhờ cầu nguyện. Tôi đã khẩn thiết cầu nguyện cho anh, cơn đau của anh đã dứt, và lưng còng của anh đã được thẳng lại.

Lời Cầu Nguyện Của Những Cặp Vợ Chồng Vô Sinh Được Nhậm

Tháng hai 1991, chúng tôi tổ chức nhóm phục hưng để kỷ niệm sự kiện chuyển đến hội thánh mới, với chủ đề 'Khi Linh Hồn Các Ngươi Được Sung Mãn.' Tôi giảng 15 sứ điệp trong hai tuần, và tôi tổ chức những buổi nhóm đặc biệt dành cho người bệnh.

Chúng tôi bắt đầu Hai Tuần Đại Hội Phục Hưng Đặc Biệt trong năm 1993. Hai tuần lễ đầu của kỳ Đại Hội Phục Hưng Đặc Biệt được tổ chức vào tháng 5, với chủ đề 'Tội Lỗi, Sự Công Chính, Và Sự Phán Xét' (Giăng 16:8). Được nghe sứ điệp mỗi ngày hai lần, sáng và tối, thế nào là tội lỗi, công chính, và phán xét, những người đến dự đã nhận biết được bức tường tội lỗi của họ trước mặt Chúa. Họ nhìn lại mình mà ăn năn, nước mắt đổ ra ràn rụa trên má họ. Họ phá đổ bức tường tội lỗi trước Chúa và kinh nghiệm được rất nhiều công việc chữa lành.

Đến ngay cả việc đức tin là gì họ cũng chẳng biết, nhưng sau khi lắng nghe sứ điệp, họ bắt đầu kinh nghiệm về Đức Thánh Linh, hiểu được lời Chúa và biết cách cầu nguyện, và cố gắng sống theo lời Chúa. Rất nhiều người từ nhiều hội thánh khác nhau đến tham dự trong tinh thần phi hệ phái. Những tín đồ nhận được ân điển và được chữa lành trong kỳ nhóm phục hưng nầy, đã được đổ đầy Thánh Linh, và trở về phục vụ hội thánh họ càng thêm sốt sắng hơn. Nhiều người được chữa lành khỏi bệnh ung thư tử cung và ung thư dạ dày bởi Lửa Thánh Linh. Có rất nhiều lời làm chứng, kể cả những người được phục hồi thính giác và mở ném dụng cụ trợ thính của họ, những phục hồi thị lực và đã quăng bỏ kính đeo của họ, và những kẻ vô sinh đã có thai.

Đặc biệt, có nhiều cặp vợ chồng cưới nhau hơn 5 năm, nhưng không thể có con, rất nhiều người trong họ được nhận lãnh ơn phước và mang thai. Vì có rất nhiều cặp vợ chồng vô sinh nhờ tôi cầu nguyện cho họ, trong buổi Nhóm Phục Hưng tối ngày 5 tháng 5, 1993, lúc đang cầu nguyện cho người bệnh, tôi công bố rằng, "Những kẻ vô sinh, hãy nhận phước và sinh con." Sau kỳ phục sinh đó, tôi nghe tin có rất nhiều cặp vợ chồng sinh con vào năm đến. Hiện nay có rất nhiều trẻ em được sinh vào lúc ấy đã học xong lớp mẫu giáo của Manmin trong cùng một năm.

Phải Sống Một Cuộc Sống Đầy Thách Thức Về Thân Thể Nhưng . . .

Chúng tôi tổ chức đại hội phục hưng đặc biệt lần thứ hai vào tháng 5, 1994, với chủ đề, "Ta Sẽ Làm Cho" (Giăng 14:13). Nhiều công việc đầy quyền năng của Đức Thánh Linh cũng đã xảy ra trong kỳ đại hội nầy. Nhiều người đến dự đã kinh nghiệm được sự chữa lành thiên thượng. Tôi muốn được nói về Heejin Park, là người lúc đó đang nằm viện sau một tai nạn giao thông rất nặng.

Heejin Park bị xe bốn bánh đụng phải trên đường đi làm về vào ngày 27 tháng 5, 1993. Cô bị hôn mê và phải đến bệnh viện. Nội tạng cô bị tổn thương nặng. Thương tích hầu như khắp cả người. Vì bị sai khớp xương đùi, khớp xương chậu và xương hông bị vẹo và sưng lên. Chân phải cô bị tê, mắt cá và các ngón chân cô không thể cử động được. Vì gân ống chân bị tê liệt, một chân cô trở nên ngắn hơn chân kia 5cm. Bác sĩ nói rằng cô ta phải sống tàn tật suốt cả cuộc đời còn lại.

Vào ngày 10 tháng 5, 1994, Heejin Park được sự đồng ý của bệnh viện để đến tham dự Hai Tuần Đại Hội Phục Hưng Đặc Biệt. Cô phải đi nạng, nhưng khi tôi từ trên bục giảng cầu nguyện cho cả hội chúng, công việc chữa lành đã xảy ra. Cái chân vẹo của cô được thẳng ra. Trước đây cô không thể ngáp hoặc há miệng được, nhưng giờ cô ngáp liên tục mà chẳng thấy đau đớn gì. Khi tôi cầu nguyện cá nhân cho cô, cô cảm nhận được Thánh Linh, và có thể tự bước đi được mà không cần đến nạng. Những tín hữu trong hội thánh nhìn thấy phép lạ nầy lòng tràn đầy vui mừng vỗ tay reo vui tôn vinh Đức Chúa Trời. Sau hai tuần, cô đến khám tại Bệnh Viện Đại Học Hanyang. Chân phải cô đã dài ra 5cm, và hai chân bấy giờ đã bằng nhau.

Cô ta được chữa lành và bước đi tại một buổi nhóm của Mục sư Jaerock Lee
Joanna Park phải sống tàn tật trong quảng đời còn lại
Cô ta đang làm chức vụ với một than thể khỏe mạnh

Có lần, một em bé sơ sinh dường
như không thể sống được, sinh
mạng em đã phục hồi cách lạ lùng.
Bà Trợ Tế Soonim Kim đã sinh non,
em bé chỉ cân được 1,2 kg. Bé phải
trong lồng nuôi trẻ bị đẻ non, nhưng
những động mạch gần tim của bé
bị vỡ, bé bị xuất huyết não và bị mù
mắt. Các bác sĩ nói rằng chứng xuất
huyết não của bé là không thể trị
được. Và nếu không phẫu thuật thì
em sẽ bị mù hoàn toàn, và ngay cả
khi phẫu thuật thành công, thị lực

của bé cũng chỉ có thể bằng một phần ba người bình thường.

Ngày 7 tháng 5, 1994, bác sĩ khuyên bố mẹ đưa em về, vì họ chẳng thể làm gì hơn. May thay, kỳ Đại Hội Phục Hưng đã diễn ra ngay thời điểm đó. Bà Trợ Tế Soonim Kim đã bế bé đến ngay hội thánh. Bé đang ở trong tình trạng rất nghiêm trọng. Sau khi phải khốn khổ với rất nhiều liệu pháp y học và sự tiêm chích, em chỉ còn cân được chưa tới một kilogram. Hầu như em không còn khả năng sống sót. Người bố hầu như đã bỏ cuộc.

Vào ngày 8 tháng 5, khi tôi khẩn thiết cầu nguyện cho bé, Đức Chúa Trời đã bắt đầu hành động. Hai đồng tử đã bị mờ, bắt đầu trở lại màu đen, thị lực bé trở lại bình thường. Bé cũng trở nên khỏe mạnh và có thể bú được bình sữa. Từ đó, em ngày càng hấp thụ được nhiều thức ăn hơn và lớn lên khỏe mạnh. Tên bé là 'Hama', hiện nay em đang học mẫu giáo, lớn lên xinh đẹp trong Chúa.

Một Người Bị Chứng Ngập Máu Não

Năm 1995, Hai Tuần Đại Hội Phục Hưng Đặc Biệt lần thứ ba được tổ chức với chủ đề 'Người Công Bình Sống Bởi Đức Tin.' Trong ngày cuối của kỳ lễ Phục Hưng, khi sự cầu nguyện đặc biệt cho người bệnh đang diễn ra, có sự náo động xảy ra phía trước cổng hội thánh, có một người được khiêng trên cáng đang đưa vào. Dường như được đưa đến bằng xe cứu thương. Ông đang trong tình trạng nguy kịch. Sau đó, tôi nhận ra đây là trưởng lão Moonki Kim, ông bị lâm bệnh ngập máu não. Mạch máu trong não ông bị vỡ.

Vợ ông là một mục sư. Bà đang làm chức vụ tại một hội thánh mới mở, bà đã từng tới lui hội thánh chúng tôi để nghe lời Chúa.

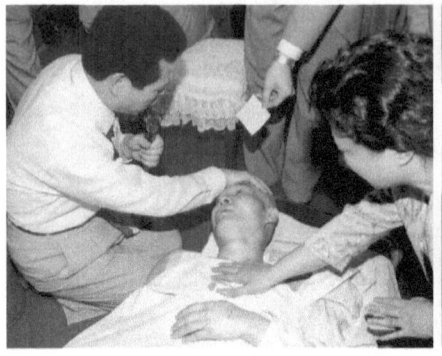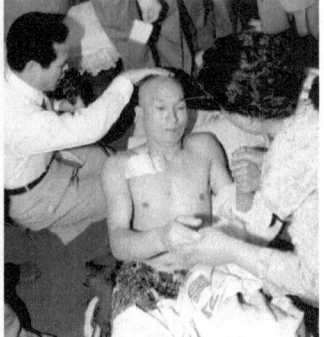

Bệnh nhân ngập huyết não ngồi dạy sau khi cầu nguyện

Khi người đàn ông nầy được đưa đến bệnh viện, các bác sĩ nói rằng cơ hội sống sót của ông là rất thấp. Vì bà mục sư biết kỳ Nhóm Phục Hưng đang diễn ra tại hội thánh chúng tôi, bà đã gọi xe cứu thương đưa ông nhà đến hội thánh để nhận sự chữa lành bởi đức tin.

Tôi đã cầu nguyện cho người bệnh đang bất tỉnh nầy, khi lời cầu nguyện vừa dứt, ông ta ngồi thẳng dậy. Thật giống như trong phim. Mọi người đang chứng kiến đều vỗ tay tôn vinh Đức Chúa Trời.

Được Chữa Lành Trước Khi Hai Tay Bị Cắt Bỏ

Trong kỳ đại hội nầy, bà trợ tế Sang-yi Lee là người có tám ngón tay đang bị thối rữa, nhưng bà đã được chữa lành sau khi sự cầu nguyện. Bà đã được chữa trị rất nhiều phương pháp kể cả châm cứu. Nhưng chẳng có kết quả. Bà cũng bị chứng viêm khớp, nhức nhối khắp người. Năm 1990, khi bà còn ở Seoul, bà

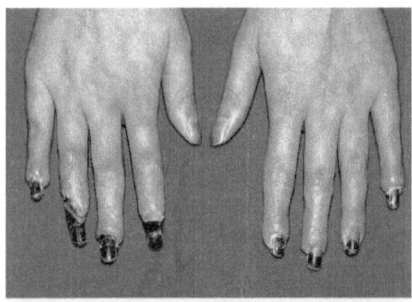

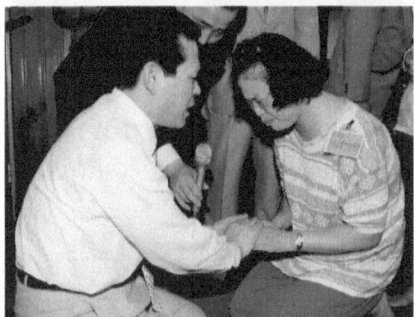

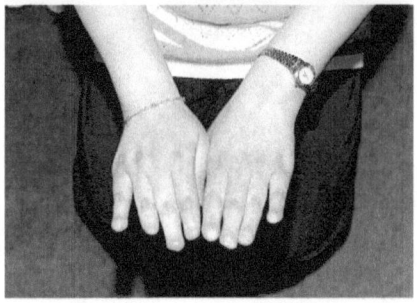

đã được giới thiệu đến tham dự cùng hội thánh chúng tôi được một thời gian, rồi sau đó trở về quê. Sau khi về quê, bà sống xa cách Chúa và lười biếng trong cuộc sống đức tin.

Năm 1993, cơ thể bà bắt đầu rút lại, cổ bà cứng đờ ra. Bà được chẩn đoán bị thấp khớp toàn thân, triệu chứng mỗi ngày một tệ hơn. Bà được đưa đến Bệnh Viện Đại Học Guro Hàn Quốc, nhưng hai tháng sau, tám ngón tay bà bắt đầu thối rữa, trừ hai ngón tay cái. Hai cánh tay thâm tím đến tận cổ tay. Không chỉ móng tay, mà các xương ngón tay cũng đang bị mục. Bác sĩ nói rằng, tay bà phải cắt bỏ đến cổ để tránh bệnh mục rữa lan lên hai cánh tay, và thời hạn phẫu thuật đã được ấn định. Vì phải chịu đau nhức nhiều, nên bà phải uống nhiều thuốc giảm đau. Tháng 5, 1994, chỉ một ngày trước khi phẫu thuật, bà đến dự Hai Tuần Đại Hội Phục

Hưng Đặc Biệt. Cuối cùng, tôi đã cầu nguyện cho bà, và bà đã thừa nhận rằng, ngay lúc đó, cánh tay bà trở nên nóng, cơn đau không chịu nổi đã biến mất. Từ đó, thể trạng bà trở nên khá hơn nhiều, bác sĩ nói rằng bà có thể về nhà mà không cần đến phẫu thuật nữa.

Bệnh thối rữa đã khỏi, phần đã bị thối rữa giống như vỏ cây già rơi ra, và thịt mới mọc trở lại. Ngay các móng tay cũng được tái tạo. Năm đến, vào tháng 5, 1995, lần nữa, bà đến dự Hai Tuần Đại Hội Phục Hưng Đặc Biệt. Vào ngày thứ hai của đại hội, trong buổi cầu nguyện đặc biệt cho người bệnh, bà cũng được tôi cầu nguyện nữa. Sau khi cầu nguyện, bà cảm thấy nhẹ cả người, và cơn đau nhức của bệnh viêm khớp đã khỏi. Bà đã được chữa lành hoàn toàn, từ những ngón tay mục rữa cho đến toàn thân thể bà đều được giải thoát khỏi đau đớn của bệnh tật.

Được Bảo Vệ Trong Một Vụ Sập Đổ Cửa Hàng

Ở hội thánh chúng tôi có một tổ chức truyền giáo có tên gọi, 'Sứ Mệnh Muối và Ánh Sáng, đó là tổ chức dành cho những người làm việc trong ngành phân phối và nhà hàng. Từ khi thành lập vào tháng 10 năm 1985, đội ngũ nầy đã tham gia nhóm và thờ phượng ở nhiều nơi khác nhau. Họ truyền bá phúc âm trong ngành công nghiệp phân phối và nhà hàng. Vì các thành viên của 'Sứ Mệnh Muối và Ánh Sáng' phải làm việc vào những ngày Chúa Nhật, họ tham gia thờ phượng từ 9 giờ đến 11 giờ đêm Chúa Nhật, sau khi xong việc trong ngày.

Ngày 29 tháng 6, 1995, khoảng 6 giờ chiều, đã xảy một thảm họa lớn. Đó là vụ sập đổ tòa nhà Cửa Hàng Sampoong. Khoảng 10 thành viên của hội thánh chúng tôi đang làm việc tại đó, Chúa đã sắm sẵn nhiều cách để họ thoát nạn. Trong hoàn cảnh

Vụ sụp đổ Cửa Hàng Bách Hóa Sampoong

kinh khủng nầy, chúng tôi có thể kinh nghiệm được phép lạ đã khiến cho tất cả đều được cứu sống.

Chị Jinsook Hong, là người đang làm việc tại Cửa Hàng Sampoong, đã bị kẹt trong những đống bê tông của tầng hầm thứ ba cùng những đồng nghiệp của cô, và đã được cứu thoát một cách kỳ diệu. Chị làm việc trong quán bán đồ ăn nhẹ cho những người làm công ở tầng hầm thứ ba. Khi xong giờ làm việc, chị đến phòng phát thuốc để nghỉ tạm. Tòa nhà sập đổ trong lúc chị đang ở đây, cô cùng người y tá bị kẹt trong phòng phát thuốc. Khi tòa nhà sập, người y tá bị thương trên đầu và bị gãy chân. Căn phòng tối đen như mực, họ chẳng thể nhìn thấy được gì, nên không thể hình dung ra lối thoát. Thỉnh thoảng họ nghe có tiếng kêu cứu từ xa xa.

"Jinsook, tôi bị chảy máu trên đầu. Khi chị nói phúc âm cho tôi, vì chẳng thích, nên tôi đã né tránh chị. Tôi hối tiếc quá!

Chúa ôi! Con tạ lỗi Ngài, con xin tin Ngài ngay giờ này!" Người y tá đã kêu khóc lên. Chị Jinsook Hong nắm tay cô ta cầu nguyện và dùng lời Chúa yên ủi. Bụi xi-măng trong không khí chui vào cổ họng cô. Chị Hồng cầu xin Chúa, "Lạy Chúa, xin Ngài không chỉ phái nhân viên cứu hộ đến với chúng con, mà cho tất cả mọi người nữa, xin chớ để tòa nhà sập thêm, và xin cho con không khí trong sạch để thở nữa."

Chúa nhậm lời cầu nguyện của chị. Sau 3 giờ bị giam hãm, lúc khoảng 9 giờ tối, họ thấy có ánh đèn pin và nghe tiếng, "Có ai ở đây không?" Họ la lên, "Có!" khi nghe tiếng, hai nhân viên cứu hộ bèn đến ngay. Phòng phát thuốc nầy nằm gần lối thoát hiểm, may thay, lối thoát hiểm và phần dành cho cầu thang không bị sập. Nhân viên cứu hộ đến bằng đường nầy, họ nghe tiếng cầu nguyện và ngợi khen. Xe cứu thương đưa người y tá đi bệnh viện, nhưng chị Jinsook Hong chẳng bị thương tích gì. Sáng hôm sau, các tờ nhật báo chính thức đã tường thuật lại sự kiện nầy, nói rằng các nhân viên cứu hộ nghe tiếng hát và họ đã tìm thấy những người bị nạn đó.

Ai có thể hát trong lúc khẩn cấp và mạng sống đang bị dọa như vậy? Âm thanh đó chính là những lời cầu nguyện và ngợi khen Đức Chúa Trời, và Ngài đã cảm động các nhân viên cứu hộ để họ đi để nơi mà dân sự Ngài đang bị giam hãm. Chị Jinsook Hong là người rất trung tín trong việc nhóm lại thờ phượng vào Chúa Nhật, và chị cũng trung tín trong việc dâng hiến nữa. Khi chúng ta trung tín với Ngài, giữ trọn Ngày Chúa và sự dâng hiến, thì Ngài cũng sẽ thành tín với chúng ta, bảo vệ chúng ta khỏi mọi ta họa và bệnh tật.

L. A. 1995

Hội Thánh Trước Nguy Cơ Giải Tán

Ngày 30 tháng tư, 1995, 'Vận Động Truyền Giáo Thế Giới LA 1995' được tổ chức tại Trung Tâm Hội Nghị do Uỷ Ban Truyền Bá Phúc Âm Thế Giới và Uỷ Ban Phong Trào Tinh Thần Cơ Đốc Nhân Hàn – Mỹ chỉ đạo, và tôi được mời làm diễn giả chính.

Trước khi cuộc Vận Động Truyền Giáo được tổ chức, từ 27 đến 29 tháng tư, đã xảy ra nhiều chiến dịch liên hiệp của hơn 40 hội thánh từ nhiều khu vực khác nhau, và tôi đã tham gia chiến dịch ở khu vực [H] tại hội thánh Trưởng Lão của mục sư [O] là chủ tọa của uỷ ban tổ chức. Trước khi đến Los Angeles, anh chị em tín hữu trong hội thánh chúng tôi lo trước cho tôi một số tiền cho chuyến truyền giáo nầy. Trước khi lên đường, tôi nói cùng các nhân sự hội thánh rằng, "Chúa cho tôi một lượng tiền khá khá, tôi tin rằng nó sẽ là cần thiết cho một số mục đích."

Mục Sư Jaerock Lee cầu nguyện chúc phước tại Hội Đồng Thành Phố L.A

Nhận Quyền Công Dân Danh Dự từ LA

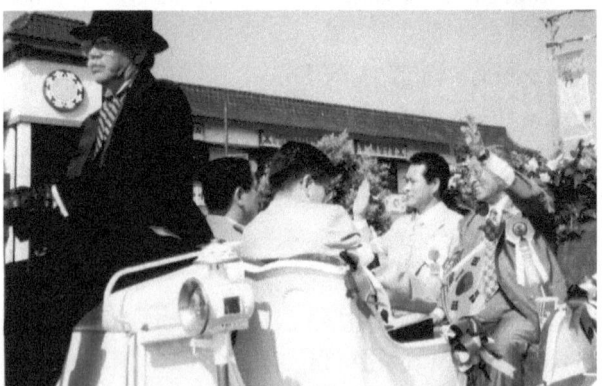

Tại cuộc diễu hành "Ngày của Người Hàn" tại LA

Hội thánh Trưởng Lão đã nói trên, nơi tôi tham gia chiến dịch 3 ngày, là một hội thánh nhỏ. Ông mục sư của hội thánh nầy đã ngoài 60, cố gắng làm việc vất vả một mình, không có người giúp đỡ. Đây là một cuộc hội nghị nhỏ, chỉ khoảng 100 người nhóm lại trong 3 ngày, nhưng tôi vẫn làm việc hết mình trong sự giảng dạy. Nhiều mục sư của những hội thánh lớn nói rằng họ muốn tôi làm diễn giả cho hội thánh họ, nhưng rất tiếc vì đã không mời được. Tôi tin rằng Chúa đã có mục đích khi Ngài sai tôi đến hội thánh nầy để chỉ đạo chiến dịch trong 3 ngày.

Ngày 29 tháng tư, trong buổi nhóm cuối cùng, ông mục sư của hội thánh cầu nguyện cho hội thánh mình, và ông đã khóc trong lời cầu nguyện, "Lạy Chúa, xin hãy giải quyết nan đề tài chánh trong hội thánh chúng tôi, hội thánh nầy đang có nguy cơ sẽ bị phó vào tay của thế gian." Tôi đã phải chịu khổ với rất nhiều tình trạng bất lợi ngay cả việc làm diễn giả, nhưng khi nghe lời cầu nguyện đó, lòng tôi lại càng thêm bối rối hơn. Lúc đó, Chúa đã cảm động tôi.

"Hãy giúp đỡ hội thánh nầy. Chẳng phải món tiền dâng khá khá cho chuyến truyền giáo là để dùng cho trường hợp nầy hay sao?" Hãy giúp hội thánh nầy."

Khi nghe được điều nầy, Tôi nói trong sứ điệp, "tôi không biết hội thánh nầy thiếu nợ là bao nhiêu, nhưng hội của Chúa thì không phải chịu khổ bởi người thế gian. Tôi sẽ đóng góp một phần nhỏ, vậy, chúng ta hãy chung tay, hỡi tất cả quý ông bà anh chị em, chúng ta cùng nhau dự phần vào," và số tiền dâng tính được là 20,000 đô-la.

Tôi hiểu rằng Chúa đã sai tôi đến hội thánh nầy vì tôi có thể hiểu được và chia sẻ với hoàn cảnh khó khăn nầy. Tôi chẳng muốn làm diễn giả trong lần nầy, nhưng lòng tôi đầy sự cảm

động và muốn giúp đỡ người mục sư quảng nhiệm hội thánh, và
để yên ủi lòng ông. Tôi đã cố gắng hết sức hầu cho ông mục sư
nầy không phải lo lắng, và thời gian ông dành cho tôi là không
uổng phí. Trong chiến dịch, đội ngợi khen của hội thánh chúng
tôi đã hướng dẫn phần ngợi khen. Họ cũng cố gắng để mang lại
thật nhiều ơn phước và sự đầy trọn của Thánh Linh cho các tín
hữu.

Ngày tiếp theo, vào Chúa Nhật, 30 tháng tư, người mục sư
đến gặp tôi với khuôn mặt rầu rĩ và nói rằng, "Thưa mục sư, cho
đến ngày hôm qua, các thành viên từ nhiều hội thánh khác, là
những người biết ông đã đến với đại hội, nhưng hôm nay, tôi
chắc rằng tất cả người của chúng tôi đều sẽ bỏ đi hết. Thậm chí
ông không cần đến hội thánh cũng biết được điều nầy." Tôi lấy
làm ngạc nhiên khi nghe sự đó, và hỏi ông chuyện gì đã xảy ra.
Ông cho tôi biết rằng người phụ tá mục sư của hội thánh nầy đã
bị hỏng trong kỳ thi tấn phong mục sư, và người nầy đã khiếu
nại, phản đối lại ông mục sư chủ khảo. Ông đã xin từ chức khỏi
hội thánh, và có nhiều trưởng lão của hội thánh cũng chống đối
ông mục sư nầy, rồi họ chia rẽ nhau. Hội thánh đã lâm vào tình
trạng lộn xộn. Hơn thế nữa, hội thánh đã gặp phải nan đề tài
chánh vì nợ nần, và người của hội thánh đã mất hết sức lực để
phấn hưng.

Nhưng khi đến hội thánh, tôi thấy tình hình không như vậy,
hội thánh đông chật người. Ngay cả các chỗ của ban đồng ca
cũng không còn trống, tôi thấy nét mặt của họ sáng ngời. Chúa
biết được tình trạng của hội thánh và muốn cứu sống nó, Ngài
sai tôi đến để rao giảng sứ điệp lời Ngài và giúp người mục sư nầy
vượt qua nan đề tài chánh.

Trình Diễn Nghệ Thuật Truyền Giáo Tại " Sứ Mạng Truyền Giáo Toàn Cầu ở L.A"

Được mời với tư cách là Chủ Tịch Danh Dự của Ngày Hàn Quốc lần thứ 22 tại L.A

Cuộc Vận Động Truyền Giáo L.A 95

Ngày 30 tháng tư, 1995, 'Cuộc Vận Động Truyền Giáo 1995' được tổ chức thành công bởi ân điển Chúa. Vài ngày sau, tôi đọc Báo Cơ Đốc Nhân Mỹ, trong đó nói rằng,

"Vào ngày 30 tháng tư, khoảng 50 nhà phục hưng và hơn 8,000 tín đồ đã nhóm lại cùng nhau trong một đại hội phục hưng vì sự đoàn kết nhiều dân tộc. Mục Sư Jaerock Lee, diễn giả chính đã rao giảng với chủ đề, 'Chúng Ta Hãy Hiệp Một' và thúc giục người tham dự đồng thanh hô lên rằng, 'Hết thảy chúng ta là anh em trong cùng đức tin, không kể nơi chốn, sắc tộc, hay văn hóa, với đức tin hiệp nhất nầy chúng ta hãy đặt nền móng cho sứ mệnh truyền bá phúc âm ra thế giới.' Đám đông đồng thanh hô vang phương châm của cuộc vận động nầy, 'Hãy rao truyền phúc âm cho đến tận cùng trái đất'; hãy biến thành phố nầy trở nên thành phố của những thiên sứ; chiến thắng thuộc về chúng ta!' Tiếng hô đó ngân vang cả hội trường."

Tôi cũng tham gia buổi cầu nguyện điểm tâm với sự tham dự của khoảng 300 lãnh đạo khu vực thủ đô thành phố Los Angeles. Họ đã đánh giá cao sự thể hiện của đội ngợi khen và đội múa của hội thánh chúng tôi, qua đó nhiều người trong họ đã cảm động và rơi nước mắt.

Ngày Hội Hàn Quốc

Tháng 9, 1995, tôi tham dự 'Ngày Hội Hàn Quốc' lần thứ 22 của Phố Hàn tại Los Angeles, với tư cách của một chủ tịch danh dự. Tôi đại diện dâng lời cầu nguyện cho đặt nền đài kỷ niệm, và tôi dâng lời cầu nguyện khai mạc cho sự kiện 'Đêm Hàn Quốc'. Tôi đã tham gia trong vị trí nổi bật của toàn bộ sự kiện, cuộc Diễu Hành Lễ Hội với những cỗ xe kết hoa rực rỡ. Có bốn con ngựa dành cho mỗi một cỗ xe đặc biệt, và mỗi xe dành cho một khách mời rất đặc biệt. Tôi chẳng thấy thỏa mái khi xuất hiện trước đám đông như vậy. Nhưng với sự tận tâm, tôi được phân cho ngồi trên xe nầy. Những xe cộ và xe ngựa khác theo sau cỗ xe hoa đó trong cuộc diễu hành.

Có một vài sự quấy phá và sự lộn xộn cố tình ngăn cản việc tôi tham gia sự kiện nầy với tư cách là một chủ tịch danh dự. Hiệp Hội Người Hàn tại Los Angeles đã triệu tập một cuộc họp về vấn đề nầy và đã bày tỏ sự phản đối nhằm chống lại sự quấy phá nầy, nói rằng hễ phát hiện ai tung tin thất thiệt về tôi, chủ tịch danh dự, họ sẽ đưa kẻ đó ra trước công lý. Công việc của Satan bị dập tắt bởi những người mà Chúa đã dự bị sẵn tại một nơi chưa nghĩ đến.

(Sẽ được tiếp tục trong quyển 2)

Tác Giả:
Tiến Sĩ Jaerock Lee

Tiến Sĩ Jaerock Lee sinh trưởng tại Muan, tỉnh phận Jeonnam, Cộng Hòa Nhân Dân Triều Tiên, năm 1943. Những năm tháng của tuổi 20, Mục sư Lee đã phải trải qua rất nhiều căn bệnh nan y, trong bảy năm trường đầy tuyệt vọng, vô phương cứu chữa, ông chỉ còn biết chờ chết. Một ngày kia, vào mùa xuân 1974, được chị gái đưa đến nhà thờ, khi quỳ xuống cầu nguyện, Đức Chúa Trời hằng sống đã chữa lành mọi bệnh tật ông ngay tức khắc.

Qua kinh nghiệm kỳ diệu đó, Tiến Sĩ Lee đã gặp được Đức Chúa Trời hằng sống, ông đã dâng trọn tấm lòng thành kính lên Ngài, năm 1978, ông được kêu gọi bước vào con đường hầu việc Đức Chúa Trời. Ông hết lòng cầu nguyện để hiểu rõ ý muốn Ngài và hoàn thành sứ mạng một cách tốt nhất, ông vâng phục tất cả các mạng lệnh. Năm 1982 ông thành lập Hội Thánh Trung Tâm Manmin tại Seoul, Hàn Quốc và tại đây nhiều công việc của Chúa kể cả những phép lạ chữa lành, những dấu lạ đã và đang xảy ra đến mức không kể xiết.

Năm 1986, Tiến Sĩ Lee được thụ phong tại Hội Thánh Annual Assembly Jesus Sungkyul của Hàn Quốc, bốn năm sau, 1990, những bài giảng luận của ông bắt đầu được phát sóng qua các đài phát thanh tại Úc Châu, Nga, Philipines và được phát sóng nhiều qua Đài Nguồn Sống FEBC, Đài Phát Thanh Á Châu, và Hệ thống Truyền thanh Cơ Đốc Nhân Washington, và nhiều quốc gia khác.

Ba năm sau, 1993, Hội Thánh Trung Tâm Manmin được tạp chí Cơ Christian World (US) bầu chọn, xếp vào "Top 50 Hội Thánh Hàng Đầu Thế Giới" và ông nhận học vị Tiến Sĩ Danh Dự Thần Học của Trường Đại Học Christian Faith, Florida, USA và năm 1996, Ông nhận học vị Tiến sĩ Mục Vụ tại Chủng Viện Thần Học Kingsway, Iowa, USA.

Kể từ năm 1993, Tiến Sĩ Lee đã bước vào sứ mạng truyền giáo quốc tế qua nhiều chiến dịch hải ngoại tại Hoa Kỳ, Tanzania, Argentina, Uganda, Nhật Bản, Pakistan, Kenya, Philipines, Honduras, Ấn Độ, Nga, Đức, và Peru, Cộng Hòa Dân Chủ Công-Gô, và Y-sơ-ra-ên. Năm 2002, ông được tờ báo chuyên đề Christian newspapers ở Hàn Quốc gọi là "Mục sư toàn cầu" có liên quan đến nhiều Chiến Dịch Liên Minh Kỳ Diệu tại hải ngoại.

Đến tháng 4, năm 2011, Hội Thánh Trung Tâm Manmin là một giáo hội có hơn 120.000 thành viên. Có 9.000 chi nhánh trong và ngoài nước, và có hơn 137 giáo sĩ được ủy thác đến 23 quốc gia, bao gồm Hoa Kỳ, Nga, Đức, Canada, Nhật, Trung Quốc, Pháp, Ấn Độ, Kenya, và nhiều nơi khác.

Cho đến ngày xuất bản sách nầy, Tiến Sĩ Lee đã viết được 63 cuốn sách, trong đó có những cuốn rất được ưa chuộng như, *Ném Trải Cuộc Sống Đời Đời Trước Khi Chết, Đời Tôi và Niềm Tin I & II, Sứ Điệp Thập Tự Giá, Tầm Thước Đức Tin, Thiên Đàng I & II, Địa Ngục và Quyền Năng Đức Chúa Trời*. Những tác phẩm của ông đã được phiên dịch trên 67 ngôn ngữ khác nhau.

Các mục báo Cơ Đốc của ông xuất hiện trên *The Hankook Ilbo, The JoongAng Daily, The Chosun Ilbo, The Dong-A Ilbo, The Munhwa Ilbo, The Seoul Shinmun, The Kyunghyang Shinmun, The Hankyoreh Shinmun, The Korea Economic Daily, The Korea Herald, The Shisa News, và The Christian Press*.

Tiến Sĩ Lee hiện nay là lãnh đạo của nhiều tổ chức truyền giáo và hiệp hội, bao gồm: Chủ Tịch Hội Thánh The United Holiness Church of Jesus Christ; Chủ Tịch Sứ Mạng Toàn Cầu Manmin, Chủ Tịch Thường Trực Hiệp Hội Sứ Mạng Phục Hưng Cơ Đốc Thế Giới, Người sáng lập Manmin TV; Nhà Sáng Lập & Ban Chủ Tịch Mạng Lưới Cơ Đốc Nhân Toàn Cầu (GCN), Mạng Lưới Bác Sĩ Cơ Đốc Nhân Toàn Cầu (WCDN), và Chứng Viện Thần Học Quốc Tế Manmin (MIS).

Thiên Đàng I & II

Một bức phát họa chi tiết về môi trường sống huy hoàng, những công dân nước thiên đàng sống vui mừng trong sự vinh quang của Đức Chúa Trời

Sứ Điệp Thập Tự Giá

Một sứ điệp tỉnh thức mạnh mẽ cho những ai đang mê ngủ thuộc linh. Trong sách này bạn sẽ tìm ra được lý do Chúa Giê-xu là Đấng Cứu Chuộc duy nhất và tình yêu thật của Đức Chúa Trời

Địa Ngục

Một sứ điệp khẩn thiết cho nhân loại từ Đức Chúa Trời, Đấng không muốn một linh hồn nào chết mất trong hỏa ngục. Bạn sẽ khám phá ra hiện thực tàn khốc chưa-bao-giờ-được-phơi-bày-ra-trước-đây của Âm phủ và địa ngục

Tầm Thước Đức Tin

Nơi ở và vương miện nào trên thiên đàng đang chờ chúng ta? Sách nầy cung cấp cho chúng ta sự khôn ngoan và hướng dẫn chúng ta phương cách để có thể biết được lượng đức tin của mình và trưởng dưỡng lượng đức tin ấy một cách tốt nhất và trưởng thành nhất

Đời Tôi và Niềm Tin II

Một sự mô tả cảm động về đức tin đích thực để vượt qua bất kỳ gian nan thử thách nào và những công việc nóng cháy của Đức Thánh Linh được bày tỏ tại một hội thánh trong đức tin đích thực

www.urimbooks.com

www.ingramcontent.com/pod-product-compliance
Lightning Source LLC
Chambersburg PA
CBHW030358130626
46549CB00004B/1549